AF529578

ഗ്രീൻ ബുക്സ്

ദ്വിമുഖം

അരുൺ എ.കെ.

കോഴിക്കോട് ജില്ലയിലെ കുന്നമംഗലം സ്വദേശി.
മെക്കാനിക്കൽ എഞ്ചിനീയറിങ് ബിരുദധാരി.
യൂണിയൻ ബാങ്ക് ഓഫ് ഇന്ത്യയിൽ മാനേജർ.
'ആ കണ്ണുകൾ' എന്ന നോവൽ
ഗ്രീൻബുക്സ് പ്രസിദ്ധീകരിച്ചു.
ഇതര കൃതികൾ: ട്രഷർ ഹണ്ട്, അധീശം,
സൂപ്പർ സാപ്പിയൻസ്.
Email : arun_ak91@yahoo.com

നോവൽ

ദ്വിമുഖം

അരുൺ എ.കെ.

ഗ്രീൻ ബുക്സ്

green books private limited
gb building, civil lane road, ayyanthole,
thrissur- 680 003, kerala, ph: +91 487-2381066, 2381039
website: www.greenbooksindia.com
e-mail: info@greenbooksindia.com

branches:
thrissur 8589095302
thiruvananthapuram 8589095301
kozhikode 8589095307

malayalam
dwimukham
novel
by
arun a k

published december 2024

printed in india

isbn : 978-93-48125-01-9

₹ 210.00

GBPL/1407/2024

നന്ദി

ഈ കൃതിയിൽ വിശ്വാസമർപ്പിച്ച്
പ്രസിദ്ധീകരിക്കാൻ തയ്യാറായ
ഗ്രീൻ ബുക്സിന്...

എന്നും കൂടെയുള്ള പ്രിയപത്നിക്ക്
ഒറ്റവാക്കിൽ നന്ദി രേഖപ്പെടുത്തുന്നില്ല.

ആമുഖം

പ്രിയരെ,

ഈ നോവൽ പൂർണ്ണമായും എഴുതിയതിനുശേഷമാണ് ഇതിന്റെ പേരെന്തെന്ന അന്തിമതീരുമാനത്തിൽ ഞാൻ എത്തിച്ചേർന്നത്. ഇതൊരു ത്രില്ലറാണെന്ന് ഇതിനോടകം കവർപേജിൽനിന്നും നിങ്ങൾ മനസ്സിലാക്കിക്കാണുമല്ലോ. ത്രില്ലറുകൾ പലതരമുണ്ടെന്ന് നമുക്കറിയാം. പൊലീസ് അന്വേഷണം പ്രമേയമായി വരുന്നവ ഒന്ന്, ഒരാളുടെ മാനസിക വ്യാപാരങ്ങളുടെ ഏറ്റക്കുറച്ചിലുകളിലൂടെ നീങ്ങുന്ന സൈക്കോളജിക്കൽ ത്രില്ലർ മറ്റൊന്ന്. കൂടാതെ റിവഞ്ച് ത്രില്ലർ, ആക്ഷൻ ത്രില്ലർ, ഡൊമസ്റ്റിക് ത്രില്ലർ തുടങ്ങി പലവിധം. നിങ്ങൾ വായനയ്ക്കായി കൈയിലെടുത്ത ദ്വിമുഖം എന്ന ഈ നോവൽ മുകളിൽ പ്രതിപാദിച്ച ത്രില്ലറിന്റെ ഉപമേഖലകളിലൊന്നുംപെടുന്നവയല്ലെന്ന് പറഞ്ഞുകൊള്ളട്ടെ.

ദ്വിമുഖം എന്ന ഈ നാമത്തിൽ മനസ്സ് എത്തിപ്പെട്ടപ്പോൾ യാദൃച്ഛികമായി മനസ്സിലേക്ക് കടന്നുവന്നത് വർഷങ്ങൾക്കുമുമ്പ് ഒരു സുഹൃത്ത് മുഖേന കേൾക്കാനിടയായ ഒരു വാചകമാണ്, "ഞാനെന്ന സത്യത്തിനുമപ്പുറം ഞാനെന്ന അസത്യമുണ്ട്." ഈ വാക്യത്തിന്റെ പിതൃത്വം ആർക്കാണെന്നത് അന്നുമിന്നും എനിക്കറിയില്ല, പക്ഷേ, ഒരു ദശാബ്ദത്തിലേറെയായി ഈ വാചകം എന്റെ മനസ്സിലുണ്ട്. നിഗൂഢമായ എന്തോ ഒരർത്ഥം ആ നാലു വാക്കുകൾക്കുണ്ടെന്നതാവാം അവ ഞാൻ മറക്കാതിരിക്കാനുള്ള കാരണം.

കൂടുതൽ പറയുന്നില്ല, ഇപ്പോൾ നിങ്ങൾ കേട്ട ആ നാലു വാക്കുകൾ അർത്ഥവത്താക്കുന്ന ഒരു നോവലാണ് തുടർന്നുള്ള താളുകൾ നിങ്ങളെ കാത്തിരിക്കുന്നതെന്ന വിശ്വാസത്തോടെ,

അരുൺ എ.കെ.

അനൂപ്

പൊടി ഉയർന്നുപൊങ്ങിക്കൊണ്ടിരുന്നു. മഴ പെയ്തിട്ട് മാസങ്ങളായി. പിന്നെങ്ങനെ ഭൂമി വരണ്ടുപോവാതിരിക്കും. ഉണങ്ങിയ പുല്ലും മണ്ണും തിരിച്ചറിയാത്തവിധം ഇളംതവിട്ട് നിറത്തിൽ കലർന്നു കിടക്കുന്നു. ചെറുകാറ്റ് വന്നാൽ മതി പൊടി പറക്കാൻ. അത്തരം സ്ഥലത്തുകൂടിയാണ് പോലീസ്ജീപ്പ് കുതിക്കുന്നത്. പൊടി കൂടുതൽ ഉയർന്നുപൊങ്ങി. അനൂപ് വാതിലിന്റെ ചില്ലിനോട് മുഖം ചേർത്തുവെച്ച് പുറത്തേക്ക് നോക്കി. പൊടികൾക്കിടയിലൂടെ ഒരു ആൾക്കൂട്ടത്തെ അവൻ കണ്ടു. അവർ കുതിച്ചു പായുന്ന ജീപ്പിലേക്ക് കണ്ണെടുക്കാതെ നോക്കിനില്ക്കുന്നു. ചിലർ എന്തൊക്കെയോ ആക്രോശിക്കുന്നുണ്ടെന്ന് കാണാം, ശബ്ദം കേൾക്കാൻ സാധിക്കുന്നില്ലെങ്കിൽ പോലും.

ജീപ്പിന്റെ ചക്രം ഒരു കുഴിയിൽ ചാടി, ജീപ്പ് ആകെ ഒന്നിളകി. അവന്റെ തലയുടെ ഒരു വശം പിൻവാതിലിൽ ഇടിച്ചു. സാമാന്യം ശക്തിയിലാണ് ഇടിച്ചത്. പക്ഷേ അവന് വേദന അനുഭവപ്പെട്ടില്ല. ശരീരത്തിലേറ്റ മറ്റു പരിക്കുകൾ അതിനേക്കാൾ വലുതായിരുന്നു.

“ടാ...” ഇടിമുഴക്കംപോലത്തെ ശബ്ദം കേട്ട് അവൻ ജീപ്പിന്റെ മുൻസീറ്റിലേക്ക് നോക്കി.

“ചില്ലെങ്ങാനും പൊട്ടിച്ചാ, നായിന്റെ മോനേ ഇനിയും കിട്ടും.” സബ് ഇൻസ്പെക്ടർ സോമൻ അലറി.

അയാളുടെ മുഖം ദേഷ്യംകൊണ്ട് വിറയ്ക്കുന്നുണ്ട്. പക്ഷേ അത് പോലീസ്ജീപ്പിന്റെ ചക്രം കുഴിയിൽ ചാടിയപ്പോൾ അനൂപിന്റെ തല ചില്ലിൽ മുട്ടിയതിനല്ല. മറിച്ച് അൽപംമുമ്പ് അവൻ ചെയ്ത ആക്രമണങ്ങൾ കാരണമാണ്.

ശരീരമാസകലം അവന് വേദന അനുഭവപ്പെട്ടുതുടങ്ങി. അതുവരെയുള്ള ആ മരവിപ്പ് മാറി വന്നു. എന്തിനായിരുന്നു താൻ അവനെ

കുത്തിയത്? അവൻ ചിന്തിച്ചു. കുത്തേണ്ട കാര്യമുണ്ടായിരുന്നോ? തല്ല് തുടങ്ങിയപ്പോൾ താൻ മറ്റാരോ ആയി. മറ്റേതോ ലോകത്തെത്തി. വെള്ളിത്തിരയിലെ നായകന്മാർക്ക് മാത്രമേ മാനസികനില തെറ്റാതെ തല്ലുമ്പിടി നടത്താൻ പറ്റൂ. യഥാർത്ഥജീവിതത്തിൽ അത്തരമൊരവസ്ഥയിൽ എത്തിപ്പെട്ടാൽ പിന്നെ എല്ലാം നിയന്ത്രണാതീതമാവും. കടിച്ചു കീറാൻ നടക്കുന്ന വെറും മൃഗങ്ങളായി മാറും.

"വേദനയുണ്ടോടാ?"

സോമൻ വിടുന്ന മട്ടില്ല. വലതു കൈമുട്ട് സീറ്റിന്റെ ചാരുപടിക്ക് മുകളിൽവെച്ച് അയാൾ പിന്നോട്ട് നോക്കിക്കൊണ്ടിരുന്നു.

അനൂപ് ഒന്നും പറഞ്ഞില്ല.

"ചെവിക്കല്ലിന് അടി കിട്ടി അവന്റെ കേൾവി പോയെന്നാ തോന്നുന്നത്. നീ കേൾക്കുന്നില്ലെടാ?"

അവൻ ഉവ്വെന്ന അർത്ഥത്തിൽ തല സാവധാനം കുലുക്കുക മാത്രം ചെയ്തു.

"സാറ് ചോദിക്കുന്നത് കേൾക്കുന്നില്ലെടാ നീ?" രണ്ടാംനിരയിൽ ഇരിക്കുന്ന സി.പി.ഒ. ബഷീർ ചോദിച്ചു.

"അവന് വേദനയൊന്നും ഇല്ല സാറേ, കണ്ടില്ലേ അവന്റെ ഭാവം." ബഷീർ തീ കെടാതെ നോക്കാൻ ശ്രമിച്ചു. എസ്.ഐ.യേക്കാൾ അനൂപിനെ കൈകാര്യം ചെയ്യാൻ മുൻകൈ എടുത്തത് ബഷീറാണ്.

"വേദനയുണ്ട് സാറേ." അനൂപ് ആദ്യം ബഷീറിനെയും പിന്നീട് സോമനെയും നോക്കി.

"വേദന ഉണ്ടാവണമല്ലോ. നിന്നെപ്പോലത്തെ ക്രിമിനൽസിന്റെ നട്ടെല്ലിടിച്ച് പൊട്ടിക്കാൻ തന്നെയാ സർക്കാർ ഞങ്ങൾക്ക് ശമ്പളം തരുന്നത്." ബഷീർ നിർത്തുന്ന മട്ടില്ല.

അനൂപ് മറുപടിയൊന്നും പറഞ്ഞില്ല. അയാൾ മുഖം താഴ്ത്തി. അനൂപിന്റെ പ്രതികരണം കുറഞ്ഞെന്ന് തോന്നിയ സോമനും ബഷീറും തല്ക്കാലത്തേക്ക് അനൂപിൽനിന്നും നോട്ടം പിൻവലിച്ചു. സോമന്റെ കണ്ണുകൾ റോഡിലെ കാഴ്ചകളിലേക്കും ബഷീറിന്റേത് മൊബൈൽഫോൺ സ്ക്രീനിലേക്കും ചേക്കേറി.

അനൂപ് പതിയെ തലയുയർത്തി. തല്ക്കാലം പോലീസുകാരുടെ തീക്ഷ്ണമായ നോട്ടത്തിൽനിന്നും രക്ഷപ്പെട്ടതിൽ അവൻ ആശ്വാസം കൊണ്ടു. അവന്റെ നോട്ടം വീണ്ടും വാഹനത്തിന്റെ ചില്ല് തുളച്ച് വെളിയിലേക്ക് നീണ്ടു. വാഹനം അതിവേഗം പായുകയാണ്, പുറത്തെ കാഴ്ചകൾ അതിവേഗം പിന്നിലേക്ക് പോയ്മറഞ്ഞു. ആളുകൾ, കടകൾ, വീടുകൾ, മരങ്ങൾ...

എന്തിനു വേണ്ടിയായിരുന്നു താൻ അവനെ കുത്തിയത്? അവൻ ചിന്തിച്ചു. അല്പസമയത്തെ മരവിപ്പിനുശേഷം അവന്റെ ചിന്തയും ബോധവും ഉണർന്നുതുടങ്ങി. അവനെ കുത്തേണ്ടിയിരുന്നോ? രണ്ടടി കൊടുത്തു വിട്ടാൽ പോരായിരുന്നോ? അവൻ ചത്തിട്ടുണ്ടാവുമോ? വയറിനാണ് കുത്തേറ്റതെന്ന് തോന്നുന്നു. കൃത്യമായി ഓർമ്മയില്ല. അവൻ നെഞ്ചിൽ ചവിട്ടിയത് ഓർമ്മയുണ്ട്. കൈകൊണ്ടുള്ള ഒരാക്രമണമായിരുന്നു അനൂപ് പ്രതീക്ഷിച്ചത്. പക്ഷേ കിട്ടിയതൊരു ചവിട്ടാണ്. ഒഴിഞ്ഞു മാറാനോ തടുക്കാനോ കഴിഞ്ഞില്ല. കൃത്യം നെഞ്ചത്ത് കിട്ടിയ ആ ചവിട്ടിൽ അനൂപ് പിന്നിലേക്ക് മറിഞ്ഞു വീണു. അവൻ ഓടിവന്ന് വീണ് കിടക്കുകയായിരുന്ന അനൂപിനെ വീണ്ടും ചവിട്ടാൻ ശ്രമിച്ചു. പക്ഷേ അനൂപ് കൃത്യമായി ഇരുകൈകൾകൊണ്ടും അവന്റെ കാലിൽ കയറിപ്പിടിച്ചു. അവൻ സർവ്വശക്തിയും സംഭരിച്ച് കാലുകൾ അമർത്താൻ ശ്രമിച്ചു. പക്ഷേ അനൂപ് ആഞ്ഞുതള്ളിയപ്പോൾ അവൻ ശരീരത്തിന്റെ സമനില നഷ്ടപ്പെട്ട് തറയിൽ വീണു. ഈ സമയം മതിയായിരുന്നു അനൂപിന് ചാടിയെഴുന്നേറ്റ് അവന്റെ വയറിൽ ആഞ്ഞുചവിട്ടാൻ. രണ്ടാമതും ചവിട്ടാനുള്ള ശ്രമം പക്ഷേ വിഫലമായി. സമർത്ഥമായി അവൻ ഒരു വശത്തേക്ക് ഉരുണ്ടുമാറിയതിനാൽ അനൂപിന്റെ ചവിട്ടേറ്റത് തറയിലാണ്.

ഉറച്ച തറയിൽ ആഞ്ഞുള്ള ചവിട്ട് അനൂപിന്റെ കാലിൽ വേദനയുളവാക്കി. ഇതിൽനിന്നും മുക്തി നേടുമ്പോഴേക്കും അവൻ തറയിൽനിന്നും എഴുന്നേറ്റ് ഓടിയെത്തി അനൂപിനെ സർവ്വശക്തിയും സംഭരിച്ച് ആഞ്ഞുതള്ളി. അപ്രതീക്ഷിതമായി നേരിട്ട ആ ആക്രമണത്തിൽ അനൂപ് ഏതാനും വാര ദൂരേയ്ക്ക് തെറിച്ചുവീണു. വീണത് തമിഴൻ പളനിയുടെ തട്ടുകടയുടെ സമീപത്തേക്കാണ്. മലർന്നു കിടക്കുകയായിരുന്ന അനൂപ് കൈകളുയർത്തി തട്ടുകടയുടെ മുകൾ ഭാഗത്ത് പിടിച്ച് എഴുന്നേറ്റു നോക്കുമ്പോൾ കാണുന്നത് തന്റെ നേരെ ഓടിയടുക്കുന്ന എതിരാളിയെയാണ്. അനൂപിന്റെ കരം അതിവേഗം മുന്നോട്ട് ചലിച്ചു. ഉറക്കെ അലറിക്കൊണ്ട് എതിരാളി താഴെ വീണു. വയറിൽനിന്ന് രക്തം ഒഴുകി. കൈയിൽ ചോരത്തുള്ളി ഇറ്റുവീഴുന്ന കത്തിയുമായി അനൂപ്.

തട്ടുകടയിൽ പിടിച്ച് എഴുന്നേറ്റപ്പോൾ അനൂപിന്റെ കൈയിൽ തട്ടുകടയുടെ മേലേ ഒരു അരികിലായി വെച്ചിരുന്ന കത്തി സ്പർശിച്ചിരുന്നു. ഉള്ളിൽ ഉറഞ്ഞുകൂടിയ കലി അനൂപിന്റെ വിവേകവിചാരങ്ങളെ കീഴ്പ്പെടുത്തിയപ്പോൾ അവൻപോലുമറിയാതെ ആ കത്തി അവന്റെ കൈകളിൽ ബന്ധിക്കപ്പെട്ടു. ശേഷം വേണ്ടിവന്നത് തന്നിലേക്ക് ഓടിയടുത്ത എതിരാളിയെ അതേ കൈകൊണ്ട് വരവേൽക്കുകയെന്നതുമാത്രം. ഫലമോ, ചുവന്ന കട്ടി രക്തം, നാലു ദിക്കും കേൾക്കുന്ന തരത്തിൽ അലർച്ച. എതിരാളി സാവധാനം പിന്നോട്ട്

മറിഞ്ഞുവീണു. കത്തി അനൂപിന്റെ കൈയിൽനിന്നും വേർപെട്ട് എതിരാളിയുടെ ഉദരത്തിൽ സ്ഥിതിചെയ്തു. മലർന്നുവീണ അയാളുടെ ശരീരത്തിൽ ആ കത്തി ഒരു കൊടിമരം കണക്കെ ഉയർന്നുനിന്നു.

പിന്നീട് അനൂപിന്റെ ഓർമ്മയിലുള്ള രംഗം താൻ പോലീസ് ജീപ്പിനുള്ളിൽ ഇരിക്കുന്നതാണ്. തന്റെ കുത്തേറ്റ് അയാൾ വീണ മാത്രയിൽ അനൂപിന്റെ ശരീരവും മനസ്സും മരവിച്ചുപോയിരുന്നു. ഇടയ്ക്കെപ്പോഴോ 'അവൻ ചത്തെടാ, അനൂപ് അവനെ കൊന്നെടാ, പോലീസിനെ വിളിയെടാ' തുടങ്ങിയ ആക്രോശങ്ങൾ അവ്യക്തമായി അയാളുടെ കാതുകളിൽ മുഴങ്ങിയെന്നുമാത്രം.

വാഹനത്തിന്റെ വേഗത കുറഞ്ഞു. അനൂപ് വെളിയിലേക്ക് ശ്രദ്ധ പതിപ്പിച്ചു. തന്നേയും വഹിച്ചുകൊണ്ട് ആ വാഹനം പോലീസ് സ്റ്റേഷന് സമീപം എത്തിക്കഴിഞ്ഞിരിക്കുന്നു. ഇതിനുമുമ്പ് ഏതാനും തവണ പോലീസ്സ്റ്റേഷനിൽ പോയിട്ടുണ്ട്. പക്ഷേ അതൊന്നും ഒരു കുറ്റവാളിയോ പ്രതിയോ ആയിട്ടായിരുന്നില്ല, മറിച്ച് പോലീസ് ക്ലിയറൻസ് സർട്ടിഫിക്കറ്റുപോലെയുള്ള ന്യായമായ ആവശ്യങ്ങൾക്കുവേണ്ടിയായിരുന്നു. അവൻ ചില്ലിലൂടെ വെളിയിലേക്ക് നോട്ടം പായിച്ചു. സ്റ്റേഷൻ കോമ്പൗണ്ടിൽ നിരവധി വാഹനങ്ങൾ നിർത്തിയിട്ടിട്ടുണ്ട്. ഇരുചക്രവാഹനങ്ങൾ നിരയായി ഒരുവശത്ത്. ഏതാനും കാറുകൾ കൂടുതൽ സൗകര്യമുള്ള മറ്റൊരുവശത്ത്. അവയെല്ലാം പല ആവശ്യങ്ങൾക്കായി പോലീസ്സ്റ്റേഷനിൽ വന്നവരുടെ വാഹനങ്ങളാണ്. പക്ഷേ ഇതിനുപുറമെ പല കേസിലുംപെട്ട് കസ്റ്റഡിയിലെടുക്കപ്പെട്ട അനേകം വാഹനങ്ങളും സ്റ്റേഷന്റെ പരിസരത്ത് കിടപ്പുണ്ട്. അവയിൽ പലതും ആരും തിരിഞ്ഞുനോക്കാതെ നശിച്ചു തുടങ്ങി. പല കാറുകളുടെയും മേൽക്കൂരയും ബോണറ്റും തുരുമ്പെടുത്തിട്ടുണ്ട്. ചില്ലുകളിൽ കഴിഞ്ഞ മഴക്കാലത്തിനുശേഷം അടിഞ്ഞുകൂടിയ പൊടിപടലങ്ങൾ കട്ടപിടിച്ചു കിടക്കുന്നു.

സ്റ്റേഷൻ പരിസരത്ത് പോലീസുകാർക്ക് പുറമെ ധാരാളം ആളുകളുണ്ട്. പലരും തങ്ങളുടെ മൊബൈൽ ഫോണുകളിൽ ആരോടൊക്കെയോ സംസാരിക്കുന്നു. രണ്ടുംമൂന്നും പേർ ചേർന്ന കൂട്ടങ്ങളും പലയിടത്തായി കാണപ്പെട്ടു. എല്ലാവരും ഗൗരവമായ കാര്യങ്ങളാണ് സംസാരിക്കുന്നതെന്ന് അവരുടെ മുഖഭാവങ്ങളിൽനിന്ന് വ്യക്തം. സ്റ്റേഷന്റെ മുറ്റത്ത് ഏതാനും ഗുൽമോഹർ മരങ്ങൾ നിറയെ ഇലയും പൂവുമായി വർഷങ്ങളായി നിലയുറപ്പിച്ചിട്ടുള്ളതിനാൽ പരിസരത്ത് കൂടിനിൽക്കുന്ന ജനങ്ങൾക്ക് ഉച്ചവെയിലിൽ നിന്നും തെല്ലൊരാശ്വാസം ലഭിക്കുന്നുണ്ട്. എങ്കിലും പലരും കൈകൊണ്ട് വിശറികണക്കെ വീശുകയും തൂവാലകൊണ്ട് മുഖം തുടയ്ക്കുകയും ചെയ്യുന്നുണ്ട്. സ്റ്റേഷന്റെ മറുവശത്തുള്ള പെട്ടിക്കടയിൽ നിന്നും ചിലർ ചൂടിനെ എതിരിടാൻ ശീതളപാനീയം കഴിക്കുന്നുണ്ട്.

ഡ്രൈവർ ജീപ്പ് സ്റ്റേഷന്റെ പടിയോട് ചേർത്തുനിർത്തി. എൻജിൻ ഓഫ് ചെയ്തു, ചെറുതായൊന്ന് വിറച്ചശേഷം വാഹനം നിശ്ശബ്ദ മായി. ഇൻസ്പെക്ടർ വന്നത് ശ്രദ്ധയിൽപ്പെട്ട ആളുകൾ തങ്ങളുടെ സംസാരത്തിന്റെ ശബ്ദം കുറച്ചും മുണ്ടിന്റെ മടിക്കുത്ത് അഴിച്ചിട്ടും മറ്റും അയാളോട് ബഹുമാനം പ്രകടിപ്പിച്ചു. സോമൻ ജീപ്പിന് വെളി യിലിറങ്ങി ചുറ്റും കണ്ണോടിച്ചു. പരിചയമുള്ള ഒന്നുരണ്ട് പേർ പരി സരത്തുള്ളത് ശ്രദ്ധയിൽപ്പെട്ടപ്പോൾ അവരോട് ചെറുതായൊന്ന് ചിരിച്ചു. കൈയിലെ മൊബൈൽഫോൺ പാന്റിന്റെ പോക്കറ്റിൽ നിക്ഷേപിച്ചശേഷം അയാൾ ജീപ്പിന്റെ ഡാഷ് ബോർഡിൽ വെച്ചി രുന്ന തൊപ്പി ധരിച്ചു. സ്വല്പം കുനിഞ്ഞ് തൊപ്പിയുടെ സ്ഥാനം കൃത്യമാണെന്ന് ജീപ്പിന്റെ ഇടതുവശത്തെ കണ്ണാടിയിൽ നോക്കി ഉറപ്പുവരുത്തിയശേഷം അയാൾ വാതിലടച്ചു. ബഷീർ അപ്പോ ഴേക്കും പുറത്തിറങ്ങി ജീപ്പിന്റെ പിൻവാതിലിന്റെ സമീപം എത്തി യിരുന്നു. അയാൾ ചില്ലിനുള്ളിലൂടെ അനൂപിനെ കനപ്പിച്ചൊന്ന് നോക്കി. ബഷീറിന്റെ നോട്ടം തന്നെയാണെന്ന് മനസ്സിലാക്കിയ അനൂപ് പുറത്തെ കാഴ്ചകൾ മതിയാക്കി നേരെ താഴേക്ക് ദൃഷ്ടി പതിപ്പിച്ചു.

"ബഷീറേ, അവനെ ഇറക്ക്." സോമൻ നിർദ്ദേശിച്ചു.

ബഷീർ വാതിൽ തുറന്ന് അനൂപിനോട് വെളിയിലിറങ്ങാൻ ആംഗ്യം കാണിച്ചു. അനൂപ് പതിയെ ജീപ്പിൽ നിന്നിറങ്ങി. ചെരുപ്പി ല്ലാതെ കാൽ തറയിൽ വച്ചപ്പോൾ അവന് നന്നേ ചൂടനുഭവപ്പെട്ടു. ചെരുപ്പ് തല്ലുമ്പിടിക്കിടയിൽ മൈതാനത്ത് നഷ്ടമായതാണ്. സ്റ്റേഷന്റെ മുറ്റത്തു കൂടിനിന്നവരിൽ ഭൂരിഭാഗം പേരുടെയും ശ്രദ്ധ അനൂപിലേക്ക് തിരിഞ്ഞു. അയാളുടെ വസ്ത്രത്തിൽ പറ്റിപ്പിടിച്ചി രുന്ന അഴുക്കും പൊടിയും അയാൾ ഏതോ തല്ലുകേസിലോ കുത്തു കേസിലോ ഉൾപ്പെട്ട പ്രതിയാണെന്ന ധാരണ ചുറ്റും നിന്നവരിൽ ഉണ്ടാവാൻ കാരണമായി. ആളുകൾ അവരവർക്ക് തോന്നിയ സാധ്യതകൾ താഴ്ന്ന ശബ്ദത്തിൽ പരസ്പരം പറഞ്ഞു. കൂടിനിന്ന വരിൽ ഒന്നുരണ്ടു പേർക്ക് അനൂപിനെ പരിചയമുണ്ട്, പക്ഷേ സാഹ ചര്യം അനുകൂലമല്ലാത്തതിനാൽ ആരും അവന്റെ സമീപത്തേക്ക് പോവാനോ കാര്യകാരണങ്ങൾ അറിയാനോ ശ്രമിച്ചില്ല.

"നടക്കെടാ." ബഷീറിന്റെ കനത്ത ശബ്ദം പുറത്തു വന്നു.

ചുറ്റുമുള്ളവരിൽ തനിക്ക് പരിചയമുള്ളവർ ഉണ്ടായേക്കാമെന്ന് അനൂപിന് തോന്നി. അതിനാലയാൾ ആരെയും ശ്രദ്ധിക്കാതെ തല താഴ്ത്തി തന്റെ നിഴലിൽ മാത്രം ശ്രദ്ധിച്ച് സ്റ്റേഷന്റെ പടികൾ ലക്ഷ്യ മാക്കി നടന്നു. സോമനും ബഷീറും അയാളെ അനുഗമിച്ചു. സ്റ്റേഷ നുള്ളിൽ പ്രവേശിച്ചപ്പോൾ വല്ലാത്തൊരു ഇരുട്ട് അയാളുടെ

കണ്ണുകളിൽ നിറഞ്ഞു. വെയിലിൽനിന്നും വെളിച്ചം കുറവുള്ള ഇടത്തിലേക്ക് നീങ്ങുമ്പോൾ ഏതൊരു മനുഷ്യനും അനുഭവപ്പെടുന്ന സാധാരണ പ്രതിഭാസം മാത്രമാണത്. പക്ഷേ അതുകാരണം തന്റെ ഭാവി ഇനി പൂർണമായും ഇരുട്ടിലായിത്തീരുമോയെന്ന അയാളുടെ ഭയം ഇരട്ടിക്കുകയുണ്ടായി. നിമിഷങ്ങൾക്കുശേഷം അയാളുടെ കണ്ണുകൾ തെളിഞ്ഞു, പക്ഷേ ഭയമെന്ന വികാരം അങ്ങനെ തന്നെ തുടർന്നു.

"അവനെ ലോക്കപ്പ് ചെയ്യ്." സോമൻ തന്റെ ലാത്തി മേശപ്പുറത്തേക്ക് ഇട്ടുകൊണ്ട് പറഞ്ഞു. ശേഷം അയാൾ തന്റെ കസേരയിൽ സ്ഥാനമുറപ്പിച്ചു. ഇടംകൈകൊണ്ട് തൊപ്പിയൂരി, വലതുകൈകൊണ്ട് മുടി മാടി വെച്ചു. തൊപ്പി അതിന്റെ മുൻഭാഗം തനിക്കഭിമുഖമായി വരുന്ന തരത്തിൽ അയാൾ മേശമേൽ വെച്ചു. ശേഷം മേശയുടെ ഇടതുവശത്തായി വച്ചിരുന്ന സ്റ്റീൽ ബോട്ടിലിൽനിന്നും ദാഹം മാറുവോളം വെള്ളം കുടിച്ചു. ബോട്ടിലടച്ച് തിരികെ മേശമേൽ വെച്ച് അയാൾ ലോക്കപ്പിന്റെ ഭാഗത്തേക്ക് നോക്കി. ബഷീർ ലോക്കപ്പിന്റെ ഗ്രിൽ തുറന്ന് അനൂപിനെ ഉള്ളിലേക്ക് തള്ളുന്നു. അനൂപ് ലോക്കപ്പിനുള്ളിൽ എത്തപ്പെട്ടു. ബഷീർ ഗ്രിൽ അടച്ചു. ലോക്കപ്പിൽ അനൂപ് മാത്രമേ ഉണ്ടായിരുന്നുള്ളൂ. അവന്റെയുള്ളിൽ ഭയം കനത്തു. ഹൃദയം അതിന്റെ പരമാവധി വേഗത്തിൽ മിടിച്ചുകൊണ്ടിരുന്നു. അയാൾ ഗ്രില്ലിലൂടെ വെളിയിലേക്ക് നോക്കി.

സി.പി.ഒ. സുധീർ സോമനടുത്തേക്ക് നടന്നുവരുന്നു. സുധീറിന്റെ കൈയിൽ എന്തോ ഒരു വസ്തുവുണ്ട്. വെള്ള തൂവാലയിൽ പൊതിഞ്ഞ നിലയിലാണ്. അനൂപിന്റെ ശ്രദ്ധ ആ വസ്തുവിലേക്ക് കേന്ദ്രീകരിച്ചു.

"സാർ, നൈഫ്." സുധീർ മന്ത്രിച്ചു.

താഴ്ന്ന ശബ്ദത്തിലാണ് സുധീർ പറഞ്ഞതെങ്കിലും സ്റ്റേഷനിലെ നിശ്ശബ്ദമായ അന്തരീക്ഷത്തിൽ അനൂപും അതുകേട്ടു. അതെ, തന്റെ ഭാവി ജീവിതത്തെ മാറ്റിമറിക്കാൻ പോവുന്ന വസ്തുവാണ് ആ തൂവാലയ്ക്കുള്ളിൽ ഒളിഞ്ഞുനിൽക്കുന്നത്. താൻ അവനെ കുത്തി വീഴ്ത്തിയ കത്തി. കേസിലെ പ്രധാന തെളിവുകളിൽ ഒന്ന്. വിയർപ്പും മണ്ണും കലർന്ന തന്റെ കൈരേഖകൾ ഒരു വശത്തും അവന്റെ കട്ടിച്ചോര മറുവശത്തുമായി ആ വസ്തു വെളുത്ത തുണിക്കുള്ളിൽ ഭദ്രമായി ഇരിക്കുന്നു.

"സേഫിൽ വെക്ക്." സോമൻ പറഞ്ഞു. സുധീർ കത്തിയുമായി സ്റ്റേഷന്റെ അകത്തെ മുറിയിലുള്ള ഇരുമ്പലമാരയുടെ സമീപത്തേക്ക് പോയി. പഴയ ഇരുമ്പലമാരയുടെ വാതിൽ സാമാന്യം നല്ല ശബ്ദത്തോടെ തുറക്കുകയും അടയ്ക്കുകയും ചെയ്തു.

അനൂപ് ലോക്കപ്പിലെ തറയിലിരുന്നു. വല്ലാത്ത ക്ഷീണം അയാളെ ബാധിച്ചിട്ടുണ്ട്. മനസ്സും ശരീരവും ദുർബലമായി. തൊണ്ടയും വായും വരളുന്നതായി അയാൾക്ക് അനുഭവപ്പെട്ടു. അല്പം വെള്ളം വേണം, അല്പമല്ല, കുറച്ചധികം വെള്ളം വേണം. ദാഹം അയാളെ വലിഞ്ഞുമുറുക്കി. പക്ഷേ പൊലീസുകാരോട് വെള്ളം ചോദിക്കാനുള്ള ആത്മവിശ്വാസം അയാൾക്കില്ല. ഒരു കുത്തു കേസിലെ പ്രതി ചോദിക്കുമ്പോഴേക്കും അവർ വെള്ളം തരുമോ? അയാൾ കുനിഞ്ഞിരുന്ന് ചിന്തിച്ചു. നാക്കുകൊണ്ട് വായുടെ കോണുകളിലേക്ക് ഉമിനീർ പകർന്ന് വരൾച്ചയിൽനിന്ന് ആശ്വാസം കണ്ടെത്താൻ ശ്രമിച്ചു.

“ന്നാ, വെള്ളം.” ആ ശബ്ദം കേട്ട് അയാൾ ഞെട്ടി.

തലയുയർത്തി നോക്കിയപ്പോൾ സി.പി.ഒ സുധീർ ഒരു കുപ്പി വെള്ളം ലോക്കപ്പിന്റെ അഴിക്കുള്ളിലൂടെ തനിക്ക് നേരെ നീട്ടി നിൽക്കുന്നതാണ് കാണുന്നത്. ഞൊടിയിടയിൽ അനൂപ് ആ കുപ്പി കൈക്കലാക്കി അടപ്പ് തുറന്ന് വെള്ളം ആർത്തിയോടെ കുടിച്ചു. ദാഹവും പരവേശവും വരൾച്ചയും തെല്ലൊന്നടങ്ങി. അയാൾ കുപ്പി തിരിച്ചു സുധീറിന് നൽകി. നന്ദിസൂചകമായി അനൂപ് മുഖത്ത് ചെറുപുഞ്ചിരി വരുത്തിയെങ്കിലും സുധീർ അത് ശ്രദ്ധിക്കാതെ കുപ്പി തിരിച്ചു വാങ്ങി അല്പം അകലെയായുള്ള മേശമേൽ വെച്ച് തന്റെ ജോലികളിൽ മുഴുകി.

അനൂപ് വീണ്ടും തല കുനിച്ചിരുന്നു. കത്തിയുടെ കുത്തേറ്റ് പുളയുന്ന എതിരാളിയുടെ അലർച്ച കാതുകളിൽ മുഴങ്ങിക്കൊണ്ടിരുന്ന അയാൾ, അല്പം ആശ്വാസം ലഭിക്കാനായി സ്റ്റേഷനിലെ കാര്യങ്ങൾ ശ്രദ്ധിക്കാൻ ശ്രമിച്ചു.

സ്റ്റേഷനിൽ പല ആവശ്യങ്ങൾക്കായി ധാരാളമാളുകൾ വരുന്നുണ്ട്. ഓരോരുത്തർക്കും ഓരോരോ ആവശ്യങ്ങളും പരാതികളുമുണ്ട്. അയൽക്കാരനുമായുള്ള അതിർത്തിത്തർക്കം, പശു വേലി പൊളിച്ചതുമായി ബന്ധപ്പെട്ട പ്രശ്നങ്ങൾ, ജോലിക്ക് കയറാൻ ആവശ്യമായ പൊലീസ് ക്ലിയറൻസ് സർട്ടിഫിക്കറ്റ്... അങ്ങനെ പലതും. ചില കേസുകളിൽ വാദിയും പ്രതിയും ഒരുമിച്ച് എത്തിച്ചേർന്നിട്ടുണ്ട്. അവർ തങ്ങളുടെ വാദങ്ങൾ സമർത്ഥനായ വക്കീൽ കണക്കെ ഇൻസ്പെക്ടറുടെ മുന്നിൽ നിരത്തി. ചില പൊള്ളയായ വാദങ്ങൾ കേട്ട ഇൻസ്പെക്ടർ സോമൻ അവരെ വഴക്ക് പറഞ്ഞു, മറ്റു ചിലരോട് എല്ലാം താൻ ശരിയാക്കിത്തരാമെന്ന വാഗ്ദാനം നൽകി തിരിച്ചയച്ചു. ഉടൻ അടുത്ത പരാതിക്കാരോ ആവശ്യക്കാരോ എത്തിക്കൊണ്ടിരുന്നു.

“ബഷീറേ, ഹോസ്പിറ്റലിൽനിന്ന് വിളിച്ചിരുന്നോ?” പരാതികൾ

കേൾക്കുന്നതിനിടെ സോമൻ ചോദിച്ചു. ഇടയ്ക്ക് അയാൾ ലോക്കപ്പിനുള്ളിലേക്ക് കനപ്പിച്ചൊന്ന് നോക്കി.

തന്റെ കേസുമായി ബന്ധപ്പെട്ടാണ് ഇൻസ്പെക്ടർ സംസാരിക്കുന്നത്, അയാളുമായി മുഖാമുഖം നോക്കാനുള്ള മടി കാരണം അനൂപ് മിഴികൾ ലോക്കപ്പിന്റെ കോൺക്രീറ്റ് തറയിലേക്ക് തിരിച്ചു, പക്ഷേ കാതുകൾകൊണ്ടയാൾ എല്ലാ കാര്യങ്ങളും ശ്രദ്ധിച്ചു.

ബഷീർ ഇൻസ്പെക്ടറുടെ സമീപത്തേക്ക് നടന്നടുക്കുന്നുണ്ടെന്ന് ബൂട്ടിന്റെ ശബ്ദത്തിൽനിന്നും അനൂപിന് മനസ്സിലായി. അയാൾ സാവധാനം തലയുയർത്തി നോക്കി.

"സർ, രാമകൃഷ്ണൻസർ ഇപ്പോ വിളിച്ച് ഫോൺ വച്ചതേയുള്ളൂ." ഇത്രയും പറഞ്ഞുകൊണ്ട് ബഷീർ ലോക്കപ്പിലേക്ക് നോക്കി.

വീണ്ടും അനൂപ് തല താഴ്ത്തി, കാത് കൂർപ്പിച്ചു. സീനിയർ സി.പി.ഒ. രാമകൃഷ്ണനെയാണ് സോമൻ ആശുപത്രിയിലേക്ക് പരിക്ക് പറ്റിയ ആളുടെ കൂടെ വിട്ടത്. ആശുപത്രിയിൽ ചെന്ന് വിവരങ്ങൾ കൈമാറാൻ സോമൻ അയാളോട് നിർദ്ദേശം നൽകിയിരുന്നു. ആ വിവരങ്ങളാണ് ഇപ്പോൾ ബഷീർ സോമനുമായി പങ്കുവെക്കുന്നത്. താൻ പറയുന്നത് അനൂപ് ശ്രദ്ധിക്കുന്നുണ്ടെന്ന് മനസ്സിലാക്കിയതുകൊണ്ടുതന്നെ പതിഞ്ഞ ശബ്ദത്തിലാണ് അയാൾ വിവരങ്ങൾ സോമനുമായി പങ്കുവെച്ചത്. ജിജ്ഞാസകൊണ്ട് അനൂപിന്റെ ശ്വാസവും ഹൃദയമിടിപ്പും വീണ്ടും വർധിച്ചു. പക്ഷേ ബഷീർ പറഞ്ഞതൊന്നും അയാൾക്ക് കേൾക്കാൻ സാധിച്ചുമില്ല.

ഇൻസ്പെക്ടറുമായുള്ള സംഭാഷണം കഴിഞ്ഞശേഷം ബഷീർ തന്റെ ഓഫീസ് ടേബിളിലേക്ക് നടന്നു. നടക്കുന്നതിനിടെ അയാൾ തല ചെരിച്ച് അനൂപിന്റെ നേർക്ക് നോട്ടമെറിഞ്ഞു.

"അവന്റെ കാര്യം കഴിയാറായെടാ." ബഷീർ അനൂപിനോടായി പറഞ്ഞുകൊണ്ട് നടന്നകന്നു.

അനൂപ് സ്തബ്ധനായി. അയാൾക്ക് അനങ്ങാൻ സാധിച്ചില്ല, മനസ്സും ശരീരവും വിറങ്ങലിച്ച അവസ്ഥ. അയാൾ തന്റെ പുറംചുമരിനോട് ചാരി പിന്നോട്ടാഞ്ഞ് തളർന്നിരുന്നു.

തന്റെ ജീവിതം നശിച്ചിരിക്കുന്നു. താൻ കൊലപാതകക്കേസിലെ പ്രതിയാവാൻ ഇനി അധികം സമയം വേണ്ട. കത്തിക്കുത്തും കൊലപാതകവും തമ്മിൽ ഒരുപാട് അന്തരമുണ്ട്. കൊലപാതകമെന്നത് ഈ ലോകത്തെ ഏറ്റവും വലിയ കുറ്റമെന്ന് കണക്കാക്കപ്പെടുന്ന പ്രവൃത്തികളിലൊന്നാണ്. കൊലപാതകിയെന്നാൽ ഏറ്റവും ക്രൂരനുമാണ്. യൗവനത്തിൽ നടക്കുന്ന അടിപിടിക്കേസ്, കുത്തുകേസ് എന്നിവയെല്ലാം കാലക്രമേണ എല്ലാവരും മറക്കും. ചെറുപ്പത്തിന്റെ

ചോരത്തിളപ്പിൽ ചെയ്തതെന്ന് കരുതി ക്ഷമിക്കും, നന്നാവാൻ അവസരം നൽകും. പക്ഷേ, കൊലപാതകമെന്നത് അങ്ങനെയല്ലേയല്ല. കൊല ചെയ്താൽ കൊലപാതകി.

ഒരു കൊലപാതകിയുടെ ശിക്ഷ ജയിലിൽ നിന്നിറങ്ങിയാൽ തീരുന്ന ഒന്നല്ല. അത് യഥാർത്ഥ 'ജീവപര്യന്ത'മാണ്. മരിക്കുന്നതുവരെ കൊലപാതകിയെന്ന പേര് അയാളെ വിട്ടു പോകില്ല.

ഒന്നും വേണ്ടിയിരുന്നില്ല. തനിക്ക് വേണ്ടിയോ വീട്ടുകാർക്ക് വേണ്ടിയോ അല്ല താനവനെ കുത്തിയത്. മറിച്ച്, വഴിയിൽ വെച്ച് കണ്ടാൽ പേരിനൊന്ന് ചിരിക്കുക മാത്രം ചെയ്യുന്ന അവളുടെ പേരും പറഞ്ഞ്!

ഏതാനും ദിവസങ്ങൾക്ക് മുമ്പ്

"മൈ... അവനെ ഞാൻ കൊല്ലും." അനൂപ് ദേഷ്യത്തോടെ പറഞ്ഞു.

അവൻ പല്ല് ഞെരിക്കുന്ന ശബ്ദം ചുറ്റുമുള്ളവർക്ക് കേൾക്കാം. അവന്റെ കലി അടങ്ങിയില്ല.

"ആഹ്, എന്നിട്ട്?" സുജിത് ചോദിച്ചു.

അവന്റെ വാക്കുകൾ ശാന്തമായിരുന്നു. ചുണ്ടുകളിൽ ചെറുതായി ചിരി പടർന്നിട്ടുമുണ്ട്. അനൂപിന്റെ കലിയും ദേഷ്യവും അവന് നന്നായിട്ടറിയാം. അതുകൊണ്ടുതന്നെ വലിയ പ്രാധാന്യമൊന്നും സുജിത് അനൂപിന്റെ ആ വീരവാദത്തിന് നൽകിയില്ല, സാധാരണയായി നൽകാറുമില്ല.

"ഞാനവനെ കുത്തിക്കൊല്ലുമെന്ന്."

"കൊല്ലുന്ന കാര്യം നീ ആൾറെഡി പറഞ്ഞല്ലോ. അതിനുശേഷം എന്ത് ചെയ്യുമെന്നാണ് ഞാൻ ചോദിച്ചത്."

"കൊന്നിട്ട് ഞാൻ സ്വസ്ഥമായി ജയിലിൽ പോയി കിടക്കും. അത്രതന്നെ."

"ആഹാ, നല്ല തീരുമാനം. നമ്മൾ ന്യൂ ജനറേഷന് ഫ്യൂച്ചർ പ്ലാൻസ് തീരെ ഇല്ലെന്നാണ് അപ്പാപ്പൻ ടീംസ് പറയുന്നത്. നീ അക്കാര്യത്തിൽ നമ്മുടെ മാനം കാത്തു. എല്ലാം വെൽ പ്ലാൻഡ് ആണല്ലോ." സുജിത് അനൂപിന്റെ വാക്കുകളെല്ലാം തമാശയായാണ് കണക്കാക്കുന്നത്.

"പോ മൈ..." അനൂപ് കടുത്ത ഭാഷാപ്രയോഗം പാതിയിൽവെച്ച് നിർത്തി. അവന്റെ അരിശം സുജിത്തുനോടുകൂടിയായി ഇപ്പോൾ.

പക്ഷേ ഉറക്കെയുള്ള ഒരു ചിരിയായിരുന്നു സുജിത്തിന്റെ മറുപടി.

“നിനക്കിതെല്ലാം തമാശയാണോ?”

“നിന്റെ ഈ ദേഷ്യപ്പെടലും ഉറഞ്ഞു തുള്ളലും കണ്ടാൽ ആർക്കാ ചിരി വരാത്തത്? നീയാദ്യം ഒന്ന് സമാധാനപ്പെട്.” സുജിത് അനൂപിന്റെ ചുമലിൽ തട്ടിക്കൊണ്ട് പറഞ്ഞു.

അനൂപ് മറുപടിയൊന്നും പറഞ്ഞില്ല. അവൻ ദീർഘമായി നിശ്വസിച്ചുകൊണ്ട് ശരിയെന്ന അർത്ഥത്തിൽ തലകുലുക്കി. ശേഷം തോട്ടിലെ വെള്ളം കാണുന്ന തരത്തിൽ അല്പം ചെരിഞ്ഞിരുന്ന് പാലത്തിനടിയിലേക്ക് നോക്കി.

ആ കുഞ്ഞു പാലം അവരുടെ സ്ഥിരം ഇടമാണ്. മിക്കവാറും ദിവസങ്ങളിൽ അവർ സുഹൃത്തുക്കൾ ആ പാലത്തിലിരുന്ന് സൊറ പറയാറുണ്ട്. വെറും സൊറപറച്ചിൽ മാത്രമല്ല പല പ്രധാന ചർച്ചകൾ നടക്കുന്നതും അവിടെ വെച്ചാണ്.

തോട്ടിലെ തെളിഞ്ഞ വെള്ളത്തിലൂടെ നീന്തിത്തുടിക്കുന്ന മത്സ്യങ്ങളിലാണ് അനൂപിന്റെ ശ്രദ്ധ. ഇടയ്ക്ക് ഇളംകാറ്റ് വീശുന്നുണ്ട്. അനൂപ് കണ്ണുകളടച്ച്, കാറ്റ് തന്റെ ശരീരത്തിൽ തഴുകി കടന്നുപോവുമ്പോഴുള്ള നേരിയ തണുപ്പ് ആസ്വദിച്ചു. അവന്റെ ദേഷ്യവും സങ്കടവും അല്പം ശമിച്ചിരിക്കുന്നു. മുഖഭാവം അല്പം സൗമ്യമായിരിക്കുന്നു. അവൻ ഒന്നുകൂടി മയപ്പെട്ടുകൊള്ളട്ടെയെന്ന് കരുതി സുജിത് മൗനം പാലിച്ചുകൊണ്ട് ചുറ്റും പരന്നുകിടക്കുന്ന ഭൂമിയിൽ കണ്ണോടിച്ചു. പാലത്തിന് താഴെ തോട് നിശ്ശബ്ദമായി ഒഴുകുന്നു. തോട്ടിൽ പരൽമീനുകൾ, തിളങ്ങുന്ന തലയുമായി മാനത്തുകണ്ണൻ മത്സ്യങ്ങൾ... ഏതോ പ്രളയകാലത്ത് മീൻവളർത്തുകേന്ദ്രങ്ങളിൽ നിന്നും ചാടിപ്പോയ തിലോപ്പിയമത്സ്യങ്ങളും ഇപ്പോൾ തോട്ടിൽ ധാരാളമുണ്ട്. അവ അടുത്ത് വരുമ്പോൾ നാട്ടുമത്സ്യങ്ങൾ ഓടിയൊളിക്കുന്നു. വരത്തന്മാർ സ്വദേശികളെ ഭരിക്കുന്നു. തോട്ടിലെ വെള്ളത്തിനു മുകളിലായി ധാരാളം തുമ്പികൾ പറക്കുന്നു. പറക്കുന്നതിനിടെ അവ ശരീരത്തിന്റെ ചൂട് കുറയ്ക്കുവാനായി വെള്ളത്തിന്റെ പ്രതലത്തിൽ സ്പർശിച്ചശേഷം വീണ്ടും മുകളിലേക്ക് പറന്നുയരുന്നു. ആകാശത്തിൽ അല്പംകൂടി ഉയരത്തിൽ ധാരാളം പക്ഷികൾ പറക്കുന്നു. അവയെല്ലാം ഒരേ ദിക്കിലേക്കാണ് സഞ്ചരിക്കുന്നത്. യാത്രയ്ക്കിടെ കൃത്യമായ ഇടവേളകളിൽ ഒരേ താളത്തിൽ അവ ശബ്ദം പുറപ്പെടുവിച്ചുകൊണ്ടിരുന്നു.

തോടിനിരുവശവും നെൽപ്പാടമാണ്. പകൽസമയത്ത് പാടത്ത് ആണുങ്ങളും പെണ്ണുങ്ങളുമായി പണിക്കാരുണ്ടാവും വൈകുന്നേരത്തോടെ എല്ലാവരും തിരിച്ചു പോവും. പോവുന്ന വഴി പുരുഷന്മാരിൽ നല്ലൊരു പങ്കും പാടത്തിന്റെ അതിർത്തിയിലുള്ള കള്ളു

ഷാപ്പിൽ കയറിയിട്ടേ വീട്ടിലേക്ക് പോവാറുള്ളൂ. കലർപ്പില്ലാത്ത കള്ള് കിട്ടുന്ന ഷാപ്പെന്ന പേരുള്ളതിനാൽ എല്ലാ ദിവസവും സന്ദർശകർ ധാരാളമുണ്ടാവും. കള്ളിന് പുറമെ രുചികരമായ ഭക്ഷണവും ലഭ്യമാണ്. മുളകിട്ട് വെച്ച മീനും കോഴിയും പന്നിയും പോത്തുമെല്ലാമായി ധാരാളം വിഭവങ്ങൾ വെളുത്ത ലഹരി പാനീയത്തോടൊപ്പം ഷാപ്പിൽ വിളമ്പാറുണ്ട്. രാഷ്ട്രീയം സ്ഥിരമായി ചർച്ചാ വിഷയമാവാറുള്ള ആ ഷാപ്പ് ഈ ഒറ്റക്കാരണത്താൽ ഒരുപാട് തല്ലിനും വഴക്കിനും സാക്ഷിയായിട്ടുണ്ട്. അത്തരത്തിൽ പൊട്ടുന്ന ഗ്ലാസിനും കള്ളുകുപ്പിക്കും ഷാപ്പിന് പുറകിലായി ഒരു പ്രത്യേക ഇടം തന്നെയുണ്ട്.

"നമുക്ക് രണ്ടെണ്ണം അടിച്ചാലോ?" അനൂപ് മൗനം വെടിഞ്ഞു.

"ആഹ്, ഒന്ന് തണുക്കാൻ അത് ബെസ്റ്റാ." സുജിത്തിന് എതിരഭിപ്രായമില്ലെന്നു മാത്രമല്ല പൂർണസമ്മതവുമായിരുന്നു.

"വാ, റിവർ സൈഡിലേക്ക് പോവാം." സുജിത് എഴുന്നേറ്റു. അവരുടെ നാട്ടിലെ ഏക ബാറാണ് റിവർസൈഡ് ഇന്റർനാഷണൽ. ഇടയ്ക്ക് അനൂപും സുജിത്തും അവിടെ പോവാറുണ്ട്.

"ബാർ വേണോ, പൈസ നല്ലോണം പൊട്ടും." അനൂപ് നെറ്റി ചുളിച്ചു.

"എന്നാപ്പിന്നെ ബീവറേജിൽ പോയി സാധനം വാങ്ങാം."

"വാങ്ങിയിട്ട് എവിടെ പോയി അടിക്കും?"

"ശ്യാമിന്റെ റൂം." സുജിത് നിസ്സംശയം പറഞ്ഞു.

ജോലി സംബന്ധമായി ആ നാട്ടിൽ ഏതാനും മാസങ്ങളായി താമസമാക്കിയ യുവാവാണ് ശ്യാം. നാട്ടിലെ ചില യുവാക്കളുമായി അയാൾ സൗഹൃദം സ്ഥാപിച്ചിരുന്നു. അനൂപും സുജിത്തും അതിൽപെടും. ഇടയ്ക്ക് ശ്യാമിന്റെ മുറിയിൽ അവർ കമ്പനി കൂടാറുണ്ട്.

"അതിനി നടക്കില്ല. അവിടുന്ന് രാത്രി വെള്ളമടിച്ച് അലമ്പാക്കുന്നെന്നും പറഞ്ഞ് നാട്ടുകാർ സീൻ ആക്കിയിട്ടുണ്ട്. ഇനി കുപ്പിയും കൊണ്ട് ആ വഴിക്ക് പോവാൻ പറ്റില്ല. തല്ലും കിട്ടും, ചിലപ്പോൾ പോലീസ് കേസും ആവും."

"ഇതെപ്പോ സംഭവിച്ചു?"

"രണ്ടു ദിവസമായി. ഗ്രൂപ്പിൽ അവൻ വോയ്സ് ഇട്ടിരുന്നു."

"ആണോ, ഞാൻ കണ്ടില്ല, ഗ്രൂപ്പിൽ ചറ പറ മെസ്സേജല്ലേ?"

"മ്..." അനൂപ് ഒന്നിരുത്തി മൂളി,

"നാട്ടുകാര് തെണ്ടികൾ, സ്വസ്ഥമായി രണ്ടെണ്ണം അടിക്കാനും സമ്മതിക്കില്ല."

“ആഹ്, ഇനി അത് പറഞ്ഞോ, അവിടെ ഫുൾ അലമ്പാണെന്ന് എനിക്കും തോന്നിയിട്ടുണ്ട്. ഇത്രയും കാലം അവിടെ പോയി അടിക്കാൻ കഴിഞ്ഞത് ഭാഗ്യമെന്ന് കരുതിയാൽ മതി. ഇനിയിപ്പോ നമ്മൾ എന്ത് ചെയ്യും, ബാർതന്നെ ശരണം.”

“ഇന്ന് ഒരു ചെയ്ഞ്ച് പിടിച്ചാലോ?”

“എന്ത് ചെയ്ഞ്ച്?”

“ഷാപ്പിൽ പോയാലോ?”

“അവിടെ ഫുൾ മിക്സ് ആയിരിക്കും. നല്ല സാധനം കിട്ടില്ല.”

“ബീവറേജിൽ കിട്ടുന്നത് പിന്നെ അമൃതാണല്ലോ. നീ വാടാ, ഷാപ്പിൽ നല്ല ഫുഡ്ഡും കിട്ടും. കാശും അധികം പൊട്ടില്ല.” അനൂപ് പാലത്തിന്റെ കൈവരിയിൽനിന്നും എഴുന്നേറ്റു.

“എന്നാ വാ, പോവാം.” സുജിത് പിന്നീട് കൂടുതലൊന്നും ആലോചിച്ചില്ല.

അനൂപിന്റെ മൂഡ് ശരിയായി വരുന്നതേയുള്ളൂ. ഇന്ന് അവന്റെ ഇഷ്ടത്തിന് നടക്കട്ടെ കാര്യങ്ങൾ. സുജിത് തന്റെ മോട്ടോർ സൈക്കിളിന്റെ ഹാൻഡിൽ ലോക്ക് ചെയ്ത് താക്കോൽ കീശയിലിട്ടു. ശേഷം ഇരുവരും പാലത്തിന്റെ ഒരുവശത്തെ നടപ്പാതയിലേക്ക് ഇറങ്ങി. ഷാപ്പിലേക്ക് നടന്നു മാത്രമേ പോവാൻ സാധിക്കൂ. പാടത്തെ വരമ്പിലൂടെ മുന്നിൽ അനൂപും പിന്നിൽ സുജിത്തും നടന്നു. കഷ്ടിച്ച് ഒരാൾക്ക് നടക്കാൻ മാത്രം വീതിയുള്ള വരമ്പാണ്. ഇരുവശവും പാടം. ചിലയിടങ്ങളിൽ വരമ്പ് പൊളിഞ്ഞിട്ടുണ്ട്, ശ്രദ്ധിച്ചില്ലെങ്കിൽ വീഴും.

“ടാ, ഇനി നീ അവനോട് വെറുതെ വഴക്കിന് പോണ്ട” അനൂപിന്റെ കാലടികൾ പിന്തുടരുന്നതിനിടെ സുജിത് സംസാരം തുടർന്നു.

“വെറുതെ ഞാനിതുവരെ ഒരു വഴക്കിനും പോയിട്ടില്ല. എന്നെ ചൊറിയാൻ വന്നാൽ ഞാനിനിയും ഇങ്ങനെ തന്നെ റിയാക്ട് ചെയ്യും.”

നീരജ്. അതാണവന്റെ പേര്. അനൂപുമായി കുറച്ച് കാലമായി നീരജ് നല്ല രസത്തിലല്ല. മുപ്പതുവയസ്സ് പിന്നിട്ട യുവാവ്. അനൂപിനേക്കാൾ ഒന്നു രണ്ട് വയസ്സ് മൂത്തത്. ഐടിഐ കഴിഞ്ഞ് നാട്ടിലെ ഒരു ഓട്ടോമൊബൈൽ വർക്ക്ഷോപ്പിൽ ജോലി ചെയ്യുന്നു. അന്ന് വൈകീട്ടുംകൂടി അനൂപും നീരജും തമ്മിൽ അടി നടന്നിരുന്നു. അങ്ങാടിയിലെ ടർഫ് ഫുട്ബോൾ ഗ്രൗണ്ടിൽ നടന്ന വഴക്കാണ് ആ ദിവസത്തെ അടിപിടിക്ക് ആധാരം. ഏതാനും മണിക്കൂർ മുമ്പാണ് സംഭവം.

അനൂപും സുജിത്തുമടങ്ങുന്ന സംഘം വൈകീട്ട് നാലുമണിക്ക് ടർഫ് ബുക്ക് ചെയ്തിരുന്നു. പതിവുപോലെ ടർഫിന്റെ മാനേജർക്ക് വാട്സാപ്പിൽ മെസ്സേജയച്ചാണ് ബുക്ക് ചെയ്തത്. മാനേജർ ബുക്കിങ് കൺഫർമേഷൻ മറുപടി മെസ്സേജ് വഴി ഉറപ്പ് വരുത്തുകയും ചെയ്തു. പക്ഷേ ഈ കാര്യം അയാൾ തന്റെ പുസ്തകത്തിൽ എഴുതിച്ചേർക്കാൻ മറന്നുപോയി. അതിനാൽ അല്പം കഴിഞ്ഞ് നാലുമണിക്കു തന്നെ നീരജിന്റെ സംഘത്തിനും അവരുടെ ആവശ്യപ്രകാരം ബുക്കിങ് കൺഫർമേഷൻ ലഭിച്ചു. രണ്ടു സംഘങ്ങളും നാലുണിയോടെ ടർഫിൽ എത്തിച്ചേർന്നപ്പോൾ മാത്രമാണ് ടർഫ് മാനേജർ തനിക്കു പിണഞ്ഞ അബദ്ധം മനസ്സിലായത്.

പക്ഷേ ആദ്യം ബുക്കിങ് നടത്തിയത് അനൂപിന്റെ സംഘമാണെന്നതിനാൽ അവർക്കാണ് ഗ്രൗണ്ട് അനുവദിച്ച് കിട്ടിയത്. മാനേജർ തന്റെ തെറ്റിന് ക്ഷമാപണം നടത്തി. അല്പംനേരം നീരജിന്റെ സംഘം തർക്കിച്ചുവെങ്കിലും പിന്നീട് അവർ വിട്ടുകൊടുക്കുകയാണുണ്ടായത്. പകരം അവർക്ക് ആറുമണിയുടെ സ്ലോട്ട് ലഭിച്ചു. നീരജും സംഘവും തിരിച്ചുപോവാൻ ഒരുങ്ങിയപ്പോഴാണ് അതുണ്ടായത്.

"ഞങ്ങൾ കളിച്ചിട്ട് മതിയെടാ നിന്റെയൊക്കെ ഉണ്ടാക്കൽ." ടർഫിൽനിന്നും ശബ്ദം മുഴങ്ങി.

നീരജും സംഘവും തിരിഞ്ഞുനോക്കി. അനൂപിന്റെ ശബ്ദം അവർക്കെല്ലാം അറിയാം. പറഞ്ഞത് അനൂപ് തന്നെ.

"അനൂപേ, മാന്യമായി തിരിച്ചുപോവുന്ന ഞങ്ങളെ വെറുതെ ചൊറിഞ്ഞ് മൂപ്പിക്കാൻ വരല്ലേ." നീരജിന്റെ സംഘത്തിലെ ഒരാൾ വിലക്കി.

"ഏയ്, അവൻ എന്നെയാണെടാ ഉദ്ദേശിച്ചത്. നിങ്ങൾ ടെൻഷൻ ആവണ്ട." നീരജ് ടർഫ് ലക്ഷ്യമാക്കി നടന്നുകൊണ്ട് പറഞ്ഞു.

"അതേടാ, നിന്നെത്തന്നെയാടാ പറഞ്ഞത്. ചെലയ്ക്കാതെ വീട്ടിൽ പോടാ." അകാരണമായായിരുന്നു അനൂപിന്റെ അരിശംകൊള്ളൽ. കൂട്ടുകാർ അവനോട് മിണ്ടാതിരിക്കാൻ പറഞ്ഞുവെങ്കിലും അവൻ യാതൊന്നും ചെവികൊണ്ടില്ല.

"എന്നെ കയറി ചൊറിയാൻ നീയാരാടാ മൈ..." നീരജ് അപ്പോഴേക്കും അലറിക്കൊണ്ട് ടർഫിനുള്ളിലേക്ക് കടക്കുന്ന ഇരുമ്പ് വാതിൽ തള്ളിത്തുറന്ന് അകത്തെത്തി. കൂട്ടുകാരുടെ വിലക്കുകൾ ലംഘിച്ച് അനൂപ് നീരജിന് നേരെ നീങ്ങി. അവർ മുഖാമുഖം എത്തി. രണ്ടുപേരും ദേഷ്യംകൊണ്ട് വിറച്ചുകൊണ്ടിരുന്നു. പൊടുന്നനെ ഒരടികൂടി മുന്നോട്ടുവെച്ച് നീരജ് വലതുകൈകൊണ്ട് അനൂപിന്റെ നെഞ്ചിന്റെ മധ്യത്തിലായി ആഞ്ഞു തള്ളി. അനൂപ് ബാലൻസ് തെറ്റി

പിന്നിലേക്ക് മറിഞ്ഞുവീണു. നിലത്ത് നിന്നെഴുന്നേൽക്കാൻ ശ്രമിച്ച അനൂപിനെ നീരജ് അതിനനുവദിക്കാതെ പലതവണ ചവിട്ടി. അനൂപിന്റെ ഭാഗ്യം, കളിക്കാതെ തിരിച്ചു പോവുകയായിരുന്നതിനാൽ നീരജ് ബൂട്സ് ധരിച്ചിരുന്നില്ല. അല്ലായിരുന്നെങ്കിൽ നീരജിന്റെ ചവിട്ട് കൂടുതൽ അപകടകരമാവുമായിരുന്നു. നിലത്ത് കിടന്നുകൊണ്ട് അനൂപ് തിരിച്ചെഴുന്നേൽക്കാൻ ശ്രമിച്ചെങ്കിലും ഫലമുണ്ടായില്ല. നീരജ് തന്നേക്കാൾ ശക്തനാണെന്ന യാഥാർത്ഥ്യം അയാൾ മനസ്സിലാക്കി. അപ്പോഴേക്കും ടർഫിൽ ഉണ്ടായിരുന്ന അനൂപിന്റെ സുഹൃത്തുക്കൾ നീരജിനെ പിടിച്ചുമാറ്റി. ഏതാനും സെക്കന്റുകൾ മാത്രമേ അവരുടെ അടിപിടി നീണ്ടുനിന്നുള്ളുവെങ്കിലും ആ ചുരുങ്ങിയ സമയത്തിനുള്ളിൽത്തന്നെ സാമാന്യം നന്നായി അനൂപ് മർദ്ദനമേറ്റുവാങ്ങി, മര്യാദയ്ക്ക് ഒരടിപോലും തിരിച്ചുകൊടുക്കാൻ സാധിച്ചതുമില്ല. നിലത്തു കിടന്നുകൊണ്ടുള്ള അനൂപിന്റെ കൈകാൽപ്രയോഗങ്ങൾ നീരജിന്റെ ശരീരത്തിൽ ചെറുപ്രഹരം പോലും എൽപ്പിക്കാൻ പോന്നതായിരുന്നില്ല.

രണ്ടുമൂന്നു പേർ ചേർന്ന് നീരജിനെ ബലം പ്രയോഗിച്ച് ടർഫിന് വെളിയിലേക്ക് കൂട്ടിക്കൊണ്ടുപോയി. ശാരീരികമായി അനൂപിന്റെ മേലുള്ള ആക്രമണം അതോടെ നിന്നുവെങ്കിലും തുടർന്നങ്ങോട്ട് വാക്കുകൾകൊണ്ടുള്ള പ്രഹരമായിരുന്നു നീരജ് നടത്തിയത്.

“പോയി ചത്തൂടെടെ മൈ..., കൊണക്കാനല്ലാതെ നിനക്കെന്തറിയാം? പിടിച്ചുമാറ്റാൻ ആളില്ലായിരുന്നെങ്കിൽ ഇന്ന് നീ ഈ ടർഫിൽ കിടന്ന് ചത്തേനേ. ആണുങ്ങൾക്ക് മാനക്കേടുണ്ടാക്കാൻ ഓരോ ജന്മങ്ങൾ.”

നീരജിന്റെ വാക്കുകൾ അനൂപിന്റെ കാതുകളിൽ അലയടിച്ചു. ഒന്നുരണ്ടുപേരുടെ സഹായത്തോടെ അവൻ എഴുന്നേറ്റുനിന്നു. ശരീരത്തിൽ പലയിടത്തായി അവന് വേദനിച്ചു, കൂടെ മനസ്സും.

“ഒരു ദിവസം നിന്നെ ഞാൻ കൊല്ലും.” വേദനയ്ക്കിടയിലും അനൂപ് അലറി.

“ടാ, നീയൊന്ന് അടങ്ങ്. മതി. മിണ്ടാതിരിക്ക്.” സുജിത്ത് അവനെ വിലക്കി.

“ഓരോന്ന് വിളിച്ചുപറഞ്ഞ് ഇനിയും അടി വാങ്ങണ്ട.” ഇടയ്ക്ക് നിന്നും ആരോ പറഞ്ഞു.

അതാരാണെന്ന് അനൂപിന് മനസ്സിലായില്ല. ശബ്ദം കേട്ട് പരിചയമില്ല, നീരജിന്റെ ഗാങ്ങിലെ ആരെങ്കിലുമാവും. ആ വാക്കുകളിൽ ആവോളം പുച്ഛം കലർന്നിരുന്നു. ആരാണാ കമന്റ് പറഞ്ഞതെന്ന് തലയുയർത്തി ചുറ്റും നോക്കാൻപോലും അനൂപിന് അപ്പോൾ സാധിക്കുമായിരുന്നില്ല. അപമാനഭാരത്താൽ തല താഴുകയെന്നത്

എന്താണെന്ന് അനൂപിന് അപ്പോൾ മനസ്സിലായിക്കഴിഞ്ഞിരുന്നു. പക്ഷേ ഒരു ദിവസം അവനെ താൻ തോൽപ്പിക്കും. അടി വാങ്ങി നടക്കുന്നവനല്ല താൻ. തിരിച്ചടിക്കാൻ അറിയുന്നവനാണെന്ന് അവന്റെ വാലാട്ടികളുടെ മുന്നിൽവെച്ചുതന്നെ തെളിയിക്കും.

"ഇങ്ങനെ റിയാക്ട് ചെയ്താൽ അവനും ഇങ്ങനെ തന്നെ തിരിച്ചുതരും. നീ കണ്ടില്ലേ അവന്റെ കൈയിന്റെയും കാലിന്റെയും മസിൽ? അവന്റെ ഫ്രീ കിക്കിന്റെ പവർ എന്താ? മുന്നിൽ നിൽക്കുമോ ഏതെങ്കിലും ഒരുത്തൻ?" സുജിത് ചോദിച്ചു

"മസിലിൽ ഒന്നും കാര്യമില്ല. നീ നോക്കിക്കോ. ഞാനായിട്ട് ഒന്നിനും പോവില്ല, പക്ഷേ ഇങ്ങോട്ട് വന്നാൽ ഞാനും വിടില്ല."

"അവൻ ഇങ്ങോട്ട് ഒരു പ്രശ്നത്തിനും വരുമെന്ന് എനിക്ക് തോന്നുന്നില്ല."

"ഉം..." അനൂപ് ഒന്നമർത്തി മൂളി.

സുജിത്തിന്റെ ഫോൺ ശബ്ദിച്ചു. അയാൾ കീശയിൽനിന്നും ഫോണെടുത്ത് കോൾ അറ്റൻഡ് ചെയ്തു.

"ആഹ്, പറയെടാ."

"ഏയ്, പ്രശ്നമൊന്നുമില്ല."

"അവനെന്റെ കൂടെത്തന്നെയുണ്ട്."

"ഓക്കേ ടാ."

കോൾ കട്ടായി. സുജിത് ഫോൺ തിരികെ കീശയിൽ വെച്ചു.

"അഖിലാണോ വിളിച്ചത്?" മറുവശത്തുള്ള ആളുടെ സംസാരം കേൾക്കാൻ സാധിച്ചില്ലെങ്കിലും സുജിത്തിന്റെ സംസാരത്തിന്റെ ടോൺ വെച്ച് അനൂപ് ചോദിച്ചു.

"അതേടാ, അഖിലാ വിളിച്ചത്."

"ഉം?"

"വെറുതെ വിളിച്ചതാ, നമ്മളെവിടെയാ എന്നറിയാൻ."

അനൂപ് നടത്തത്തിന്റെ വേഗത കൂട്ടി, അതിനനുസരിച്ച് സുജിത്തും.

"പണ്ട് പാടവരമ്പത്തിലൂടെ
ഒരു ഓലക്കുടയുമെടുത്ത്
ചെറുഞാറുനടുന്നൊരുകാലത്തന്ന്
ഓടിനടന്നൊരു പെണ്ണേ
കയ്യിൽ കരിവളയിട്ട്
കണ്ണിൽ കൺമഷികൊണ്ടു വരച്ച്
പിന്നെ വാർമുടിയൊക്കെ വിരിച്ച്

നല്ല ചേലുള്ള പാവാടയിട്ട്
ആ തോട്ടോരത്തുള്ളൊരു
കൈതോലക്കൂട്ടത്തിന്നോരത്തു
നിൽക്കണൊരാൽമരത്തിൻ
ചോട്ടിലിരിക്കണ ദേവിക്കുചാർത്തുവാൻ
പൂവുകൾ കൊണ്ടുപോയോ
പെണ്ണേ പൂവുകൾ കൊണ്ടുപോയോ?"

ഷാപ്പിൽ പാട്ട് തുടങ്ങിക്കഴിഞ്ഞു. അല്പം പ്രായമുള്ള ആളുടേതെന്ന് തോന്നിക്കുന്ന ശബ്ദം, നല്ല ഈണം, താളം. ആലാപനത്തിന് മാറ്റ് കൂട്ടാൻ ഒന്നിൽക്കൂടുതൽ ആളുകൾ മേശപ്പുറത്ത് കൊട്ടുന്ന ശബ്ദം. ഷാപ്പിനടുത്തെത്തിയപ്പോൾ പാട്ടിന്റെയും കൊട്ടിന്റെയും ശബ്ദം കൂടുതൽ വ്യക്തമായി കേൾക്കാൻ തുടങ്ങി. അവർ നടത്തത്തിന്റെ വേഗം കൂട്ടി. ഇരുവരുടെയും നെറ്റിയിൽ നേർത്ത വിയർപ്പുകണങ്ങൾ പൊടിഞ്ഞു. ഇളംതണുപ്പുള്ള കാറ്റിൽ അവ അലിഞ്ഞു ചേർന്നു.

ഷാപ്പിന്റെ ബോർഡ് ഇപ്പോഴവർക്ക് വ്യക്തമായി കാണാം.

"കള്ള് toddy.

Licencee: കൃഷ്ണൻ കുട്ടി"

അവർ ഷാപ്പിലേക്ക് പ്രവേശിച്ചു. എട്ടുപത്തു പേരുണ്ട് ഷാപ്പിലെ പല ബെഞ്ചുകളിലായി. ഒഴിഞ്ഞ ഒരിടത്ത് അവർ ഇരുന്നു. അനൂപും സുജിത്തും മറ്റുള്ളവർക്ക് നേരെ കണ്ണോടിച്ചു. പരിചയമുള്ള രണ്ടു മൂന്നു പേരുണ്ട്. അൻപതിനുമേലേ പ്രായമുള്ളവരാണ് മിക്കവരും.

"ഈ വഴിക്കങ്ങനെ കാണാറില്ലല്ലോ." ഒറിരക്ക് കള്ള് അകത്താക്കിക്കൊണ്ട് മറുവശത്തെ ബെഞ്ചിലിരുന്ന ആൾ ചോദിച്ചു. അങ്ങാടിയിൽ വെച്ച് സ്ഥിരമായി കാണാറുള്ള ആളാണ്.

"ഒരു ചെയ്ഞ്ച് ആയിക്കോട്ടെന്ന് കരുതിയിട്ടാ ചേട്ടാ." സുജിത്താണ് മറുപടി നൽകിയത്.

"ന്യൂ ജനറേഷൻപിള്ളേരെ ഇങ്ങോട്ടങ്ങനെ കാണാറില്ല. വയസ്സന്മാരുടെ സമ്മേളനസ്ഥലമാ സാധാരണ ഇവിടെ. നിങ്ങൾ വന്നത് നന്നായി. ദാസാ, ഇവർക്കെന്താ വേണ്ടതെന്ന് ചോദിക്ക്."

ഷാപ്പിലെ സപ്ലയറാണ് ദാസൻ. അടുക്കളചായ്പ്പിൽനിന്ന് മെലിഞ്ഞ ഒരു യുവാവ് അനൂപിനും സുജിത്തിനുമടുത്തേക്ക് ചെന്നു.

"എന്താ വേണ്ടത്, തെങ്ങോ മുന്തിരിയോ?"

"എനിക്ക് തെങ്ങ് മതി." അനൂപ് പറഞ്ഞു.

"അപ്പൊ രണ്ട് തെങ്ങ്." സുജിത് ഓർഡർ കൊടുത്തു.

“അന്തിയോ രാവിലെത്തേതോ?” ദാസന്റെ അടുത്ത ചോദ്യം.

“രാവിലത്തെ ആയിക്കോട്ടെ, അല്ലേടാ?” അനൂപ് ചോദിച്ചു.

“ആയിക്കോട്ടെ.”

“കഴിക്കാൻ എന്താ?”

“എന്തൊക്കെ ഉണ്ട്?” അനൂപ് ചോദിച്ചു.

“കപ്പ, പുട്ട്, ബീഫ്, ചിക്കൻ, പോർക്ക്, മുയൽ, താറാവ്.”

“എനിക്ക് പുട്ടും ബീഫും.” അനൂപ് തെല്ലൊന്നാലോചിച്ചശേഷം ഓർഡർ നൽകി.

“എനിക്കും അതുതന്നെ മതി.” സുജിത് പറഞ്ഞു.

രണ്ടു കുപ്പി കള്ളും രണ്ട് ചില്ലുഗ്ലാസ്സും ദാസൻ അവർക്ക് മുന്നിൽ വെച്ചു. അവർ ഓരോ ഗ്ലാസ് കള്ള് നിറച്ച ശേഷം ബാറിലെ കണക്കെ ചിയേർസ് പറഞ്ഞ് ഗ്ലാസ് മുട്ടിച്ചു. ശേഷം ഓരോ കവിൾ അകത്താക്കി.

“മൂത്തതാ.” അനൂപ് പറഞ്ഞു.

“ഉം...”

ഷാപ്പിൽ അടുത്ത പാട്ട് തുടങ്ങിക്കഴിഞ്ഞു.

“സംഗതി കൊഴഞ്ഞല്ലോ
തലയൊക്കെ കറങ്ങണ് പടച്ചോനെ
മേലാല് ഞാനില്ലീ
പുളിവെള്ളം കുടിക്കാന് ചങ്ങാതീ
ഏഴാം കടലിന്നക്കരെ പോയത്
തീവെള്ളം വാങ്ങാനോ
ഫോറീനെന്നാരാനും ചൊന്നാലും.”

നേരത്തെ കേട്ട അതേ ശബ്ദം. അവർ പാട്ടുകാരനെ നോക്കി. ഒരറ്റത്ത് ഷർട്ടിടാതെ ഇരിക്കുന്ന സുമാർ എഴുപത് വയസ്സ് തോന്നിക്കുന്ന ആൾ. അനൂപും സുജിത്തുമൊഴികെ മിക്കവാറും എല്ലാവരും കൂടെ പാടി. ഇതേത് പാട്ടെന്ന മട്ടിൽ അവർ പരസ്പരം നോക്കി. രണ്ടുപേരും ആദ്യമായിട്ടാണ് ആ പാട്ട് കേൾക്കുന്നത്. പഴയ ഏതെങ്കിലും പാട്ടായിരിക്കും. ചിലപ്പോൾ എന്നും ഇതേ പാട്ടായിരിക്കും പാടുന്നത്, അതുകൊണ്ടാവാം അവിടെ കൂടിയ മിക്കവർക്കും വരികൾ കൃത്യമായി അറിയാം.

“പയ്യന്മാർ ആദ്യായിട്ടാ ഈ പാട്ട് കേൾക്കുന്നത് കുമാരേട്ടാ. കണ്ടില്ലേ അവരുടെ ഇരിപ്പ്. അന്യഗ്രഹജീവികളെപ്പോലെ.”

നേരത്തെ പരിചയപ്പെട്ട ആൾ ഉറക്കെ ചിരിച്ചുകൊണ്ട് പറഞ്ഞു. മൂത്ത കള്ള് ധാരാളം അകത്താക്കിയിട്ടുണ്ടെന്ന് അയാളുടെ ശരീരഭാഷയിൽനിന്ന് വ്യക്തം.

"ഇവിടെ എല്ലാ ദിവസവും വരാൻ പറ ശ്രീനീ, നീ അവരോട്. എല്ലാ പാട്ടും ഞാനവർക്ക് പഠിപ്പിച്ചു കൊടുക്കാം." കുമാരൻ, ഗായകൻ, മറുപടി നൽകി. ഇളിഞ്ഞ മുഖവുമായി അനൂപും സുജിത്തും പരസ്പരം നോക്കി.

"ഈ പാട്ട് അറിയില്ലേ കുട്ടികളെ നിങ്ങൾക്ക്?" കുമാരൻ ഒരിറക്ക് കള്ള് അകത്താക്കിക്കൊണ്ട് ചോദിച്ചു.

രണ്ടുപേരും അറിയില്ലെന്ന അർത്ഥത്തിൽ തലയാട്ടി.

"സിനിമാപ്പാട്ടാണ്, വിസ സിനിമയിലെ. മോഹൻലാലിന്റെ അസാധ്യ പെർഫോമൻസുണ്ട് ഈ പാട്ടിൽ. കള്ള് കുടിയനായിട്ട്. എൺപത്തി മൂന്നിലെ പടമാണ്."

"ചേട്ടൻ ഫുൾ അപ്ഡേറ്റഡ് ആണല്ലോ. എൺപത്തിമൂന്നിലെ പടത്തിലെ പാട്ടും അറിയാം, ജോസഫിലെ പാട്ടും അറിയാം." അനൂപ് പറഞ്ഞു.

"കള്ള് കുടിച്ചാൽ മൂപ്പർക്ക് മൈക്കിൾ ജാക്സന്റെ പാട്ടും വരും. പിന്നെയല്ലേ ജോസഫ്." ശ്രീനി ഇടയിലൂടെ ഒന്ന് താങ്ങി.

"പോടാ അവിടുന്ന്, നീയൊക്കെ പാടാൻ പറഞ്ഞിട്ടല്ലേ ഞാൻ പാടുന്നത്. നിങ്ങൾക്കൊരു സന്തോഷമായിക്കോട്ടെയെന്ന് കരുതിയാ. അല്ലാതെ എനിക്കെന്താ വട്ടാണോ എന്നും വന്ന് തൊണ്ട പൊട്ടിക്കാൻ." മൂത്ത കള്ള് കുമാരനെ കൂടുതൽ മൂപ്പിച്ചു.

ശ്രീനി മറുപടിയൊന്നും പറഞ്ഞില്ല. കുമാരൻ എപ്പോഴാണ് സമനില വിട്ട് പെരുമാറുകയെന്ന് ആർക്കും പറയാൻ സാധിക്കില്ല. മുമ്പ് നിസ്സാരവിഷയത്തിന് ആരെയോ കള്ള് കുപ്പി പൊട്ടിച്ച് കുത്താനോടിച്ച സംഭവം പോലുമുണ്ടായിട്ടുണ്ട്. ആ പേടി എല്ലാവർക്കും കുമാരനോടുണ്ട്.

ഒന്നുരണ്ട് കവിൾ കള്ളുകൂടി കുടിച്ചു കഴിഞ്ഞപ്പോൾ കുമാരന്റെ ദേഷ്യം മാറി നോർമലായിത്തുടങ്ങി. "നിങ്ങൾ പറഞ്ഞത് ശരിയാ പിള്ളേരേ, എനിക്ക് എല്ലാ പാട്ടും ഇഷ്ടമാ. ഞാൻ അഞ്ചാം ക്ലാസ്സ് വരെയേ പഠിച്ചിട്ടുള്ളൂ. എല്ലാ പരീക്ഷയും തോൽക്കും. ഒന്നും പഠിക്കില്ല. പക്ഷേ സിനിമാപ്പാട്ട്, അതെനിക്ക് ഒന്നോരണ്ടോ തവണ കേട്ടാൽമതി, മനപ്പാഠമാവും. പിന്നെ ഞാനത് പാടിപ്പാടി നടക്കും. ഇവന്മാർ പറഞ്ഞപോലെ, കള്ളുണ്ടെങ്കിൽ ഉഷാർ ഇച്ചിരി കൂടും. കള്ളുഷാപ്പിലെ ഈ തല്ലിപ്പൊളികളുടെ കൂടെ കൂടിയാൽ പിന്നെ പറയേം വേണ്ടെന്നേ." അയാൾ വാചാലനായി.

"എന്നാ ചേട്ടൻ ഞങ്ങൾക്കൊരു പാട്ട് പാടി താ." അനൂപിന് രസം പിടിച്ചുതുടങ്ങി.

"ഏത് പാട്ടാടാ മക്കളെ നിങ്ങൾക്ക് വേണ്ടത്? മൈക്കിൾ

ജാക്സന്റെ പാട്ടൊന്നും എനിക്കറിയില്ല കേട്ടോ, അതീ മണ്ടൻ ശ്രീനി വെറുതെ പറഞ്ഞതാ.”

“നീയറിഞ്ഞോ മേലേ മാനത്ത്. അത് പറ്റില്ലേ?”

“അത് പറ്റാതെ പിന്നെ, കേരളത്തിന്റെ ആസ്ഥാന കള്ള്ഷാപ്പ് പാട്ടല്ലേ അത്?”

“പോരാത്തതിന് ലാലേട്ടൻ പാടിയതുമാണ്.” അനൂപ് കൂട്ടിച്ചേർത്തു.

“പിന്നല്ല.” കുമാരൻ ഒരു നിമിഷം കണ്ണുകളടച്ച് ശബ്ദം ശരിയാക്കി.

“നീയറിഞ്ഞോ... മേലേ മാനത്ത്...

ആയിരം ഷാപ്പുകൾ തുറക്കുന്നുണ്ടേ...”

മുഴങ്ങുന്ന ശബ്ദത്തിൽ അയാൾ പാടിത്തുടങ്ങി. കൂടെ മേശയിൽ കൊട്ടും. ഷാപ്പിൽ കൂടിയ ഏവരും അതേറ്റുപാടി. ചുരുങ്ങിയ സമയത്തിനുള്ളിൽത്തന്നെ അനൂപും സുജിത്തും എല്ലാ അപരിചിതത്വവും മറന്ന് ആ കൂട്ടത്തിൽ ലയിച്ചു.

ഏതാണ്ട് അര മണിക്കൂർകൂടി കടന്നുപോയി. ഷാപ്പിൽ പാട്ടും കൊട്ടും ഏതാണ്ടവസാനിച്ചു. ഓരോരുത്തരായി അവരവരുടെ വീടുകളിലേക്ക് മടങ്ങിത്തുടങ്ങി. അതേസമയം മറ്റു ചിലർ ഷാപ്പിലേക്ക് വരുന്നുമുണ്ട്.

“ഇറങ്ങാം?” സുജിത് ചോദിച്ചു.

“ആഹ്...” അനൂപ് വാച്ചിൽ നോക്കി. സമയം ആറര കഴിഞ്ഞു. ചുറ്റും ഇരുട്ട് വീണു തുടങ്ങി. ഷാപ്പിലെ വൈദ്യുതവെട്ടം പ്രകാശിക്കാൻ തുടങ്ങിയിരിക്കുന്നു.

“ചേട്ടാ എത്രയായി?” അനൂപ് ഷാപ്പിലെ ജോലിക്കാരനോട് ചോദിച്ചു. അയാൾ ഒരു തുണ്ട് കടലാസിൽ അവർ കഴിച്ചതും കുടിച്ചതുമായതിന്റെ വില എഴുതിക്കൂട്ടി അനൂപിന് നൽകി.

“അഞ്ഞൂറ്റി എൺപത്.” അനൂപ് വായിച്ചുകൊണ്ട് പേഴ്സ് തുറന്നു. ഒരു അഞ്ഞൂറിന്റെയും ഒരു നൂറിന്റെയും നോട്ടെടുത്ത് കൊടുത്തു. ബാക്കി വാങ്ങി പേഴ്സിൽ വെച്ച് അനൂപ് പുറത്തേക്ക് നടന്നു.

“ബാറിൽ പോയാൽ ആയിരം പൊട്ടിയേനേ.” സുജിത് അനൂപിന്റെ പിന്നാലെ നടന്നു, “ഞാൻ പാതി ഫോൺപേ ചെയ്യാം.”

“അത് സാരമില്ലെടാ. ഇന്ന് എന്റെ ട്രീറ്റ്. അടുത്ത തവണ നീ. പണ്ട് പാടവരമ്പത്തിലൂടെ ഒരു ഒലക്കുടയുമെടുത്ത്...” അനൂപ് സന്തോഷവാനായി കാണപ്പെട്ടു.

"എന്നാൽ അങ്ങനെ. പക്ഷേ അതിന് നമ്മൾ ഇടയ്ക്കിടെ ഇവിടെ വരുമോ?"

"വല്ലപ്പോഴും വരാടാ, കിടിലൻ ആമ്പിയൻസ് അല്ലേ?"

"എന്നാൽ വല്ലപ്പോളും വരാം."

അനൂപ് അപ്പോഴാണ് കണ്ടത്, ഒരു പെൺകുട്ടി അവർക്കഭിമുഖമായി നടന്നുവരുന്നുണ്ട്. അവന്റെ ശ്രദ്ധ അവളിൽ പതിഞ്ഞു. സുമാർ ഇരുപത് വയസ്സ് കാണും. കാണാൻ കൊള്ളാം. അവരെ കണ്ടപ്പോൾ അവൾ നിന്നു. വീതി കുറഞ്ഞ വഴിയാണ്. രണ്ടുപേർക്ക് ഒരേ സമയം നടക്കാൻ സാധിക്കില്ല. അനൂപ് വയലിലേക്ക് ഇറങ്ങിനിന്ന് അവൾക്ക് പോവാൻ വഴിയൊരുക്കി. സുജിത്തും അതുതന്നെ ചെയ്തു. അവൾ രണ്ടുപേർക്കും നേരെ ഒരു നോട്ടമെറിഞ്ഞ് നന്ദിസൂചകമായി ചെറു പുഞ്ചിരി സമ്മാനിച്ച് നടന്നുനീങ്ങി.

"അശ്വതി." സുജിത് പറഞ്ഞു.

"ഏഹ്, നിനക്ക് അറിയോ അവളെ?"

"ഇടയ്ക്ക് കാണാറുണ്ട്, പേരറിയാം."

"നല്ല ഭംഗിയുള്ള കുട്ടി, നടന്നുവരുമ്പോഴേ ഞാൻ ശ്രദ്ധിച്ചു."

"ഓഹ്, ഈ ഇരുട്ടത്തും നീ ഫുൾ സ്കാനിങ് നടത്തിയോ?"

"ഹഹ, അവളുടെ വീട് എവിടെയാണാവോ?"

"അറിഞ്ഞിട്ട് എന്തിനാ?"

"ഏയ്, ഒന്നൂല്ല. ഷാപ്പിന്റെ അടുത്തുകൂടി നടക്കുന്നത് കണ്ട് ചോദിച്ചതാ."

"കള്ള് കുടിക്കാൻ പോണ പോക്കല്ല. ഇവിടെ അടുത്താണ് അവളുടെ വീട്."

"എങ്കിൽ നമുക്ക് ഇടയ്ക്കിടെ ഇവിടെ വരേണ്ടി വരും."

"ആ പെണ്ണിനെ കാണാനോ?"

"പണ്ട് പാടവരമ്പത്തിലൂടെ, ഒരു ഒലക്കുടയുമെടുത്ത്..." അനൂപ് ഇരുകൈകളും വശത്തേക്ക് വിരിച്ച് വീതികുറഞ്ഞ വരമ്പത്തുകൂടി നടന്നു.

"നിനക്ക് കിട്ടിയത് നല്ല മൂത്ത കള്ള് തന്നെ. എനിക്കിത്രയും കിക്ക് കിട്ടുന്നില്ലല്ലോ."

"ഞാൻ ഫിറ്റാണെന്ന് ആര് പറഞ്ഞു?"

"ആരെങ്കിലും പറയണോ, പ്ലസ്ടു കുട്ടികളുടെ പോലത്തെ ഈ കളി കണ്ടാൽ അറിയില്ലേ, അവന്റെയൊരു ലവ് അറ്റ് ഫസ്റ്റ് സൈറ്റ്."

"ഏയ്, അതല്ലെടാ, റോഡിലൂടെ പോവുന്ന എല്ലാ പെൺപിള്ളേരെയും വായ നോക്കി നടക്കുന്ന ഞാൻ, ഇതുവരെയും ഈ കുട്ടിയെ

കണ്ടില്ലല്ലോ. അതിന്റെ ഒരു എക്സൈറ്റ്മെന്റ് ഷെയർ ചെയ്തെന്നേയുള്ളൂ."

"എന്നാ ആ എക്സൈറ്റ്മെന്റ് കളയണ്ട. നീ അവളെയങ്ങ് പ്രേമിച്ച് കല്യാണം കഴിച്ചേക്ക്."

"നീ ഉപദേശിച്ചുപദേശിച്ച് എന്നെ ഒരു വഴിക്കാക്കും. പാണന്റെ പാട്ട് കേട്ട് താളം പിടിക്കും പെണ്ണ്...." അനൂപ് പാട്ട് തുടർന്നു.

അപ്പോഴേക്കും ചുറ്റും പൂർണമായും ഇരുട്ട് വീണു കഴിഞ്ഞു. സുജിത് തന്റെ മൊബൈൽ ഫോണിന്റെ ഫ്ളാഷ് ലൈറ്റ് ഓൺ ചെയ്തു, ആ നുറുങ്ങുവെളിച്ചത്തിൽ തങ്ങൾ മോട്ടോർസൈക്കിൾ നിർത്തി വെച്ച ഇടത്തേക്ക് അവർ നടത്തം തുടർന്നു.

വർത്തമാനകാലം

"**എ**ന്തായിരുന്നു നീ കുത്തിയവന്റെ പേര്?" സി.പി.ഒ. സുധീറിന്റെ ചോദ്യം അനൂപിനെ ചിന്തകളിൽനിന്നും ഉണർത്തി.

അയാൾ പരിഭ്രമത്തോടെ സുധീറിന് നേരെ നോക്കി.

"നീ കുത്തിയവന്റെ പേരെന്തായിരുന്നെന്ന്?"

"സു... സുജിത്."

"ആഹ്, സുജിത്. അവൻ മരിച്ചിട്ടൊന്നുമില്ല. ഇഞ്ചുറി സീരിയസുമല്ല."

അനൂപ് കണ്ണുകളടച്ചു. ഏതാനും തവണ ദീർഘമായി നിശ്വസിച്ചു. മനസ്സിൽ അയാൾ ദൈവത്തിന് നന്ദി പറഞ്ഞു. സുജിത് മരിക്കരുതേയെന്ന് അയാൾ ഉള്ളുരുകി പ്രാർത്ഥിച്ചിരുന്നു.

"നീയും അവനും വല്യ ദോസ്തുമാരായിരുന്നെന്നതാണല്ലോ കേൾക്കുന്നത്, ആണോ?"

അനൂപ് തല താഴ്ത്തി നിന്നു.

"നീയെന്തിനാ പിന്നെ അവനെ കുത്തിക്കൊല്ലാൻ നോക്കിയത്?"

ഇത്തവണയും മൗനമായിരുന്നു അനൂപിന്റെ മറുപടി.

"നിന്നോടാ മോനേ ചോദിച്ചത്?"

"ബെസ്റ്റ്ഫ്രണ്ടിനെ ചതിക്കുന്നവരെ പിന്നെ എന്താ സാറേ ചെയ്യേണ്ടത്?"

"എന്ത് ചതിയാ അവൻ നിന്നോട് ചെയ്തത്?"

കൂടുതലൊന്നും വിശദീകരിക്കാൻ അനൂപ് താല്പര്യപ്പെട്ടില്ല. അയാൾ മൗനം പാലിച്ചു.

"പറയാൻ താല്പര്യം ഇല്ലെങ്കിൽ നീ പറയണ്ട. ചോദിക്കേണ്ടവർ ചോദിക്കും. അപ്പൊ പക്ഷേ നീ എല്ലാം പറയേണ്ടി വരും, എല്ലാ രഹസ്യങ്ങളും." സുധീർ മടങ്ങാൻ തുടങ്ങി.

"അങ്ങനെ ഒരു രഹസ്യവും ഇല്ല സർ. നമ്മുടെ കൂടെ ഉണ്ടെന്ന് വിശ്വസിപ്പിച്ച്, ചാൻസ് കിട്ടുമ്പോ മറ്റുള്ളവരോട് നമ്മളെപ്പറ്റി ഇല്ലാത്ത കാര്യങ്ങൾ പറഞ്ഞുകൊടുക്കുന്ന ആളാണ് അവനെന്ന് ഞാൻ അറിയാൻ വൈകി. അറിഞ്ഞപ്പോൾ അത് ചോദിക്കാൻ തീരുമാനിച്ചു. അത് അവസാനം അടിയായി."

"അടി പിന്നെ കത്തിക്കുത്തായി, അല്ലേ?"

"പറ്റിപ്പോയി." അനൂപ് തല കുനിച്ചു നിന്നു. അയാളുടെ മുഖത്തെ കുറ്റബോധം സുധീറിന് കാണാൻ സാധിച്ചു.

"എന്തായാലും നിനക്ക് ഭാഗ്യമുണ്ട്. അവൻ മരിച്ചില്ലല്ലോ." ഒന്ന് നിർത്തിയ ശേഷം സുധീർ തുടർന്നു. "പക്ഷേ ഈ തെറ്റ് നീ ഒരിക്കലും ചെയ്യാൻ പാടില്ലായിരുന്നു. പറഞ്ഞിട്ടെന്ത് കാര്യം, അത് നിന്റെ ഭാഗത്തുനിന്ന് സംഭവിച്ചുകഴിഞ്ഞു. സൊ, ഇനിയുള്ള കുറച്ച് കാലം നിനക്ക് വളരെയേറെ ബുദ്ധിമുട്ടുകൾ ഉണ്ടാവും. അവയെല്ലാം നീയെങ്ങനെ തരണം ചെയ്യുമെന്നതിനനുസരിച്ചിരിക്കും നിന്റെ ഇനിയുള്ള ജീവിതം. എല്ലാവരും വളരെ റഫായിട്ടായിരിക്കും നിന്നോട് പെരുമാറുക. അതിനെ നീ ഓവർക്കം ചെയ്യണം."

സുധീറിന്റെ വാക്കുകൾ അനൂപ് വളരെ ഗൗരവത്തോടെ കേട്ടിരുന്നു. താൻ പെട്ടുപോയ ഈ കുരുക്കിൽനിന്നും ഊരിപ്പോവാൻ പറ്റില്ലെന്ന് അയാൾ അതോടെ മനസ്സിലാക്കിക്കഴിഞ്ഞു. ഇനിയെല്ലാം നേരിടുകതന്നെ. അവൻ ചത്തില്ലല്ലോ, അത് തന്റെ നല്ലകാലം. മുഴുവൻ ശക്തിയും സംഭരിച്ചുതന്നെയാണ് അവനെ കുത്തിയത്, പക്ഷേ ഭാഗ്യത്തിന് കുത്തിൽനിന്ന് രക്ഷപ്പെടാനായി സുജിത് ഓടി മാറാൻ ശ്രമിച്ചത് ഇപ്പോൾ തനിക്കുതന്നെ രക്ഷയായി, അല്ലായിരുന്നെങ്കിൽ താനിന്നൊരു കൊലക്കേസ്പ്രതിയായിക്കഴിഞ്ഞിരിക്കും.

"എന്താ ഒന്നും മിണ്ടാത്തത്, ഞാൻ പറഞ്ഞത് വല്ലതും നീ കേട്ടോ?" സുധീറിന്റെ ചോദ്യം അനൂപിനെ ചിന്തയിൽ നിന്നുണർത്തി.

"ആഹ്, കേട്ടു സർ. ഞാൻ... ഞാനോരോന്ന് ആലോചിച്ചുപോയതാ."

"എന്നാ നീയിവിടെ ആലോചിച്ചുനിൽക്ക്. എനിക്ക് പണിയുണ്ട്." സുധീർ തന്റെ കസേര ലക്ഷ്യമാക്കി നടക്കാൻ ആരംഭിച്ചു.

"സർ..."

"എന്താടോ..." സുധീർ തിരിഞ്ഞു നോക്കി.

"താങ്ക്സ്."

"അത് നീ വെച്ചോ. ഇനി ഇമ്മാതിരി പരിപാടിക്കിറങ്ങിയാൽ അടിച്ച് എല്ലു ഞാനൊടിക്കും. മനസ്സിലായോ നിനക്ക്?"

അനൂപ് മിഴികൾ തറയിലേക്ക് പായിച്ചുകൊണ്ട് പതിയെ തല കുലുക്കി. അപ്പോഴേക്കും സുധീർ നടന്നുനീങ്ങി. ഓരോ ചുവട് വെക്കുമ്പോഴും പതിഞ്ഞ താളത്തിൽ അയാളുടെ ബൂട്ട് ശബ്ദിക്കുന്നത് അനൂപ് കേട്ടു. ക്രമേണ ആ ശബ്ദം സ്റ്റേഷനിലെ മറ്റനേകം ശബ്ദങ്ങൾക്കിടയിൽ അലിഞ്ഞില്ലാതായി.

* * *

"അവൻ സ്റ്റേഷനിൽ നിന്നിറങ്ങട്ടെ. കൊല്ലും ഞാനാ തെണ്ടിയെ."

നാലഞ്ചു തവണയായി സുരേഷ് ഒരേ കാര്യം ആവർത്തിച്ചു പറഞ്ഞുകൊണ്ടിരുന്നു. സുജിത്തിന്റെ അച്ഛന്റെ ചേട്ടന്റെ മകനാണ് സുരേഷ്. സുജിത്തിനേക്കാൾ നാലഞ്ചു വയസ്സ് കൂടുതലുണ്ടാവും.

"നീയൊന്നടങ്ങ് സുരേഷേ. ഇത് ആശുപത്രിയാണ്. പോരാത്തതിന് പോലീസും ഉണ്ട്. ദേ നോക്ക്." ഫൈസൽ വലതു കൈപ്പത്തി പോലീസുകാർ നിൽക്കുകയായിരുന്ന ദിശയിലേക്ക് നീട്ടിക്കൊണ്ട് പറഞ്ഞു. സുരേഷിന്റെ സുഹൃത്താണ് ഫൈസൽ. സുജിത്തിന് കുത്തേറ്റ വിവരമറിഞ്ഞ് ഓടിയെത്തിയതാണ് ഇരുവരും.

"എനിക്കിത് സഹിക്കാൻ പറ്റുന്നില്ല. പോലീസല്ല പട്ടാളം വന്നാലും എനിക്കൊരു വിഷയമല്ല ഫൈസലേ."

അയാൾ ധൃതിയിൽ ആശുപത്രി പരിസരത്ത് നിർത്തിയിട്ടിരുന്ന ജീപ്പിന്റെ പിൻസീറ്റിലിരുന്ന് വാതിലടച്ചു. കർട്ടൻ താഴ്ന്നു കിടക്കുകയാണ്. ജീപ്പിൽ മറ്റു രണ്ട് ചെറുപ്പക്കാരുണ്ട്. അതിലൊരാളുടെ കൈയിൽ മദ്യക്കുപ്പിയും ഗ്ലാസ്സുമുണ്ട്.

"ഒന്നൊഴിക്കെടാ." സുരേഷ് പറഞ്ഞു.

ആ ചെറുപ്പക്കാരൻ അല്പം മദ്യം ചില്ലുഗ്ലാസിലേക്ക് പകർന്ന് സുരേഷിന് നൽകി. രണ്ടാമൻ ഗ്ലാസിന്റെ ഒഴിഞ്ഞ ഭാഗം പച്ചവെള്ളത്താൽ നിറച്ചു. സെക്കന്റുകൾക്കുള്ളിൽ സുരേഷ് അവ മുഴുവനായും അകത്താക്കി. ഗ്ലാസ് തിരിച്ചുനൽകിയശേഷം സുരേഷ് കർട്ടൻ അല്പം പൊക്കി പുറമെയുള്ള കാര്യങ്ങൾ നിരീക്ഷിച്ചു. ആരും ശ്രദ്ധിക്കുന്നില്ലെന്ന് ഉറപ്പുവരുത്തിയ ശേഷം അയാൾ ജീപ്പിന്റെ വാതിൽ തുറന്ന് പുറത്തിറങ്ങി. അല്പം ശക്തിയായി വാതിലടച്ചു. ചുറ്റുപാടും നിന്നവരുടെ ശ്രദ്ധ ഒരു നിമിഷം സുരേഷിലേക്ക് തിരിഞ്ഞു. ഇതൊന്നും ശ്രദ്ധിക്കാതെ അവൻ ഫൈസലിന്റെ സമീപത്തേക്ക് നടന്നു.

"ഇതിനിടയിൽ... നിനക്ക് ഇതൊന്ന് നിർത്തിക്കൂടെ?" ഫൈസൽ കോപിച്ചു.

"ഏത്?"

"നിന്റെയീ കുടി. വല്ല മരുന്നോ മറ്റോ വാങ്ങി വരാൻ സിസ്റ്റർ പറഞ്ഞാൽ പെട്ടെന്ന് പോയി വാങ്ങേണ്ടി വരും, സ്വബോധം ആവശ്യമുള്ള സമയമാണ്. ചിലപ്പോൾ ബ്ലഡും അറേഞ്ച് ചെയ്യേണ്ടി വരും."

"സങ്കടംകൊണ്ടാടാ, അവനെന്തെങ്കിലും പറ്റുമോ?"

"ഒന്നുമുണ്ടാവില്ലെടാ. സംഭവം നടന്ന ഉടനെതന്നെ ഇങ്ങോട്ട് കൊണ്ടുവന്നെന്നല്ലേ പറഞ്ഞത്. സാധാരണ ആശുപത്രിയിൽ എത്തിക്കാൻ വൈകുമ്പോഴാണ് സംഗതി സീരിയസ് ആവാറ്." ഫൈസൽ സുരേഷിന് ധൈര്യം നൽകാൻ പരമാവധി ശ്രമിക്കുന്നുണ്ട്.

"സുജിത്തിന്റെ കൂടെയുള്ള ആരെങ്കിലും ഉണ്ടോ?" ഉച്ചത്തിലുള്ള ശബ്ദം അവരുടെ കാതുകളിൽ മുഴങ്ങി.

"ഉണ്ട്... ഉണ്ട്..." സുരേഷ് ആശുപത്രിക്കുള്ളിലേക്ക് ഓടിക്കയറി.

പിന്നാലെ ഫൈസലും അതിനും പിന്നിലായി ആശുപത്രിയിൽ വരാന്തയിൽ കാത്തുനിൽക്കുകയായിരുന്ന രണ്ടു പോലീസുകാരും അകത്തേക്ക് പ്രവേശിച്ചു.

"പറ സിസ്റ്ററേ, അവനെങ്ങനെയുണ്ട്?" സുരേഷ് ചോദിച്ചു. അയാൾ മദ്യപിച്ചിട്ടുണ്ടെന്ന് ഒറ്റ നോട്ടത്തിൽതന്നെ നഴ്സിന് മനസ്സിലായി. അവരുടെ മുഖത്ത് അതിന്റെ നീരസം പ്രകടമായി.

"നിങ്ങളാരാ അയാളുടെ?" നഴ്സ് ചോദിച്ചു. അപ്പോഴേക്കും പോലീസുകാരും നഴ്സിനടുത്തെത്തി.

"ചേട്ടനാ."

"നേരത്തെ പറഞ്ഞല്ലോ, കുഴപ്പമൊന്നുമില്ല. ഈ മരുന്ന് വാങ്ങി വരണം." നഴ്സ് കയ്യിലെ തുണ്ടുകടലാസ് അവർക്ക് നേരെ നീട്ടി.

സുരേഷ് അത് വാങ്ങി മരുന്ന് ലഭിക്കുന്ന സ്ഥലമേതെന്നറിയാതെ ചുറ്റും നോക്കി.

"ഫാർമസി അവിടെ." പോലീസുകാരിൽ ഒരാൾ വരാന്തയുടെ മറുവശത്തേക്ക് വിരൽചൂണ്ടി.

"ശരി സാർ, ഞങ്ങൾ മരുന്ന് വാങ്ങി വരാം." സുരേഷ് താൻ മദ്യപിച്ച കാര്യം പോലീസ് അറിയാതിരിക്കാൻ ശ്രദ്ധിച്ചു. അയാൾ വേഗം ഫാർമസി ലക്ഷ്യമാക്കി നടന്നു. പിന്നാലെ ഫൈസലും.

"നിങ്ങളൊന്ന് നിന്നെ." കോൺസ്റ്റബിൾ ഫൈസലിനോടായി പറഞ്ഞു.

ഇതുകേട്ട് തിരിഞ്ഞു നോക്കിയ സുരേഷിനോട് പൊയ്ക്കൊള്ളാൻ കോൺസ്റ്റബിൾ ആംഗ്യം കാണിച്ചു. ഏതാണ്ട് അൻപതു വയസ്സ് തോന്നിക്കുന്ന സീനിയർ സിവിൽ പോലീസ് ഓഫീസറായിരുന്നു അത്. മുടിയും മീശയും അല്പം നരച്ചിട്ടുണ്ട്. പക്ഷേ ശരീരം ബലിഷ്ഠം. പേര് സുരേന്ദ്രൻ.

"എന്താണ് സർ?" ഫൈസൽ വിനയപൂർവം ആരാഞ്ഞു.

"നിങ്ങളുടെ സുഹൃത്തല്ലേ അയാൾ?" സുരേന്ദ്രൻ ചോദിച്ചു.

"അതെ സർ."

"അയാളുടെ ആരാണ് കുത്തേറ്റ ആൾ?"

"അനിയനാണ് സർ. അച്ഛന്റെ അനിയന്റെ മകൻ."

"അയാളുടെ വെല്ലുവിളി ഞാൻ കേട്ടു. കൊല്ലുമെന്നോ തല്ലുമെന്നോ ഒക്കെ വീരവാദം പറയുന്നുണ്ടായിരുന്നല്ലോ."

"സർ അത്..."

"വയറു നിറച്ച് കള്ളാണല്ലേ?"

"ഏയ് അല്ല സർ."

"അല്ലേ?"

"സർ, അത് പിന്നെ സുജിത്തിന്റെ കാര്യം അറിഞ്ഞതിന്റെ ടെൻഷനിൽ അല്പം കഴിച്ചതാ. അവൻ സ്ഥിരം കഴിക്കുന്ന ആളൊന്നുമല്ല."

"മ്... നിന്റെ ഫ്രണ്ടല്ലേ അവൻ. അപ്പോ നീയൊരു കാര്യം ചെയ്യ്, സൗകര്യം പോലെ അവനെയൊന്ന് ഉപദേശിക്ക്. സുജിത്തെന്ന് പറയുന്ന ആ പയ്യന് ചില്ലറ പരിക്കേയുള്ളൂ. അതുടനെ ഭേദമാവും. പക്ഷേ ഈ കാര്യം പകപോലെ മനസ്സിൽവെച്ച് ആ കുത്തിയ പയ്യനെ തല്ലാനോ കൊല്ലാനോ പോയാൽ കേസ് പിന്നെയും വലുതാവും. അതിൽ ഉൾപ്പെടുന്ന എല്ലാവരുടെയും ജീവിതം കുളം തോണ്ടും. മര്യാദയ്ക്ക് ഒരു ജോലിക്ക് പോലും പിന്നെ കേറാൻ പറ്റില്ല."

ഫൈസൽ ശരിയെന്ന മട്ടിൽ തല കുലുക്കി.

"ഇപ്പൊ ഞാനവനോട് സംസാരിക്കുന്നില്ല. നല്ല ഫിറ്റാണെന്ന് കണ്ടപ്പോഴേ എനിക്ക് മനസ്സിലായി. ഇപ്പോഴത്തെ നിലയിൽ അവന്റെ തലയിൽ ഒന്നും കയറില്ല. കുത്തിയ പയ്യൻ കുറച്ച് കാലം ലോക്കപ്പിലും ജയിലിലുമൊക്കെ ആയിരിക്കും. അത് കഴിഞ്ഞ് അവൻ പുറത്തിറങ്ങുമ്പോൾ കത്തിയും കോടാലിയുമായി അവന്റെ പിന്നാലെ പോവരുതെന്ന് നിന്റെ ഫ്രണ്ടിനെ നീ വേണം പറഞ്ഞ് മനസ്സിലാക്കാൻ, കേട്ടോ?"

"ഞാൻ പറഞ്ഞോളാം സർ."

"ഈ അടിപിടിക്കും കുത്തുകേസിനും എന്താ കാരണം?"

"എനിക്കറിയില്ല സർ. അവർ നല്ല ഫ്രണ്ട്സായിരുന്നു. അവർക്കിടയിൽ നടന്ന എന്തോ വഴക്കാണെന്നാ കേട്ടത്."

"മ്, ആ വഴക്കിന്റെ കാരണം അറിഞ്ഞാൽ അത് എന്നെ അറിയിക്കണം. കുത്തിയവൻ സത്യം പറയുമോ എന്നറിയില്ലല്ലോ."

"ഞാൻ അറിയിക്കാം സർ."

സുരേന്ദ്രൻ തന്റെ മൊബൈൽ നമ്പർ ഫൈസലിന് കൈമാറി. അപ്പോഴേക്കും നഴ്സ് നൽകിയ കുറിപ്പടിയിലെ മരുന്നുകളുമായി സന്തോഷ് അവിടേക്കെത്തി. ഫൈസലിനെയും പോലീസുകാരെയും ഒരു മാത്ര നോക്കിയശേഷം അവൻ ഓപ്പറേഷൻ തീയേറ്ററിന്റെ വാതിലിൽ മുട്ടി. ഏതാനും നിമിഷം കഴിഞ്ഞ് നഴ്സ് വാതിൽ തുറന്നു.

"എല്ലാം കിട്ടിയില്ലേ?" നഴ്സ് ചോദിച്ചു.

"ആഹ് കിട്ടി."

"എങ്കിൽ പുറത്തേക്ക് നിന്നോളൂ. എന്തെങ്കിലും ആവശ്യമുണ്ടെങ്കിൽ വിളിക്കാം." സുരേഷ് മദ്യപിച്ചിട്ടുണ്ടെന്ന് നേരത്തെ മനസ്സിലായതിനാൽ വേഗം അയാളെ ഒഴിവാക്കാൻ അവർ ശ്രമിച്ചു.

"എനിക്കവനെയൊന്ന് കാണാൻ പറ്റുമോ?"

"ഇപ്പോ പറ്റില്ല. ഞാൻ പറയാം." നഴ്സ് ഇത്രയും പറഞ്ഞ് കൃത്രിമമായൊരു ചിരി മുഖത്തു വരുത്തിക്കൊണ്ട് അകത്തേക്ക് തിരിച്ചുപോയി. സുരേഷാവട്ടെ, തെല്ലൊരു ജാള്യതയോടെ ഫൈസലിനരികിലേക്ക് ചെന്നു. ഫൈസൽ അവന്റെ ചുമലിൽ കൈവെച്ചു.

"പറഞ്ഞത് കേട്ടില്ലേ ഫൈസലേ, കാണാൻ പറ്റില്ലെന്ന്." സുരേഷ് വികാരംകൊണ്ടു. അയാളുടെ കണ്ണുകൾ നിറഞ്ഞിരുന്നു. അതുകണ്ട് പക്ഷേ ഫൈസലിന് സത്യത്തിൽ ചിരിയാണ് വന്നത്. അയാളത് പുറത്ത് കാണാതിരിക്കാൻ ശ്രദ്ധിച്ചു. സുജിത്തിന് കാര്യമായ പരിക്കൊന്നുമില്ലെന്ന് ആശുപത്രി അധികൃതർ അറിയിച്ചുകഴിഞ്ഞു. ഭയപ്പെടേണ്ട യാതൊരു കാര്യവുമില്ല. അത് സുരേഷിനുമറിയാം. പക്ഷേ അയാളുടെ ഉള്ളിലെ മദ്യമാണ് സുജിത് അത്യാസന്ന നിലയിൽ കിടക്കുന്നുവെന്നപോലെ പെരുമാറാൻ സുരേഷിനെ പ്രേരിപ്പിക്കുന്ന ഘടകം.

"അവന് കുഴപ്പമൊന്നുമില്ലെന്ന് നഴ്സ് പറഞ്ഞില്ലേ? പിന്നെന്താ പ്രശ്നം? വാ നമുക്ക് പുറത്തേക്ക് നിൽക്കാം." ഫൈസൽ അവന്റെ ചുമലിൽ പിടിച്ചുകൊണ്ട് പറഞ്ഞു.

സുരേഷ് ഒന്നും പറഞ്ഞില്ല. അയാൾ പുറത്തേക്ക് നോക്കി. പുറത്തു കിടക്കുന്ന ജീപ്പിലേക്കാണ് അയാളുടെ ദൃഷ്ടികൾ പതിഞ്ഞതെന്ന് ഫൈസലിന് മനസ്സിലായി. അയാളുടെ അനുമാനം തെറ്റിയില്ല, സുരേഷ് ആശുപത്രിവരാന്തയിൽനിന്നും പുറത്തേക്കിറങ്ങി ജീപ്പ് ലക്ഷ്യമാക്കി നടന്നുതുടങ്ങി. ഫൈസൽ ഇടംകണ്ണിലൂടെ പോലീസുകാരെ നോക്കി. അവരും സുരേഷിനെ ശ്രദ്ധിക്കുന്നുണ്ട്. അവനെങ്ങോട്ടാണ് പോവുന്നതെന്നറിയാൻ അവർക്കും ജിജ്ഞാസയുണ്ടെന്ന് അവരുടെ ശരീരഭാഷയിൽനിന്ന് വ്യക്തം. സുരേഷ് ജീപ്പിൽ കയറി അവിടെ നിന്നും സ്ഥലംവിട്ടാൽ പ്രശ്നമില്ല. പക്ഷേ അയാൾ പോവുന്നത് മദ്യപിക്കാൻ വേണ്ടിയാണ്. അത് ഫൈസലിന് നന്നായറിയാം. പൊതുസ്ഥലത്ത്, അതും ആശുപത്രിയുടെ മുന്നിൽ വെച്ച് മദ്യപാനം നടക്കുന്നുവെന്ന് പോലീസറിഞ്ഞാൽ അവർ ഉറപ്പായും അത് കേസാക്കും, പ്രത്യേകിച്ച് ഈ അവസരത്തിൽ.

"ടാ, നിൽക്ക്." ഫൈസൽ സുരേഷിനെ പിന്തുടർന്നു. തന്റെയുള്ളിലെ പരിഭ്രമം പുറത്തു കാണിക്കാതിരിക്കാൻ അയാൾ പ്രത്യേകം ശ്രദ്ധിച്ചു. സുരേഷ് നടത്തം നിർത്തി തിരിഞ്ഞു നോക്കി. എന്താണ് കാര്യമെന്ന തരത്തിലുള്ള ഒരു ചോദ്യഭാവം അയാളുടെ മുഖത്ത് പ്രകടമായി.

"നല്ല ദാഹം, എന്തെങ്കിലും കുടിക്കാം?"

"എനിക്ക് വേണ്ട. ഞാൻ ജീപ്പിൽ കയറി ഒരു ചെറുത് അടിക്കട്ടെ."

"നീയൊന്ന് നിർത്ത്. പോലീസ് നിന്നെത്തന്നെയാ ശ്രദ്ധിക്കുന്നത്. വെറുതെ പണി വാങ്ങി വെക്കണ്ട. എനിക്ക് സീരിയസായി ഒരു കാര്യം പറയാനുമുണ്ട് നിന്നോട്. നമുക്കൊന്ന് പുറത്തേക്ക് നിൽക്കാം."

"എനിക്കൊരു പോലീസിനെയും പേടിയില്ല."

"ടാ, നിന്റെ വയറ്റിലെ സാധനത്തിന്റെ എഫക്ട് പോവുമ്പോഴേ നിനക്ക് റിയാലിറ്റി മനസ്സിലാകൂ. ഇപ്പൊ ദയവുചെയ്ത് നീ ഞാൻ പറയുന്നത് കേൾക്ക്. നമുക്കൊന്ന് പുറത്തേക്ക് നിൽക്കാം."

ഫൈസൽ ആശുപത്രിയുടെ ഗെയ്റ്റ് ലക്ഷ്യമാക്കി നടന്നു, മനസ്സില്ലാമനസ്സോടെയെങ്കിലും സുരേഷ് അയാളെ അനുഗമിച്ചു. ആശുപത്രിയുടെ മതിലിനോടുചേർന്ന് റോഡിന്റെ ഓരത്തുള്ള ഒരു ചെറിയ കൂൾബാറിലേക്കാണ് അവർ പോയത്. നാലഞ്ചു പേര് കടയിലുണ്ട്. ഒരു വശത്ത് കാലിയായി കിടന്ന കസേരകളിൽ അവർ ഇരുന്നു.

"എന്താ വേണ്ടത്?" നിമിഷങ്ങൾക്കുള്ളിൽ കടക്കാരൻ അവർക്കരികിലെത്തി.

"സർബത്ത് ഉണ്ടോ?" ഫൈസൽ ചോദിച്ചു.

"ഉണ്ട്."

"എനിക്കൊരു സോഡാസർബത്ത്. നിനക്കും സർബത്ത് പറയട്ടെ?" ഫൈസൽ സുരേഷിനെ നോക്കി.

"ഏയ് വേണ്ട, കഴിക്കാനെന്താ ഉള്ളത്?"

"പഴംപൊരി, ബോണ്ട, പരിപ്പുവട."

"എനിക്കൊരു പഴംപൊരി മതി." സുരേഷ് പറഞ്ഞു.

"ഒരു പഴം പൊരി എനിക്കും." ഫൈസലിന് നല്ല വിശപ്പുണ്ട്.

"നിനക്കെന്താ പറയാനുണ്ടെന്ന് പറഞ്ഞത്?"

"പറയാം. നീ മരുന്ന് വാങ്ങാൻ പോയ സമയത്ത് ആ പോലീസുകാർ എന്റെയടുത്ത വന്നിരുന്നു."

"എന്നിട്ട്? അവരെന്തെങ്കിലും പറഞ്ഞോ?"

"ഉം... നിന്റെ വീരവാദവും വെല്ലുവിളിയുമെല്ലാം അവർ കേട്ടിരുന്നു."

"എന്നിട്ട്? ഞാൻ ചെയ്യാൻ പോവുന്ന കാര്യമാണ് ഞാൻ പറഞ്ഞത്."

"എന്നുവെച്ചാൽ ആ പയ്യനെ നീ കൊല്ലുമെന്ന്. അല്ലേ?"

സുരേഷ് മറുപടിയൊന്നും പറഞ്ഞില്ല. അപ്പോഴേക്കും അവർ ഓർഡർ ചെയ്ത ഭക്ഷണം എത്തിയിരുന്നു. ഒരു സോഡാസർബത്തും രണ്ട് പഴംപൊരിയും. ഫൈസൽ ആദ്യംതന്നെ പഴംപൊരി തൊട്ട് നോക്കി. ചൂടുണ്ട്. പഴയതല്ല. ശേഷം അയാൾ സർബത്ത് ഗ്ലാസ് കൈയിലെടുത്ത് ഒരിറക്ക് അകത്താക്കി.

"പറ, അവനെ കൊല്ലുമെന്നാണോ നീ പറയുന്നത്?"

"അവനെ ഞാൻ അടിക്കും, ഉറപ്പ്."

"ഹഹ, അപ്പൊ മാറ്റമുണ്ട്. അവനെ കൊല്ലുമെന്നാ നീ നേരത്തെ ഹോസ്പിറ്റലിൽ വെച്ച് പറഞ്ഞത്. വെറുതെ ആവശ്യമില്ലാത്ത വയ്യാവേലി വലിച്ച് തലയിൽ വെക്കണ്ട. കേസും കോപ്പും ആയാൽ ആ ജീപ്പിലിരിക്കുന്നവന്മാരില്ലേ, നിനക്ക് കള്ളും വാങ്ങിത്തന്ന് എരികേറ്റി വിടുന്നവർ, അതിൽ ഒറ്റയൊരുത്തനും നിന്നെ സഹായിക്കാൻ വരില്ല. ഞാൻ വേണേൽ എഴുതി ഒപ്പിട്ടുതരാം."

"ഞാൻ പിന്നെ ഒന്നും ചെയ്യാതെ നാണം കേട്ട് നോക്കി നിൽക്കണമെന്നാണോ നീ പറയുന്നത്?"

"എടാ, ഈ വിഷയത്തിൽ നിനക്കെന്ത് റോളാണുള്ളത്? രണ്ട് പേര്, അതും ക്ലോസ്ഫ്രണ്ട്സ്, അവര് തമ്മിൽ എന്തോ വഴക്കുണ്ടായി. അതവസാനം കത്തിക്കുത്തിൽ അവസാനിച്ചു."

സുരേഷ് യാതൊന്നും മിണ്ടിയില്ല. അയാൾ ഒന്നും കേൾക്കാത്ത മട്ടിൽ പഴംപൊരി കഴിക്കാനാരംഭിച്ചു.

"ഞാനൊരു കാര്യം പറയാം." സോഡാസർബത്ത് കുടിച്ചു തീർത്തതിനുശേഷം ഫൈസൽ തുടർന്നു, "അവർ തമ്മിൽ വഴക്കുണ്ടായെങ്കിൽ അതിന് തക്കതായ കാരണവുമുണ്ടാവും. ഏതോ പെണ്ണ് ഇൻവോൾവായ കേസാണെന്നാ ഞാനറിഞ്ഞത്."

"നിന്നോടാര് പറഞ്ഞു?"

"വാട്സ്ആപ്പ് ഗ്രൂപ്പിലെല്ലാം ഇതാണിപ്പോൾ ഡിസ്കഷൻ. നീ മെസ്സേജൊന്നും കണ്ടില്ലേ?"

"ഞാൻ നോക്കിയില്ല. നെറ്റ് ഓഫാക്കി വെച്ചതാ."

"അതാണ് കാര്യം."

"അവന്റെ ഫ്രണ്ട്സിനെയൊന്നും ആശുപത്രിയിൽ കാണുന്നില്ലല്ലോ? ആരും വന്നില്ലേ?"

"പയ്യന്മാർ കുറച്ചുപേര് ഈ പരിസരത്ത് തന്നെയുണ്ട്. പോലീസും കേസുമൊക്കെ ആയതുകൊണ്ട് എല്ലാവർക്കും പേടിയുണ്ട്.

"ഉം..."

"അപ്പോ ഞാൻ പറഞ്ഞുവരുന്നതെന്താണെന്നുവെച്ചാൽ, നീ ഈ കേസിന്റെ പിന്നാലെ പോവണ്ട. അനൂപ് ലോക്കപ്പിലാണ്. അവനെന്തായാലും അകത്തു പോവും. കേസ് കേസിന്റെ വഴിക്ക് നടക്കട്ടെ."

മൗനമായിരുന്നു സുരേഷിന്റെ മറുപടി. അയാൾ മയപ്പെട്ട് വരുന്നുണ്ടെന്ന് ഫൈസലിന് മനസ്സിലായി.

"എന്തിനാ അവനിത് ചെയ്തതെന്ന് എനിക്കറിയണം. ആരെ വിളിച്ചാൽ അറിയാൻ സാധിക്കും?"

"അവരുടെ ഒരു ഫ്രണ്ടില്ലേ, അഖിൽ?"

"ഏത്, ആ സ്കൂളിന്റെ അടുത്ത് വീടുള്ളവനോ?"

"അതെ, അവൻതന്നെ. അവനാണ് ഗ്രൂപ്പിൽ ഏതോ പെണ്ണിന്റെ കാര്യത്തിനാണ് അവർ തമ്മിൽ വഴക്കുണ്ടായതെന്ന് മെസ്സേജിട്ടത്."

"ആ മെസ്സേജ് ഒന്ന് കാണിക്ക്." സുരേഷിന് ആകാംക്ഷയായി.

ഫൈസൽ ജീൻസിന്റെ കീശയിൽനിന്നും മൊബൈൽ ഫോൺ കൈയിലെടുത്തു. പഴംപൊരിയുടെ എണ്ണമയം ഫോണിൽ പറ്റാതിരിക്കാൻ അയാൾ ശ്രദ്ധിച്ചു.

"ദാ, ഇവിടെ മുതലുള്ള മെസ്സേജ് വായിച്ചു നോക്ക്." അയാൾ മൊബൈൽഫോൺ സുരേഷിന് കൈമാറി. സുരേഷ് എല്ലാ

മെസ്സേജുകളും ധൃതിയിൽ വായിച്ചു. ഇടയ്ക്ക് ചില ശബ്ദസംഭാഷണങ്ങളുള്ളതും അയാൾ ശ്രദ്ധയോടെ കേട്ടു.

"ഇതിൽ കൃത്യമായി ആരുമൊന്നും പറയുന്നില്ലല്ലോ." മൊബൈൽഫോൺ ഫൈസലിന് തിരിച്ചു കൊടുത്തുകൊണ്ട് സുരേഷ് പറഞ്ഞു.

"അല്പം പ്രശ്നംപിടിച്ച കേസല്ലേ. അതായിരിക്കാം ആരുമൊന്നും വിട്ടുപറയാത്തത്."

"അഖിലിനോട് നേരിട്ട് ചോദിച്ചാൽ ചിലപ്പോ കാര്യമുണ്ടാവും."

"ചാൻസുണ്ട്, വിളിച്ചുനോക്കണോ?"

"നീയൊന്ന് വിളിക്ക്. എന്നോട് വിട്ട് പറയണമെന്നില്ല, നിന്നോടാവുമ്പോ പറയും."

ഫൈസൽ ഏതാനും നിമിഷം ചിന്തയിൽമുഴുകി. ശേഷം ശരിയെന്ന അർത്ഥത്തിൽ തലയാട്ടിക്കൊണ്ട് അയാൾ മൊബൈൽഫോൺ കൈയിലെടുത്തു. "ഇവിടെ വെച്ച് വേണ്ട, നമുക്ക് പുറത്തിറങ്ങിയിട്ട് വിളിക്കാം."

സുരേഷ് സമ്മതം മൂളി. ഇരുവരും എഴുന്നേറ്റ് കടയിലെ വാഷ്ബേസിനിൽനിന്നും കൈകഴുകി.

"എത്രയായി?" ഫൈസൽ കടക്കാരനോട് ചോദിച്ചു.

"നിങ്ങൾക്ക് ഇരുപതും പത്തും... മുപ്പത്."

കൂൾബാറിൽ കാശ് നൽകി അവർ വെളിയിലേക്കിറങ്ങി.

"നമുക്ക് ഹോസ്പിറ്റലിന്റെ പുറത്തു ചെന്നിട്ട് വിളിക്കാം. നഴ്സെങ്ങാനും നമ്മളെ വിളിച്ചാൽ കേൾക്കില്ല." സുരേഷ് ആശുപത്രിയുടെ ഗെയ്റ്റ് ലക്ഷ്യമാക്കി നടന്നു, പിന്നാലെ ഫൈസലും. ആശുപത്രി കോമ്പൗണ്ടിനുള്ളിൽ ഒരു മരത്തണലിൽ അവർ നിലയുറപ്പിച്ചു. ഫൈസൽ വാട്സ്ആപ്പിൽനിന്നും അഖിലിന്റെ നമ്പർ കോപ്പി ചെയ്ത് ഡയൽ ചെയ്തു. റിങ് ചെയ്യുന്നുണ്ട്.

"ഹലോ..." അങ്ങേത്തലയ്ക്കൽ ഫോണെടുത്തു.

"ഹലോ, അഖിലല്ലേ?"

"അതെ, ആരാണ്?"

"അഖിലേ, ഞാൻ ഫൈസലാ, മനസ്സിലായോ?"

"ആഹ്, ഫൈസലിക്കാ, മനസ്സിലായി, പറയൂ."

"നീ തിരക്കിലാണോ? ഞാൻ നമ്മുടെ സുജിത്തിന്റെ ഇഷ്യൂ ഇല്ലേ, അതിനെപ്പറ്റി നിന്നോടൊന്ന് ചോദിച്ചറിയാൻ വിളിച്ചതാ. എന്റെ കൂടെ സുരേഷുണ്ട്, സുജിത്തിന്റെ ചേട്ടൻ."

"നിങ്ങളിപ്പോൾ എവിടെയാ ഉള്ളത്, ഹോസ്പിറ്റലിലാണോ?"

“ആഹ്, അതെ.”

“ഞാനും ഈ പരിസരത്ത് തന്നെയുണ്ട്. ഫോണിൽ പറയണ്ട, ഞാനങ്ങോട്ട് വരാം.”

“ഓക്കേ അഖിലേ, ഞങ്ങൾ ഇവിടെ വെയിറ്റ് ചെയ്യാം.”

കോൾ കട്ടായി.

അഞ്ചു മിനിറ്റ് കഴിഞ്ഞുകാണും. ഒരു കറുത്ത കളർ ബജാജ് പൾസർ മോട്ടോർസൈക്കിളിൽ അഖിൽ ആശുപത്രിയുടെ ഗെയ്റ്റ് കടന്ന് ഉള്ളിലേക്ക് പ്രവേശിച്ചു. പിൻസീറ്റിൽ മറ്റൊരാളുമുണ്ട്.

“വിഷ്ണുവുണ്ടല്ലോ കൂടെ.” ഫൈസൽ പറഞ്ഞു. സുജിത്തിന്റെ സൗഹൃദവലയത്തിൽപ്പെട്ട മറ്റൊരാളാണ് വിഷ്ണു, അവരുടെ നാട്ടുകാരൻതന്നെ.

‘ടു വീലർ പാർക്കിംഗ്’ എന്ന ബോർഡിന് സമീപം വാഹനം നിർത്തി അവരിരുവരും ചുറ്റും നോക്കി. സുരേഷും ഫൈസലും കൈയുയർത്തി ശ്രദ്ധയാകർഷിച്ചു. അവർക്കരികിലേക്ക് അഖിലും വിഷ്ണുവും നടന്നെത്തി.

“നിങ്ങൾ ഇവിടെ ഉണ്ടായിരുന്നല്ലേ?” ഫൈസൽ ചോദിച്ചു.

“ആഹ്, ഈ പരിസരത്തുണ്ടായിരുന്നു ഞങ്ങളും. അനൂപിന് സീരിയസായ പരിക്കൊന്നുമില്ലെന്നറിഞ്ഞപ്പോൾ ഒന്ന് പുറത്തേക്ക് പോയതാ. എല്ലാവരുംകൂടി ഇവിടെ കൂടിനിൽക്കണ്ടെന്ന് കരുതി.”

“അഖിലേ, ശരിക്കും എന്താ സംഭവിച്ചത്, അവർ അടിപിടി കൂടാൻ മാത്രം എന്താ ഉണ്ടായത്?” സുരേഷ് മുഖവുരയേതും കൂടാതെ വിഷയത്തിലേക്ക് കടന്നു.

സുരേഷ് അറിഞ്ഞിടത്തോളം സുജിത്തിന്റെ ഏറ്റവുമടുത്ത സുഹൃത്താണ് അനൂപ്. മിക്കവാറും അവരെ ഒരുമിച്ചാണ് കാണാറുള്ളതും. അങ്ങനെ രണ്ടുപേർ തമ്മിൽ അടിപിടികൂടി കത്തിക്കുത്തിൽ എത്തിയെന്നു കേട്ടതിന്റെ, അതും ഏതോ സ്ത്രീയുമായി ബന്ധപ്പെട്ട വിഷയത്തിലാണെതിന്റെ അമ്പരപ്പ് സുരേഷിന്റെ വാക്കുകളിൽ പ്രകടമായിരുന്നു.

“സുരേഷേട്ടാ, ഞങ്ങൾക്കും അതേ ഫീലിങ്ങാണുള്ളത്. ഞാനും വിഷ്ണുവുമൊക്കെ അവരുടെ ഗാങ്ങിൽ ഉള്ളവരാണെങ്കിലും അവരിരുവരും തമ്മിലുള്ള ബന്ധം ഞങ്ങളുമായി അവർക്കില്ല. പക്ഷേ ഇപ്പൊ ഏതോ ഒരു പെണ്ണിന്റെ പേരും പറഞ്ഞാണ് രണ്ടുംകൂടി അടിയുണ്ടാക്കിയത്.”

“ഏത് പെണ്ണിന്റെ?”

“നമ്മുടെ നാട്ടിൽ തന്നെയുള്ളൊരു പെൺകുട്ടിയാണ്. അനൂപിന് അവളോട് ഇഷ്ടമുണ്ടായിരുന്നു. അത് സുജിത്തിനുമറിയാം.

താനും അതിന് സപ്പോർട്ടാണെന്ന മട്ടിലാണ് ആദ്യം സുജിത് പെരുമാറിയത്. പക്ഷേ കുറച്ച് ദിവസങ്ങൾ കഴിഞ്ഞപ്പോഴാണ് ആ കുട്ടിക്ക് അനൂപിനെ തീരെ ഇഷ്ടമല്ലെന്നും, പക്ഷേ സുജിത്തിനോട് ചെറിയ ഇഷ്ടമുണ്ടെന്നും സുജിത്തിന് മനസ്സിലാകുന്നത്. ഉള്ളിന്റെയുള്ളിൽ സുജിത്തിന് അവളെയും ഇഷ്ടമായിരുന്നു. പിന്നീട് സുജിത്തും ആ കുട്ടിയും കൂടുതൽ അടുത്തു. പക്ഷേ എന്തുകൊണ്ടോ ഈ കാര്യങ്ങൾ സുജിത് ആരോടും, അനൂപിനോടുപോലും പറഞ്ഞിരുന്നില്ല. പക്ഷേ പിന്നെപ്പിന്നെ കാര്യങ്ങൾ പതിയെ ലീക്കായിത്തുടങ്ങി. പല റൂമറുകളും പലരും പറഞ്ഞു. അവസാനം സുജിത്തിന് എല്ലാ കാര്യങ്ങളും തുറന്നു സമ്മതിക്കേണ്ടിയും വന്നു."

"എന്നിട്ട് അനൂപ് ഈ കാര്യം അറിഞ്ഞപ്പോൾ അവനാ പെണ്ണിനെ കിട്ടാത്ത ദേഷ്യത്തിന് സുജിത്തിനെ കുത്തിയല്ലേ?" സുരേഷ് ഇടയ്ക്ക് കയറി ചോദിച്ചു.

"അങ്ങനെയൊന്നുമല്ല ചേട്ടാ സംഭവം." തന്റെ സംസാരം തടസ്സപ്പെടുത്തിയതിന്റെ നീരസം വിഷ്ണുവിന്റെ മുഖത്ത് പ്രകടമായി. സുരേഷ് സാമാന്യം നല്ല മദ്യലഹരിയിലാണെന്ന് വിഷ്ണുവിന് നേരത്തെതന്നെ മനസ്സിലായിട്ടുണ്ട്.

"നീയൊന്നടങ്ങ്, അവൻ പറയട്ടെ." ഫൈസൽ സുരേഷിനെ ശകാരിച്ചു. "അഖിലേ, നിനക്കറിയാവുന്നത് നീ പറ."

"ഈ വിഷയത്തിൽ അവർ തമ്മിൽ വഴക്കുണ്ടായെന്നത് ശരിയാ." തെല്ലൊന്നാലോചിച്ചശേഷം അഖിൽ തുടർന്നു, "പക്ഷേ അത് ഈ ലെവൽവരെ എത്തിയത് അപ്പോഴല്ല."

അഖിലിന്റെ വാക്കുകൾ ശരിയെന്ന മട്ടിൽ വിഷ്ണു തലകുലുക്കി. സുരേഷും ഫൈസലും കാര്യമറിയാതെ പരസ്പരം നോക്കി. ദീർഘമായി നിശ്വസിച്ചശേഷം അഖിൽ തുടർന്നു, "ആ കുട്ടിക്ക് അനൂപിനെ ഇഷ്ടമാവാതിരിക്കാൻ കാരണം അവന്റെ വീട്ടിലെ പ്രശ്നങ്ങളാണെന്നും മറ്റും സുജിത് പറഞ്ഞു. നിങ്ങൾക്കറിയാലോ അനൂപിന്റെ അമ്മ വർഷങ്ങൾക്കുമുമ്പ് വിഷം കഴിച്ച് മരിച്ചതാണ്, കുടുംബ പ്രശ്നങ്ങൾ കാരണം. ആ കാര്യങ്ങളെല്ലാം ഈ പെൺകുട്ടിക്ക് അറിയാമെന്നും അതിനാലാണ് അവൾ അവനെ വേണ്ടെന്ന് വെച്ചതെന്നും മറ്റും സുജിത് പറഞ്ഞു. ഈ കുട്ടിയെന്നല്ല ഒരു പെൺകുട്ടിയും അത്തരമൊരു വീട്ടിൽ ജനിച്ച അനൂപിനെ ഇഷ്ടപ്പെടില്ലെന്നും സുജിത് പറഞ്ഞു. അതെല്ലാം വലിയ അപമാനമായാണ് അനൂപിന് അനുഭവപ്പെട്ടതെന്ന് ഉറപ്പാണ്. ഞങ്ങൾ സാക്ഷികളാണല്ലോ ഇതിനെല്ലാം. സുജിത്തല്ല, മറ്റാരെങ്കിലുമാണ് അങ്ങനെ പറഞ്ഞിരുന്നതെങ്കിൽ അനൂപിന് അത്രയ്ക്ക് ഫീലാവില്ലായിരുന്നു. ബെസ്റ്റ് ഫ്രണ്ട് അങ്ങനെ പറഞ്ഞതോണ്ടാ."

"ആരാ ആദ്യം അടിച്ചത്?" സുരേഷ് ചോദിച്ചു.

“സുരേഷേ, നീയത് വിട്. നിന്റെ വാദങ്ങളെല്ലാം പൊളിഞ്ഞപ്പോ പുതിയ ന്യായം പറഞ്ഞു വരല്ലേ.”

ഫൈസലാണ് ആ ചോദ്യത്തിന് മറുപടി നൽകിയത്. അയാൾക്കാണെങ്കിൽ സുരേഷിന്റെ മദ്യലഹരിയിലുള്ള സംസാരം കേട്ട് ദേഷ്യം വന്നു തുടങ്ങിയിരിക്കുന്നു.

“ഓഹ്, നീയപ്പോ എന്റെ അനിയനെ കുത്തിയവനെ ന്യായീകരിക്കുകയാണോ?”

“കത്തിക്കുത്തിനെ ഞാൻ ന്യായീകരിച്ചിട്ടില്ല. നേരത്തെ ഞാൻ പറഞ്ഞല്ലോ കേസ് കേസിന്റെ വഴിക്ക് നടക്കട്ടെയെന്ന്. ഞാൻ ഉദ്ദേശിച്ചത് അവരുടെ വഴക്കും അടിയുമെല്ലാം തുടങ്ങിവെച്ചത് അനൂപാണെന്ന് നീ വരുത്തിത്തീർക്കാൻ നോക്കുന്നതിനെക്കുറിച്ചാണ്.”

“ഫൈസലിക്കാ, ഞാൻ പറയട്ടെ.” അഖിൽ ഇടയ്ക്ക് കയറി, “ഫിസിക്കലി അനൂപ് ആദ്യം അടിച്ചെന്നോ സുജിത് ആദ്യം അടിച്ചെന്നോ പറയാൻ സാധിക്കില്ല. സംസാരം ഉന്തുംതള്ളുമായി, അടിപിടിയായി. അവർ അല്പം ദൂരെയായിരുന്നു, പെട്ടെന്ന് പോയി പിടിച്ചുമാറ്റാൻ പറ്റിയില്ല. അപ്പോഴേക്കും അനൂപിന് കത്തി കിട്ടി, അവൻ കുത്തി.”

“ഞാനും അവിടെ ഉണ്ടായിരുന്നു. അവൻ വീണ്ടുവിചാരമില്ലാതെ ചെയ്തുപോയതാണ് സുരേഷേട്ടാ.” അതുവരെ എല്ലാം കേട്ടുനിൽക്കുകയായിരുന്ന വിഷ്ണു തന്റെ അഭിപ്രായം അവർക്ക് മുന്നിൽ അവതരിപ്പിച്ചു.

“അപ്പോ എല്ലാവരുംകൂടി പറഞ്ഞുവരുന്നത് അനൂപിന്റെ ഭാഗത്ത് ഒരു തെറ്റുമില്ലെന്നാണ്, അല്ലേ?” സുരേഷ് ചോദിച്ചു.

“അങ്ങനെ ഇവിടെ ആരും പറഞ്ഞിട്ടില്ല. ഒരാളെ കത്തികൊണ്ട് കുത്തിയത് ഒരിക്കലും ന്യായീകരിക്കാൻ പറ്റില്ല. നീ ഇതിന്റെ പിന്നാലെ പോയി പ്രശ്നമുണ്ടാക്കണ്ട എന്നേ ഞാൻ പറഞ്ഞിട്ടുള്ളൂ. നിനക്കത് മനസ്സിലാക്കാൻ പറ്റുമെങ്കിൽ അങ്ങനെ, ഇല്ലെങ്കിൽ നീ നിന്റെ ഇഷ്ടത്തിന് എന്താണെന്നുവെച്ചാൽ ചെയ്യ്.”

ഫൈസലിന് സഹികെട്ട് തുടങ്ങിയിരിക്കുന്നു. സുരേഷ് മറുപടിയൊന്നും പറഞ്ഞില്ല.

പോലീസ് സ്റ്റേഷൻ

“**ഒ**രു ബെസ്റ്റ് ഫ്രണ്ട് അങ്ങനെ ചെയ്യാൻ പാടുണ്ടോ സർ, അവന്റെ ഭാഗത്തല്ലേ തെറ്റ്?” അനൂപ് കത്തിക്കുത്തിന്റെ കാരണം സി.പി.ഒ സുധീറിനോട് വിശദീകരിച്ചു കൊടുത്തശേഷം ചോദിച്ചു.

“അതേടാ, അതാ ഈ രാജ്യത്തെ ഏറ്റവും വലിയ കുറ്റം, കത്തിയെടുത്ത് ഒരുത്തന്റെ പച്ചയിറച്ചിയിൽ കുത്തിക്കയറ്റുന്നതൊന്നും ഐപിസി പ്രകാരം ഒരു കുറ്റമേയല്ല. നമുക്കൊരു കാര്യം ചെയ്യാം, ഇന്ത്യൻ ഭരണഘടനയൊന്ന് മാറ്റിയെഴുതാൻ രാഷ്ട്രപതിക്കൊരു കത്തെഴുതാം.”

“അങ്ങനെയല്ല സർ ഞാനുദ്ദേശിച്ചത്.”

“പിന്നെ?”

“ഞാൻ ഈ ലോകത്ത് ഏറ്റവും കൂടുതൽ വിശ്വസിച്ചത് അവനെയാണ്. ഏറ്റവും കൂടുതൽ സമയം സ്പെൻഡ് ചെയ്തതും അവന്റെ കൂടെയാണ്. സാറിനറിയോ, എന്റെ വീട്ടിൽ ഫുൾ പ്രശ്നങ്ങളാണ്. അതൊക്കെ ഞാൻ അവനോടാണ് സ്ഥിരമായി ഷെയർ ചെയ്തിരുന്നത്.”

അനൂപ് തന്റെ കൈയിലുണ്ടായിരുന്ന വെള്ളം കുടിച്ചുതീർത്തു. ഒരു കിണർ കുടിച്ചു വറ്റിച്ചാലും തീരാത്ത ദാഹവും ക്ഷീണവും അവനിൽ നിഴലിച്ചുനിന്നു.

“നിനക്കാരൊക്കെയുണ്ട് വീട്ടിൽ?” ഏതാനും നിമിഷം നിശ്ശബ്ദമായി അനൂപിനെ നോക്കി നിന്നശേഷം സുധീർ ചോദിച്ചു.

“അതൊക്കെ കണക്കാ സാർ, കിടക്കാനൊരു സ്ഥലം അത്രയേ ഉള്ളൂ.”

“അതെന്താ?”

“അമ്മയില്ല”

“മരിച്ചുപോയോ?”

“ഉം...”

“എങ്ങനെ?”

അനൂപ് ഒന്നും പറഞ്ഞില്ല.

“പറയാൻ പറ്റുമെങ്കിൽ പറ നീ.”

“ആത്മഹത്യയായിരുന്നു.”

“ഓഹ് കുറെ കാലം ആയോ?” സുധീർ തന്റെ ശരീരഭാഷ അല്പം മയപ്പെടുത്തി.

“എനിക്ക് പന്ത്രണ്ടുവയസ്സുള്ളപ്പോ.”

“വീട്ടിൽ പ്രശ്നങ്ങളുണ്ടായിരുന്നോ അതിനുംമാത്രം?”

“എനിക്ക് ഓർമ്മവെച്ചനാൾ മുതൽ വീട്ടിൽ എന്നും അടിയും വഴക്കുമായിരുന്നു. അച്ഛനുമമ്മയും തമ്മിൽ യാതൊരു സ്വരച്ചേർച്ചയുമുണ്ടായിരുന്നില്ല. ഒടുവിൽ ഒരു ദിവസം അമ്മ തൂങ്ങി.”

"കേസൊന്നുമായില്ലേ?"

"ആര് കേസ് കൊടുക്കാൻ? എനിക്ക് പന്ത്രണ്ട് വയസ്സ്. ആരെങ്കിലും കേസ് കൊടുക്കാനാണെങ്കിൽ അത് അമ്മയുടെ വീട്ടുകാരല്ലേ? സഞ്ചയനം കഴിഞ്ഞപ്പോ അവർ ഇറങ്ങി. പിന്നെ വല്ലപ്പോഴും വിരുന്നുകാരെപ്പോലെ വന്നുപോയാലായി. ആദ്യമൊക്കെ അമ്മ തൂങ്ങി മരിച്ചതല്ല, അച്ഛൻ കെട്ടിത്തൂക്കിയതാണെന്നൊക്കെ ആളുകൾ പറഞ്ഞിരുന്നുപോലും. അതിന്റെ സത്യാവസ്ഥ ആർക്കും അറിയില്ല. പക്ഷേ അമ്മയുടെ അനിയൻപോലും വിശ്വസിച്ചത് അതൊരു ആത്മഹത്യ തന്നെയാണെന്നാണ്. അങ്ങേർക്ക് അച്ഛനെ യാതൊരു സംശയവുമില്ലായിരുന്നു. ഒരു ദിവസം അമ്മാവൻ പറഞ്ഞത് 'അവളൊരു പരാതിപ്പെട്ടിയായിരുന്നു, പോയത് നന്നായി' എന്നാണ്. സ്വബോധത്തിലല്ല പറഞ്ഞത്, വെള്ളത്തിന്റെ പുറത്താണ്. എല്ലാം കണ്ടും കേട്ടും അവസാനം എനിക്കതൊന്നും ഒരു വിഷയമേ അല്ലാതായി എന്നതാണ് സത്യം."

"നീയും അച്ഛനും തമ്മിൽ എങ്ങനെയാ?"

"ഒരു വീട്ടിലാണ് ഉറങ്ങുന്നത്, അത്ര മാത്രം."

"മിണ്ടാറില്ലേ?"

"വളരെ കുറവാ. അമ്മ മരിച്ച് രണ്ടു മൂന്ന് കൊല്ലം കഴിഞ്ഞപ്പോ അച്ഛൻ വേറെ കല്യാണം കഴിച്ചു."

"ഉം, ഞാൻ ഊഹിച്ചു. എന്നിട്ട്?"

"എന്നിട്ടെന്ത്, സിനിമയിൽ സാറ് കണ്ടിട്ടുള്ള രണ്ടാനമ്മമാരില്ലേ? അതേ ജനുസിൽപ്പെട്ടവർതന്നെ. അതും സാറ് ഊഹിച്ചു കാണുമല്ലോ"

"ഹഹ... ആ വിവാഹത്തിൽ അവർക്ക് കുട്ടികളില്ലേ?"

"ഉണ്ട്, ഒരു പെൺകുട്ടി."

"എന്നുവെച്ചാൽ നിനക്കൊരു അനിയത്തിയുണ്ട്."

"അങ്ങനെ പറയാം. അത്രേയുള്ളൂ. ആ ഒരു ബന്ധത്തിന്റെ ഡെപ്ത്തൊക്കെ സാറിന് ഇമാജിൻ ചെയ്യാലോ. വല്യ സ്നേഹവുമില്ല, ദേഷ്യവുമില്ല."

"സുധീറേ" ഇൻസ്പെക്ടർ സോമന്റെ ശബ്ദമാണ്. അനൂപുമായി നടത്തുകയായിരുന്ന സംഭാഷണം തൽക്കാലത്തേക്ക് അവസാനിപ്പിച്ച് ലോക്കപ്പിനരികിൽനിന്നും സുധീർ ഇൻസ്പെക്ടറുടെ ക്യാബിനരികിലേക്ക് ചെന്നു.

"സർ..."

"ആഹ്, സുധീറേ, ആ പയ്യനെക്കുറിച്ച് എന്ത് തോന്നുന്നു, ആളെങ്ങനെയുണ്ട്, നമുക്ക് പണിയാവുന്ന കേസാണോ?"

സോമൻ തന്റെ സീറ്റിൽ പിന്നോട്ടു ചാരിയിരുന്ന് തന്റെ മുന്നിൽ നിൽക്കുകയായിരുന്ന സുധീറിനെ നോക്കി.

"പയ്യൻ ഇപ്പോ കോപ്പറേറ്റീവാണ്. വന്ന സമയത്തെ ആ ഒരു ടഫ്നെസ് അങ്ങ് മാറി."

"പ്രശ്നക്കാരനല്ലല്ലോ?"

"അല്ലെന്ന് തോന്നുന്നു സാർ, വീണ്ടു വിചാരമില്ലാതെ ഏതോ ഒരു പെൺകുട്ടിയുടെ കാര്യവും പറഞ്ഞുതുടങ്ങിയ വഴക്കാ. അവസാനം ദാ ഇവിടെയെത്തി സാറേ. അവന്റെ കഷ്ടകാലം."

"ഇനി പറഞ്ഞിട്ട് കാര്യമില്ലല്ലോ. ചെക്കൻ ഇരുമ്പ് തൊട്ടു പോയില്ലേ."

"യെസ് സാർ. സ്പോയിൽഡ് ചൈൽഡ്ഹുഡ് ഒക്കെ ആയിരുന്നെന്ന് പറയുന്നു അവൻ. അമ്മ സൂയിസൈഡ് ചെയ്തതാണ്. അതിനെക്കുറിച്ചൊക്കെ സംസാരിക്കുമ്പോഴാ സാറ് വിളിച്ചത്."

"ഹോസ്പിറ്റലിൽ കുത്തുകൊണ്ടവന്റെ ഫ്രണ്ട്സോ റിലേറ്റീവ്സോ മറ്റോ ഇവനെ കൊല്ലുമെന്ന് പറഞ്ഞെന്ന് കേട്ടു. എന്തെങ്കിലും അപ്ഡേറ്റ് ഉണ്ടോ അവിടുന്ന്?"

"അത് വലിയ ഇഷ്യൂ ആവില്ലെന്ന് തോന്നുന്നു. ഞാൻ കുറച്ച് മുമ്പ് സുരേന്ദ്രൻസാറിനെ വിളിച്ചിരുന്നു. കുത്തുകൊണ്ട് കിടക്കുന്നവനില്ലേ, സുജിത്. അവന്റെയൊരു കസിൻ ബ്രദറാണ് സാറ് ഈ പറഞ്ഞ ഭീഷണി മുഴക്കിയത്. നല്ല വെള്ളത്തിലായിരുന്നു അവൻ. അവന്റെയൊരു ഫ്രണ്ടിനോട് സുരേന്ദ്രൻ സർ കാര്യങ്ങൾ പറഞ്ഞു കൊടുത്തിട്ടുണ്ട്."

"വേറെ സുഹൃത്തുക്കളൊന്നും പ്രശ്നമുണ്ടാക്കുന്നില്ലേ?"

"ഉണ്ടാവാൻ സാധ്യത കുറവാ സാർ. കാരണം കുത്തിയവന്റെയും കുത്ത് കൊണ്ടവന്റെയും ഫ്രണ്ട്സ് ഓൾമോസ്റ്റ് സെയിമാണ്. ഏറ്റവും വലിയ രസം എന്താണെന്നുവെച്ചാൽ ഇവർ രണ്ടുപേരും ഇന്ന് കുത്ത് നടക്കുന്ന സമയംവരെ ബെസ്റ്റ്ഫ്രണ്ട്സുമാണ്."

സുധീറിന്റെ മറുപടി ഒരു തമാശകണക്കെ സോമൻ ആസ്വദിച്ചു. ഇനി കത്തിക്കുത്ത് നടന്നതിനുശേഷവും അവർ ബെസ്റ്റ്ഫ്രണ്ട്സ് തന്നെ ആയിരിക്കുമോ, തന്റെ കസേരയിലിരുന്ന് കുലുങ്ങിച്ചിരിച്ചുകൊണ്ട് അയാൾ മനസ്സിലോർത്തു. സോമന്റെ ചിരി കണ്ട് സുധീറിനും ചിരിവന്നെങ്കിലും അയാളത് അടക്കിവെച്ച് ഗൗരവം നടിച്ചു.

"സുധീറേ..." ചിരിയടക്കിയ ശേഷം സോമൻ വിഷയത്തിലേക്ക് കടന്നു, "നമുക്കവനെ മെഡിക്കലിന് കൊണ്ടുപോവണം. ഞാൻ ഹോസ്പിറ്റലിൽ വിളിച്ചു പറഞ്ഞിട്ടുണ്ട്."

"ഓക്കേ സാർ."

“എനിക്ക് ചെറിയൊരു പേപ്പർവർക്ക് കൂടി പെൻഡിങ്ങുണ്ട്. ഞാനത് ഫിനിഷ് ചെയ്യുമ്പോഴേക്ക് നീ പോയി അവനെ ഹാൻഡ് കഫ് ചെയ്യ്.”

“സാർ...” സുധീർ ലോക്കപ്പിനരികിലേക്ക് നടന്നു. സോമന്റെ ശ്രദ്ധ മേശപ്പുറത്തുള്ള ഫയലുകളിലേക്ക് ചുരുങ്ങി.

“ടാ, നിന്നെ ഞങ്ങൾ മെഡിക്കലിന് കൊണ്ടുപോവുകയാണ്.” ലോക്കപ്പിൽ തറയിലിരിക്കുകയായിരുന്ന അനൂപ് അതുകേട്ട് എഴുന്നേറ്റു. സുധീർ ലോക്കപ്പിന്റെ വാതിൽ തുറന്നു. അനൂപിന്റെ ശ്രദ്ധ സുധീറിന്റെ ഇടതുകൈയിലെ വിലങ്ങിൽ പതിഞ്ഞു.

“പുറത്തിറങ്ങ്.” അനൂപ് പതിയെ ലോക്കപ്പിന് വെളിയിലിറങ്ങി.

“കൈ നീട്ട്.” അനൂപ് ഇരുകൈകളും അനൂപിന് നേരെ നീട്ടി. അവ വിറകൊള്ളുന്നുണ്ടായിരുന്നു. അനൂപിന്റെ ഇരുകൈകളിലും ഹാൻഡ് കഫ് അണിയിച്ച് താക്കോൽ ഭദ്രമായി താൻ ധരിച്ചിരുന്ന കാക്കിപാന്റിന്റെ കീശയിൽ വെച്ചു.

അനൂപിന്റെ മനസ്സിൽ പല ചിന്തകളും വന്നു പോയ്ക്കൊണ്ടിരുന്നു. മണിക്കൂറുകൾക്ക് മുമ്പ് ആ നശിച്ച കത്തി കരസ്ഥമാക്കാൻ തുനിഞ്ഞപ്പോൾ തന്റെ കൈ ഇത് കണക്കെ ഭയം കൊണ്ട് വിറച്ചിരുന്നെങ്കിൽ ഇപ്പോൾ ഈ വിലങ്ങ് തന്റെ കൈയിൽ വീഴാൻ ഇടവരില്ലായിരുന്നു. പക്ഷേ വിധി അങ്ങനെയായിരുന്നിരിക്കാം. ജീവിതത്തിൽ തിരിച്ചുപോക്ക് എന്നൊന്നില്ല. മൈക്രോസോഫ്റ്റ് വേഡിലെ പോലെ ‘undo’ എന്നൊരു ടൂൾ വെച്ച് നമുക്ക് യാതൊന്നും ജീവിതത്തിൽ മായ്ച്ചുകളയാൻ സാധിക്കില്ല.

“പോവാം?” അല്പം ദൂരെനിന്ന് സോമന്റെ ഉച്ചത്തിലുള്ള ശബ്ദം അനൂപിനെ ചിന്തയിൽ നിന്നുണർത്തി.

“പോവാം സർ.” സുധീർ തന്റെ മേലുദ്യോഗസ്ഥന്റെ ചോദ്യത്തിന് മറുപടി നൽകിയശേഷം അനൂപിനോട് നടക്കാൻ ആംഗ്യത്തിലൂടെ നിർദ്ദേശം നൽകി. ഇരുകരങ്ങളും മുൻപിലേക്ക് ബന്ധിച്ച രീതിയിൽ അയാൾ സ്റ്റേഷന് വെളിയിലേക്ക് നടന്നു. സ്റ്റേഷന്റെ പടികളിറങ്ങി പുറത്തെത്തിയശേഷം അയാൾ ശിരസ്സല്പം പോലുമുയർത്താൻ ധൈര്യപ്പെട്ടില്ല. ഒരു പുരുഷാരംതന്നെ നോക്കി ആക്രോശിക്കുകയും പരിഹസിക്കുകയും ചെയ്യുന്നതായി തന്റെ ഉൾക്കണ്ണുകൊണ്ട് ലോക്കപ്പ് മുറിയിൽവെച്ച് അയാൾ പലതവണ കണ്ടിരുന്നു. അതിൽ അയാളുടെ നാട്ടുകാരും പരിചയക്കാരുമുണ്ടായിരുന്നു. ഈ ഭയമാണ് അയാളെ ചുറ്റും നോക്കുന്നതിൽനിന്ന് സ്വയം വിലക്കിയത്. ഒന്നും കാണാതെ ആരെയും കേൾക്കാതെ അയാൾ ജീപ്പിന്റെ പിൻസീറ്റിലേക്ക് കയറി. ജീപ്പ് അവരെയുംകൊണ്ട് ആശുപത്രി ലക്ഷ്യമാക്കി പാഞ്ഞു.

ജയിൽ

ജീപ്പ് ലക്ഷ്യസ്ഥലത്ത് നിർത്തി. ഡ്രൈവർ വാഹനം ഓഫ് ചെയ്തു. വാഹനത്തിന്റെ രണ്ടാമത്തെ നിരയിലെ സീറ്റിൽനിന്നും വെളിയിലിറങ്ങിയ സുധീർ ജീപ്പിന്റെ പിൻവാതിൽ തുറന്നു.

“ഇറങ്ങ്.” അയാൾ മന്ത്രിച്ചു.

“ഉം...” പതിയെ മൂളിക്കൊണ്ട് അനൂപ് പുറത്തിറങ്ങി. അയാളുടെ മുഖത്തോ ശരീരഭാഷയിലോ ഭയം അല്പംപോലുമില്ല. മറിച്ച് അയാൾ ശാന്തനായി കാണപ്പെട്ടു. തന്റെ മുന്നിലുള്ള സബ് ജയിലിന്റെ ചുമരും വാതിലും പല തവണ കണ്ട് അയാൾക്ക് പരിചിതമായിക്കഴിഞ്ഞിരിക്കുന്നു.

അനൂപ് പ്രതിയായ കുത്തുകേസ് നടന്നിട്ട് മാസങ്ങൾ കഴിഞ്ഞു. കേസും കോടതിയും വാദവും അയാൾക്ക് ഇപ്പോഴൊരു പുതുമയുള്ള കാര്യമല്ല. വിലങ്ങണിയുമ്പോൾ കൈകൾ വിറയ്ക്കാറില്ല. ആ ദിവസത്തെ വാദം കഴിഞ്ഞ് ജയിലിലേക്ക് തിരിച്ചുകൊണ്ടു വന്നതാണിപ്പോൾ.

ഇൻസ്പെക്ടർ സോമൻ ജയിലിന്റെ വാതിലിൽ മുട്ടി. ആരാണെന്ന് നോക്കി ഉറപ്പുവരുത്തിയശേഷം പാറാവുകാരൻ വാതിൽ തുറന്നു. മൂന്നുപേരടങ്ങുന്ന പോലീസ്സംഘം അനൂപിനെ ജയിലിനുള്ളിലേക്ക് നയിച്ചു. കോടതിയിൽനിന്നും നൽകിയ കടലാസുകൾ സോമൻ നടയിലെ ഉദ്യോഗസ്ഥന് കൈമാറി. പേടിപ്പെടുത്തുന്ന ചുവന്ന കണ്ണുകളോടെ അയാൾ അനൂപിനെ അടിമുടി നോക്കി. യാതൊരു ഭയവും കൂടാതെ അനൂപ് പക്ഷേ അയാൾക്ക് പുഞ്ചിരി സമ്മാനിച്ചു.

ജയിലിലെ നടപടിക്രമങ്ങൾ അവസാനിപ്പിച്ചശേഷം സോമനും സംഘവും ജയിലിൽനിന്ന് പോലീസ്സ്റ്റേഷനിലേക്ക് യാത്ര തിരിച്ചു.

‘‘സുധീറേ...’’ കാക്കിത്തൊപ്പി ഡാഷ്ബോർഡിൽ വെച്ച് മൊബൈൽ ഫോണിൽ ഓൺലൈൻ വാർത്തകൾ വായിച്ചുകൊണ്ടിരിക്കുന്നതിനിടെ സോമൻ ജീപ്പിലെ നിശ്ശബ്ദത ലംഘിച്ചു.

“ആഹ് സാറേ.”

“ഒന്നുമില്ലെടോ, നിന്റെ ശബ്ദമൊന്നും കേൾക്കാഞ്ഞിട്ട് വിളിച്ചതാ.”

“ഏയ്, ഒന്നുമില്ല സാർ. ഞാനോരോ കാര്യങ്ങൾ ആലോചിച്ചിരുന്നു പോയി.”

“അനൂപിന്റെ കാര്യമാണോ?”

“അതേ സാർ. അവന്റെ കാര്യം തന്നെ.” ഒരു ദീർഘനിശ്വാസത്തിനുശേഷം അയാൾ തുടർന്നു, “വലിയ കുഴപ്പമൊന്നുമില്ലാത്ത പയ്യനായിരുന്നു. അറിയാതെ പറ്റിയ ഒരു കൈയബദ്ധം. അതിൽ അവന് നല്ല പേടിയുമുണ്ടായിരുന്നു. പക്ഷേ ഇന്ന് കണ്ടില്ലേ, അവനാകെ മാറി. ജയിലിന്റെ നടയിൽപോലും അവനൊരു പേടിയുമില്ല.”

“ഞാനുമത് ശ്രദ്ധിച്ചെടോ. ഇനിയിപ്പോ ആരോടൊക്കെയാ അവൻ ജയിലിനകത്തു വെച്ച് കൂട്ടുകൂടാൻ പോവുന്നതെന്ന് ദൈവത്തിന് മാത്രമേ അറിയൂ.”

“അധികം ദിവസം അടുപ്പിച്ച് അകത്തു കിടക്കേണ്ടി വരുമോ?”

“വിചാരണ നീളും. അതുറപ്പാ. അകത്തും പുറത്തുമായി കുറച്ച് കാലം അവന്റെ ജീവിതവും നീളും. വിധി ആയാൽ പറയാം ആയെന്ന്. അത്രേയുള്ളൂ.” സോമൻ തന്റെ അത്രയും കാലത്തെ സർവീസിന്റെ വെളിച്ചത്തിൽ പറഞ്ഞു.

“സാറ് പറഞ്ഞതു പോലെ വലിയ പുള്ളികൾ ഉണ്ടാവും ഉള്ളിൽ. അവനെപ്പോലൊരാൾക്ക് വലിയ ക്രിമിനലാവാൻ ട്രെയിനിങ് കിട്ടാൻ ബെസ്റ്റ് സ്ഥലമാണ് ജയിൽ.”

“ഉം... ഞാനതിന്റെ ഒരു സാധ്യത പറഞ്ഞന്നെയുള്ളൂ. എൻഡ് ഓഫ് ദി ഡേ ഒരാളുടെ വിധി അയാളുടെ ചോയ്സ് തന്നെയാണ്. അന്നവൻ ആ കത്തിയെടുത്ത് കുത്തിയ ദിവസം അവന് പല പല ചോയ്സ് ഉണ്ടായിരുന്നു. വഴക്കിനു പോവാതിരിക്കാനുള്ള ചോയ്സ്, വഴക്ക് തുടങ്ങിക്കഴിഞ്ഞ് അത് അടിപിടിയിലേക്ക് പോവാതിരിക്കാനുള്ള ചോയ്സ്, അടിപിടിക്കിടെ കത്തിയെടുത്ത് കൈവിട്ടകളി കളിക്കാതിരിക്കാനുള്ള ചോയ്സ്. ബട്ട് അവിടെയെല്ലാം അവൻ തെറ്റായ ചോയ്സ് തിരഞ്ഞെടുത്തു. പക്ഷേ അവനിനിയും സമയമുണ്ട്. അവന് ആലോചിച്ചു തീരുമാനിക്കാം അവന്റെ ഫ്യൂച്ചർ എന്താവണമെന്ന്. തിരിച്ചു കയറി വരാൻ സാധിക്കാത്ത കയത്തിലേക്കൊന്നും അവൻ ഈ നിമിഷം വരെയും വീണിട്ടില്ല.”

“സാറിന്റെ കൈയിൽ മോട്ടിവേഷണൽ സ്പീച്ചും ഉണ്ടല്ലേ. ഈ സ്റ്റോക്കൊന്നും ഇതുവരെ പുറത്തെടുത്ത് കണ്ടിട്ടില്ല.” മടിച്ചുമടിച്ചെങ്കിലും സുധീർ അല്പം തമാശ കലർത്തി മറുപടി നൽകി.

സോമൻ സുധീറുമായി നല്ല ബന്ധത്തിലായിക്കഴിഞ്ഞതിനാൽ ഇത്തരം കമന്റുകൾ ഇടയ്ക്കിടെ സുധീർ പടച്ചുവിടാറുണ്ട്. നാളിതുവരെ സോമൻ അവയെല്ലാം നല്ല രീതിയിൽ സ്പോർട്സ്മാൻ സ്പിരിറ്റോടെയേ കണ്ടിട്ടുമുള്ളൂ. പതിവുപോലെ സോമൻ കുലുങ്ങിച്ചിരിച്ചു.

“സ്കിൽസൊക്കെ വേറെയും ഉണ്ടെടോ. പുറത്തെടുക്കാൻ ചാൻസ് കിട്ടണ്ടേ.”

സോമൻ ഓടുന്ന വാഹനത്തിന്റെ പുറത്തുള്ള കാഴ്ചകൾ കണ്ടുകൊണ്ട് സീറ്റിൽ അമർന്നിരുന്നു. ഇട്ടിരിക്കുന്ന യൂണിഫോമിന്റെ നിറത്താൽ തനിക്ക് മിക്കപ്പോഴും കെട്ടിയാടേണ്ടി വന്ന ഗൗരവക്കാരനായ, ദേഷ്യക്കാരനായ മനുഷ്യനെ അയാൾക്കുതന്നെ മടുക്കുന്നുണ്ടായിരുന്നു. പക്ഷേ അപ്പോഴൊക്കെ കേട്ട് പഴകിയ ആ വാചകം അയാളുടെ മനസ്സിൽ അലയടിച്ചുകൊണ്ടിരുന്നു: “എന്ത് ചെയ്യാനാ, പോലീസായിപ്പോയില്ലേ.”

* * *

മൂന്നൂറ്റിപന്ത്രണ്ട്. അതാണിപ്പോൾ അനൂപിന്റെ ഐഡന്റിറ്റി. വെളുത്ത നിറത്തിലുള്ള വസ്ത്രവും ധരിച്ചുകൊണ്ട് അയാൾ ജയിലിലെ ഇരുട്ടിലിരിക്കുന്നു. അയാൾ ഇപ്പോൾ ആ ജയിൽ മുറിയിലാണ് കൂടുതൽ ആശ്വാസം കണ്ടെത്തുന്നത്. അതിന് കാരണമുണ്ട്. അയാളുടെ വീട്ടിലെ കാര്യങ്ങൾ കൂടുതൽ വഷളായിരിക്കുന്നു. മാസങ്ങൾക്ക് മുമ്പ് ആദ്യമായി ജാമ്യം ലഭിച്ച ശേഷം വീട്ടിലേക്ക് ചെന്നപ്പോൾത്തന്നെ അയാൾക്കത് മനസ്സിലായി. രണ്ടാനമ്മയ്ക്കാണ് അവനോട് പണ്ടുമുതലേ ഏറ്റവും വെറുപ്പ് ഉണ്ടായിരുന്നത്. അനൂപ് ആ വീട്ടിൽ താമസിക്കുന്നത് അവർക്ക് തീരെ ഇഷ്ടമില്ലായിരുന്നു. പക്ഷേ എന്തൊക്കെയായാലും ഒരു പരിധിവിട്ട് അവർക്ക് ഒന്നും ചെയ്യാൻ സാധിച്ചിരുന്നില്ല, അതിനുള്ള കാരണം തന്റെ നിലവിലെ ഭർത്താവും അനൂപും തമ്മിലുള്ള രക്തബന്ധംതന്നെ.

ആദ്യമായി ജാമ്യം ലഭിച്ച് വീട്ടിലേക്ക് ചെന്ന ആ ദിവസം അനൂപിന്റെ മനസ്സിലേക്ക് ഓടിയെത്തി. അനൂപ് സ്വന്തം മകനാണെന്ന ചിന്ത അയാളുടെ അച്ഛൻ ഗോവിന്ദന് അപ്പോഴേക്കും പൂർണ്ണമായി ഇല്ലാതായിരുന്നു. ആദ്യംമുതലേ പരസ്പരസ്നേഹം അല്പം പോലും അവർക്കിടയിൽ തൊട്ടുതീണ്ടിയിട്ടില്ലാതിരുന്നതിനാൽ അയാൾക്കത് വളരെ എളുപ്പത്തിൽ ചെയ്യാൻ സാധിച്ചു, യാതൊരു സങ്കടമോ വേദനയോ കൂടാതെ തന്നെ.

“ആരെ കാണാനാ നായിന്റേമോനേ നീയിങ്ങോട്ട് വന്നത്?”

മുഖത്തുനോക്കി ആ വാക്കുകൾ പ്രയോഗിച്ചത് സ്വന്തം പിതാവെന്ന് വിശ്വസിക്കുന്ന ആൾതന്നെ. തിരിച്ചൊരു വാക്കുപോലും മിണ്ടാൻ സാധിക്കാതെ അനൂപ് തരിച്ചുനിന്നു. നിന്നനിൽപ്പിൽ ആ ഭൂമിയിൽ സ്വയം ഉരുകിത്തീരുന്നതായി അയാൾക്ക് തോന്നി.

“നിങ്ങളോട് ഞാനെത്ര പറഞ്ഞതാ മനുഷ്യാ ഇവൻ പിഴയാണെന്ന്. ഇവന്റെ ഓരോ കുരുത്തക്കേടും കണ്ടിട്ടും പിന്നെയും ഈ

വീട്ടിൽ കയറ്റിയത് നിങ്ങളല്ലേ. ഇപ്പൊ നിങ്ങൾക്ക് അതിന്റെ ഫലം കിട്ടിയല്ലോ. സന്തോഷായില്ലേ?" ഗോവിന്ദന്റെ ഭാര്യ, അനൂപിന്റെ രണ്ടാനമ്മ, ലീല രംഗപ്രവേശം ചെയ്തുകഴിഞ്ഞു.

"എന്റെ മോനായിപ്പോയില്ലേ ലീലേ. ഞാനും തല്ലുകൊള്ളിത്തര മൊക്കെ കാണിച്ചിട്ടുണ്ട് എന്റെ ചെറുപ്പത്തിൽ. എന്നുംവെച്ച് കൂടെ തോളിൽ കയ്യിട്ട് നടന്നവന്റെ പള്ളയ്ക്ക് പിച്ചാത്തി കയറ്റുന്ന പണി ക്കൊന്നും ഞാൻ പോയിട്ടില്ല. ആർക്കറിയാം നീ എനിക്ക് ഉണ്ടായത് തന്നെയാണോന്ന്."

"കണ്ണാണ് കരളാണ് എന്നും പറഞ്ഞു കൂടെ നടന്നവനെ കുത്തി ക്കൊല്ലാൻ നോക്കിയ ഇവനെ കാണുന്നതേ എനിക്ക് പേടിയാ. എന്നെയിവന് പണ്ടേ ഇഷ്ടമില്ല. ഉറങ്ങുമ്പോഴെങ്ങാനും വന്ന് തല യ്ക്കടിച്ചു കൊല്ലില്ലെന്ന് എന്താണുറപ്പ്?" ലീല തന്റെ ഭർത്താവിന്റെ മുന്നിൽനിന്ന് കലഹിച്ചു.

"അതിന് ഞാനിവനെ ഇനിയീ വീട്ടിൽ കയറ്റാനൊന്നും പോവു ന്നില്ല."

"ആരും പേടിക്കേണ്ട. ഞാനീ വീട്ടിൽ ഇനി താമസിക്കുന്നുമില്ല. രണ്ടാൾക്കും ഈ ഉറഞ്ഞുതുള്ളൽ അവസാനിപ്പിക്കാം." കലി കയ റിയ അനൂപ് അലറി.

തന്റെ അച്ഛനും രണ്ടാനമ്മയും ക്ഷണിച്ചാൽപോലും ആ വീട്ടിൽ മേലാൽ ഇനി താൻ താമസിക്കില്ലെന്ന് അനൂപ് അതിനകം തീരു മാനമെടുത്തു കഴിഞ്ഞിരുന്നു. ആ വാക്കുകൾ കേട്ടപ്പോൾ ലീല യ്ക്കുണ്ടായ സന്തോഷം അവരുടെ മനസ്സിന്റെ കടിഞ്ഞാൺ വിട്ട് പുറത്തേക്ക് പ്രകടമായി.

"എനിക്കെന്റെ കുറച്ച് സാധനങ്ങൾ എടുക്കണമെന്നുണ്ട്. ഇനി അതും പറ്റില്ലെങ്കിൽ കുറച്ച് മണ്ണെണ്ണയൊഴിച്ച് നിങ്ങൾതന്നെ അതങ്ങ് കത്തിച്ചുകളഞ്ഞേക്ക്." അനൂപ് അല്പം പതിഞ്ഞ ശബ്ദത്തിൽ പറഞ്ഞു.

"നിന്റെ ഒരു സാധനവും ഞങ്ങൾക്കാർക്കും വേണ്ട. എന്താ ണെന്നു വെച്ചാൽ എടുത്തിട്ട് പോടാ." ഗോവിന്ദൻ പറഞ്ഞു.

അനൂപ് കൂടുതലൊന്നും പറയാതെ വീടിന്റെ പടികടന്ന് നേരെ തന്റെ മുറിയിലേക്ക് നടന്നു. മുറിയിലെത്തി അലമാരയുടെ മുക ളിൽ വെച്ചിരിക്കുകയായിരുന്ന തന്റെ ട്രാവൽബാഗ് എടുത്ത് കട്ടി ലിൽ വെച്ചു. ശേഷം അലമാര തുറന്ന് ഫയലിൽ സൂക്ഷിച്ചിരുന്ന സർട്ടിഫിക്കറ്റുകൾ ബാഗിന്റെ വശത്തെ കള്ളിയിൽ വെച്ചു. കയ്യിൽ കിട്ടിയ വസ്ത്രങ്ങളും മൊബൈൽ ചാർജറും മറ്റും ബാഗിൽ കുത്തിനിറച്ചു. ശേഷം ബാഗ് തോളിലിട്ട് അവനാ വീടുപേക്ഷിച്ച് യാത്രയായി.

രാഘവൻ

പിറ്റേന്ന്.

“അനൂപേ...” ആ ശബ്ദം കേട്ട് അവൻ തിരിഞ്ഞു നോക്കി. രാഘവൻ, രാഘവേട്ടൻ!

“രാഘവേട്ടാ...” അനൂപിന്റെ മുഖം വിടർന്നു.

“നീ വന്നെന്ന് ജോണിസാറ് പറഞ്ഞു.” രാഘവൻ വാത്സല്യത്തോടെ അനൂപിന്റെ ചുമലിൽ കൈവെച്ചു.

“ഉം... എന്തൊക്കെയുണ്ട് ചേട്ടാ വിശേഷം?”

“ജയിലിൽ എന്ത് വിശേഷം, പുറത്തു പോയി വരുന്നവരല്ലേ വിശേഷം പറയേണ്ടത്!”

“പുറത്ത് പോയാൽ ആരുമെന്നോട് ഇപ്പൊ വിശേഷമൊന്നും പറയാറില്ല. എന്റെ വിശേഷങ്ങൾ ചോദിക്കാറുമില്ല. ക്രിമിനൽ എന്ന പേര് വീണതിൽപ്പിന്നെ അങ്ങനെയാണ്. രാഘവേട്ടന്റെ കേസിലും അങ്ങനെ തന്നെയല്ലേ, അതോ എനിക്ക് മാത്രമാണോ?”

“എല്ലാർക്കും അതങ്ങനെ തന്നെ. വീട്ടിൽ പോയിരുന്നോ നീ?”

“ഉം. പോയിരുന്നു.”

“എന്നിട്ട്?”

“പ്രതീക്ഷിച്ച പോലെത്തന്നെ. ഇനി അങ്ങോട്ട് ചെല്ലേണ്ടന്ന് പറഞ്ഞു.”

“ആ സ്ത്രീക്കായിരിക്കും കൂടുതൽ പ്രശ്നം.”

“ഞാൻ കേസിൽപ്പെട്ടതിൽ അവർ സന്തോഷിക്കുന്നുണ്ടാവും. എന്നെ വീട്ടിൽനിന്ന് പുറത്താക്കണമെന്ന് അച്ഛനോട് പറയാൻ ഇതിനേക്കാൾ സ്ട്രോങ്ങായ ഒരു കാരണം ഇനി വേണ്ടല്ലോ. അവരതൊരവസരമാക്കി.”

“ഉം... അച്ഛനെന്ത് പറഞ്ഞു?”

“ഒരച്ഛൻ പറയാവുന്നതിന്റെ മാക്സിമം തന്നെ പറഞ്ഞു.”

“മനസ്സിലായില്ല.”

“ഞാൻ അയാളുടെ മകനാവാൻ സാധ്യതയില്ലെന്നുവരെ പറഞ്ഞു.”

“ഏഹ്?”

“എന്റെ കയ്യിലിരിപ്പ് അത്രയ്ക്ക് മോശമാണല്ലോ. അയാളുടെ മോനായിരുന്നെങ്കിൽ ഇത്തരം പണിക്കൊന്നും പോവില്ലായിരുന്നെന്നാ അയാളുടെ കണ്ടുപിടുത്തം. അതുകൊണ്ട് ഞാൻ അയാളുടെ മോനാവാൻ സാധ്യതയില്ലെന്ന് പറഞ്ഞു.”

“ഛെ... നീയത് വിട്. വീട്ടിൽനിന്ന് നിന്നെ പുറത്താക്കുമെന്ന് നിനക്ക് നേരത്തെ അറിയുമായിരുന്നില്ലേ?”

“നൂറ് ശതമാനം.”

“ഉം. അപ്പോ പിന്നെ അതൊരു ഷോക്കല്ല.”

“അല്ല.”

“ഇനിയെന്താ നിന്റെ പ്ലാൻ, കേസിന്റെ കാര്യമൊക്കെ എങ്ങനെയാ?”

“പ്ലാനൊന്നും ചെയ്തിട്ടില്ല. കേസല്പം കൂടി നീളുമെന്ന് തോന്നുന്നു.”

“വക്കീൽഫീസൊക്കെ എങ്ങനെ കൊടുത്തു?”

“അക്കൗണ്ടിൽ കുറച്ച് കാശുണ്ട്. ശമ്പളം മിച്ചം പിടിച്ചതും പിന്നെ ഈ സംഭവം നടന്നതിന്റെ ഒരു മാസം മുമ്പ് ചിട്ടി പിടിച്ചതും. പിന്നെ ഈ പ്രാവശ്യം പോയപ്പോ കിട്ടിയ കാശിന് ബൈക്ക് വിറ്റു. എല്ലാം കൂടി വെച്ച് മാനേജ് ചെയ്തു.”

“ഉം... നന്നായി. എന്തെങ്കിലും ആവശ്യമുണ്ടെങ്കിൽ പറയാൻ മടിക്കേണ്ട, കേട്ടല്ലോ?”

ചുരുങ്ങിയ ദിവസത്തെ ബന്ധമേ തങ്ങൾ തമ്മിലുള്ളൂവെങ്കിലും ഒരു രക്ഷിതാവെന്ന വിധേനയാണ് രാഘവൻ അനൂപിനോട് പെരുമാറാറുള്ളത്. അനൂപിന് തിരിച്ച് രാഘവനോടാവട്ടെ, ബഹുമാനവുമാണ്.

രാഘവൻ, അയാളൊരു പ്രത്യേകതരം മനുഷ്യൻ തന്നെയാണ്. ആറടി ഉയരമുള്ള, ഒത്ത ശരീരമുള്ള, കട്ടിമീശയുള്ള, മുഴങ്ങുന്ന ശബ്ദമുള്ള, നല്ല കാര്യപ്രാപ്തിയുള്ള, ചുറ്റുമുള്ള കാര്യങ്ങളെക്കുറിച്ച് അറിവുള്ള അറുപതുകാരൻ.

രാഘവൻ എങ്ങനെ ജയിലിലായി? അയാൾ ചെയ്ത കുറ്റമെന്താണ്? രാഘവനെ ജയിലിൽ വെച്ച് പരിചയപ്പെട്ട എല്ലാവർക്കും, തടവുകാർക്കും ജയിൽ ജീവനക്കാർക്കും, അറിയാനാഗ്രഹമുള്ള കാര്യമായിരുന്നു അത്. ആ മനുഷ്യനോട് സംസാരിച്ചാൽ, അയാളുടെ രീതികളും മറ്റും അറിഞ്ഞാൽ അയാൾ ഒരിക്കലും ഒരു കുറ്റവാളിയാവില്ലെന്ന് ആർക്കായാലും തോന്നിപ്പോകും. പക്ഷേ ഒരു കുറ്റവാളിയായി അയാളാ ജയിലിൽ എത്തിച്ചേർന്നു. എന്താണ് അയാൾക്കെതിരെ ചുമത്തപ്പെട്ട കുറ്റം? ആളുകൾ വീണ്ടും വീണ്ടും ചോദിച്ചു.

അയാളെ ആ ചുറ്റുമതിലുകൾക്കുള്ളിലെ ഇരുമ്പഴികളിലേക്ക് തളയ്ക്കപ്പെട്ട കുറ്റം, അത് കത്തിക്കുത്തായിരുന്നു.

“കത്തിക്കുത്തോ?” കേട്ടവരെല്ലാം വിശ്വാസം വരാതെ വീണ്ടും വീണ്ടും ചോദിച്ചു.

അതെ, കത്തിക്കുത്തുതന്നെ. ഒരു വീണ്ടു വിചാരവുമില്ലാതെ അനൂപെന്ന യുവാവ് ചെയ്ത അതേ കുറ്റമാണ് ഒരു പുരുഷന് വേണ്ടതായ എല്ലാ ഗുണഗണങ്ങളുമടങ്ങിയ രാഘവനും ചെയ്തിരിക്കുന്നത്.

“സ്വന്തം മോളെ ഉപദ്രവിക്കാൻ തുനിഞ്ഞ ഏതെങ്കിലും അക്രമകാരിയെ കുത്തിക്കൊല്ലാൻ നോക്കിയതായിരിക്കും.” പലരും അഭിപ്രായപ്പെട്ടു. പക്ഷേ യഥാർത്ഥത്തിൽ അയാൾക്കെതിരെയുള്ള കേസ് മദ്യലഹരിയിൽ നാട്ടിലെ ഒരു വാടകഗുണ്ടയുമായി അർദ്ധരാത്രിയിൽ അടിയും കത്തിക്കുത്തും നടത്തിയതിനായിരുന്നു.

“എന്നെപ്പറ്റിയുള്ള എല്ലാ കാര്യങ്ങളും ഞാൻ നിങ്ങളോട് വള്ളിപുള്ളി വിടാതെ പറഞ്ഞു. പക്ഷേ രാഘവേട്ടൻ എങ്ങനെ അടിപിടിക്കും കത്തിക്കുത്തിനും പോയി ജയിലിലായെന്നത് ഇപ്പോഴും ആർക്കുമറിയില്ല. കഴിഞ്ഞ തവണ ചോദിച്ചപ്പോ പറഞ്ഞത് പിന്നെ പറയാമെന്നാ, ഓർമ്മയില്ലേ?”

നിർവികാരപരമായ ഒരു പുഞ്ചിരിയാണ് തന്റെ ചോദ്യത്തിനുള്ള മറുപടിയായി അനൂപിന് ലഭിച്ചത്.

“ഓഹ്, അപ്പോ പറയില്ലെന്ന് തന്നെയാണോ തീരുമാനം?”

“പറയാടോ, വെറുതെ ജീവിതത്തിലെ മോശം കാര്യങ്ങളെപ്പറ്റി സംസാരിച്ച് സമയം കളയാണോന്ന് കരുതിയാണ് ഇതുവരെ പറയാതിരുന്നത്. ഞാനത് പറയാം.”

“ആഹ്, അങ്ങനെ വരട്ടെ. മാന്യതയുടെ മുഖംമൂടി അഴിഞ്ഞു വീഴട്ടെ.”

അനൂപ് തെല്ലുറക്കെ ചിരിച്ചു. കുറേ നാളുകളായി അറിയാനാഗ്രഹിച്ച കാര്യം ഇപ്പോഴിതാ വെളിപ്പെടാൻ പോവുന്നു. അയാളുടെ മുഖത്ത് ആകാംക്ഷ നിറഞ്ഞു. ജയിലിന്റെ വരാന്തയിൽ കോൺക്രീറ്റ് തൂണിൽ ചാരിയിരുന്നുകൊണ്ട് രാഘവൻ താൻ നടത്തിയ കുറ്റകൃത്യത്തെക്കുറിച്ച് പറഞ്ഞുതുടങ്ങി.

“എനിക്ക് അത്യാവശ്യം കൃഷിയൊക്കെയുണ്ട്. ഞാൻ പറഞ്ഞിട്ടുണ്ടല്ലോ അല്ലേ. കൃഷി സംബന്ധമായ പല ആവശ്യങ്ങൾക്കും ഞാൻ ഇടയ്ക്കിടെ ബോർഡർ കടന്ന് തമിഴ് നാട്ടിൽ പോവാറുണ്ട്. നല്ല വിത്തും വളവുമെല്ലാം കിട്ടുന്ന പല ഗ്രാമങ്ങളും കേരള തമിഴ് നാട് അതിർത്തിയിലുണ്ട്. എന്റെ വീട്ടിൽനിന്നും അധികം ദൂരവുമില്ല. ജീപ്പെടുത്ത് ഹൈവേ ഒഴിവാക്കി ചെറിയ വഴികൾ പിടിച്ചങ്ങ് പോവുകയാണ് പതിവ്. മിക്കവാറും ഒറ്റക്കായിരിക്കും, ചിലപ്പോ

പരിചയക്കാരാരെങ്കിലും കൂടെ കാണും. സംഭവം നടക്കുന്നത് കഴിഞ്ഞ ഡിസംബർ മുപ്പത്തിയൊന്നിനാണ്. വളം വാങ്ങി തിരിച്ചു വരികയാണ്. വീട്ടിലേക്ക് പത്തിരുപതു കിലോമീറ്റർകൂടി കാണും. നേരമിരുട്ടി. ഹൈറേഞ്ചിലൊക്കെ തണുപ്പുകാലത്ത് നേരത്തേ ഇരുട്ടാവും. അഞ്ചു മണിയൊക്കെ കഴിയുമ്പോത്തന്നെ ഏതാണ്ട് ഏഴു മണിയുടെ ഇരുട്ടൊക്കെ പരന്നിരിക്കും. അന്നും അങ്ങനെത്തന്നെയായിരുന്നു. തണുപ്പ് ജീപ്പിലേക്ക് അരിച്ചുകയറി. പോരാത്തതിന് ചുറ്റും കനത്ത കോടമഞ്ഞും. ഒന്നും കാണാൻ വയ്യാത്ത അവസ്ഥ. ഫോഗ് ലാമ്പ് ഇട്ടിട്ടും വലിയ പ്രയോജനമൊന്നുമുണ്ടായില്ല. സ്പീഡ് മുപ്പതിന് മേലേ പോവാൻപറ്റാത്ത അവസ്ഥ. അങ്ങനെ പൊയ്ക്കൊണ്ടിരിക്കെ വല്ലാത്ത മൂത്രശങ്ക തോന്നി. വീടുവരെ എന്തായാലും എത്തില്ല. ഞാൻ വണ്ടി റോഡിൽ നിർത്തി അല്പംമാറി കാര്യം സാധിച്ചു. അപ്പോഴേക്കും ബൈക്കിൽ ഒരുത്തൻ വന്ന് പിന്നിൽ നിർത്തി മുടിഞ്ഞ ഹോണടി. വീതിയില്ലാത്ത റോഡാണല്ലോ. അവന് കയറിപ്പോവാൻ പറ്റുന്നില്ല. മുള്ളാൻ തുടങ്ങിയാപ്പിന്നെ അത് കഴിഞ്ഞല്ലേ പോവാൻ പറ്റൂ. ഞാൻ മൂത്രമൊഴിക്കുന്നത് കണ്ടിട്ടും ഇവൻ ഹോണടിച്ച് വെറുപ്പിച്ചോണ്ടിരുന്നു. എനിക്കാകെ കലി കയറി. ഞാൻ മുള്ളിക്കഴിഞ്ഞ് വണ്ടിയെടുക്കാൻ ചെന്നപ്പോ ഇവൻ തെറിവിളിയും തുടങ്ങി. നല്ല വെള്ളമായിരുന്നെന്ന് എനിക്കപ്പോഴാ മനസ്സിലായത്. ഞാൻ ഒഴിവാക്കി വിടാൻ നോക്കിയിട്ടും അവൻ എന്റെ നേർക്ക് വീണ്ടും കയർക്കാൻ തുടങ്ങി. അപ്പോ എനിക്കും കലി കയറി രണ്ട് തെറി ഞാനും പറഞ്ഞു. പറയേണ്ടിയില്ലായിരുന്നു. അവനാണെൽ അത് കേട്ടതും വല്ലാതെ വയലന്റായി വണ്ടി ഓഫ് ചെയ്ത് എന്റെ നേർക്ക് വന്നു.

ആ സമയം ഭാഗ്യത്തിന് ഒരു കാര്യം ഞാൻ ശ്രദ്ധിച്ചു. വണ്ടിയുടെ ടാങ്കിന്റെ മേലെയുള്ള ബാഗിൽനിന്നും ഒരു കത്തിയുമെടുത്താണ് അവൻ വരുന്നത്. കത്തി ഞാൻ കാണാതിരിക്കാൻ പിന്നിലേക്കാണ് പിടിച്ചത്. പക്ഷേ ബാഗിൽ കൈയിട്ട് അവൻ കത്തിയെടുക്കുന്നത് ഞാൻ കണ്ടിരുന്നു. എന്റെ അടുത്തെത്തിയതും തെറി പറഞ്ഞോണ്ട് അവൻ കത്തിയെടുത്ത് വീശി. ഞാൻ രണ്ടടി പിന്നോട്ട് മാറിയതുകൊണ്ട് മാത്രം എന്റെ ദേഹത്ത് കത്തി തൊട്ടില്ല. അവനാണേൽ നേരെ നിൽക്കാൻ പറ്റുന്നില്ല. കള്ളോ കഞ്ചാവോ അത്രയ്ക്ക് അടിച്ചുകേറ്റിയിട്ടുണ്ടെന്നുറപ്പ്. അവൻ കത്തിയെടുത്ത് രണ്ടാമതും വീശി. അങ്ങനെ വിട്ടാൽ പറ്റില്ലല്ലോ. വീശുന്നതിനിടെ അവന്റെ കണങ്കയ്യ് എന്റെ കൈയ്യിൽ കിട്ടി. നല്ലവണ്ണം മുറുക്കി ഒന്നു തിരിക്കുകയുംകൂടി ചെയ്തപ്പോ അവന്റെ കത്തി എന്റെ കൈയിലെത്തി.” രാഘവൻ ഒന്നു നിർത്തി.

അനൂപിന്റെ ശ്രദ്ധ അപ്പോൾ അയാളുടെ കൈകളിലായിരുന്നു. സാമാന്യം ബലമുള്ള ഒരാൾക്കുപോലും ശാരീരികമായി രാഘവനെ

കീഴ്പ്പെടുത്താൻ സാധിക്കില്ല. അത്രയ്ക്കുണ്ട് കൈകളിലെ പേശികളുടെ വലുപ്പം. ജന്മനാ ലഭിച്ച ആരോഗ്യവും സ്ഥിരമായ ശാരീരിക അധ്വാനവും കൂടിച്ചേർന്നതിന്റെ ഫലം.

"എന്നിട്ട് അവനെ കുത്തിയോ അപ്പോഴത്തെ ദേഷ്യത്തിൽ?"

"ഏയ് ഇല്ല. കത്തി വലതുകൈയിൽ പിടിച്ച് ഇടതു കൈകൊണ്ട് ഞാനവനെ അല്പം ബലമായി പുറകോട്ടു തള്ളി. ഇവിടെ വെച്ച് നിർത്തിക്കോയെന്നൊരു വാണിംഗും കൊടുത്തു. ആ തള്ളലിൽ അവൻ പിന്നോട്ട് മറിഞ്ഞു വീണുപോയി."

'ഈ കൈകൊണ്ടല്ലേ തള്ളിയത്, അമ്മാതിരി തള്ളായിരിക്കും.' അനൂപ് മനസ്സിൽ പറഞ്ഞു.

"വീണിടത്തുനിന്നും എഴുന്നേറ്റുവന്ന അവനെന്റെ നെഞ്ചിൽ ചവിട്ടാൻ നോക്കി. അവന്റെ കാലിൽ എനിക്ക് പിടികിട്ടി. ഇനിയും ഇവനെ വെറുതെ വിട്ടാൽ ശരിയാവില്ല. എന്റെ കൺട്രോൾ പോയിത്തുടങ്ങി. പിടിച്ചപിടിയിൽ അവന്റെ കാലിന്റെ തുടയിൽ ഞാൻ ആഞ്ഞൊരു കുത്തു കൊടുത്തു. കത്തി അവന്റെ തുടയിൽ തുളഞ്ഞുകയറി. അവന്റെ പാന്റ് ചോരകൊണ്ട് ചുവന്നു. അപ്പോഴേക്കും പിന്നിൽനിന്ന് ഏതോ വാഹനത്തിന്റെ ലൈറ്റ് കണ്ടു തുടങ്ങി. ഞാനവന്റെ കാലിലെ പിടിവിട്ടു. അവൻ അലറിക്കൊണ്ട് നിലത്ത് വീണു. പിന്നിലെ വാഹനത്തിന്റെ വെളിച്ചം അവന്റെ ശ്രദ്ധയിൽപ്പെട്ടതും അവൻ നിലത്ത് കിടന്നുകൊണ്ട് 'അതെന്റെ ആൾക്കാരാടാ വരുന്നത്, നിന്നെ അവർ തീർക്കുമെടാ' എന്നെല്ലാം പറയാൻ തുടങ്ങി. അപ്പോഴേക്കും എനിക്ക് സമനില വീണ്ടു കിട്ടിയിരുന്നു. പിന്നാലെ വരുന്നതും ഇവനെപ്പോലെയുള്ള ഭ്രാന്തന്മാരാവാൻ സാധ്യതയുണ്ട്. ഞാൻ ഒട്ടും സമയം കളയാതെ വണ്ടിയുമെടുത്ത് പോയി."

"അവർ പോലീസിൽ കംപ്ലയിന്റ് കൊടുത്തല്ലേ?"

"ഉം... തല്ലുംകുത്തുമായി നടക്കുന്നവനാണ് കുത്തുകൊണ്ടവൻ. ഗിരി. കത്തി ഗിരി. അതാണ് അവന്റെ വിളിപ്പേര്. ആ പേര് ഞാനും കേട്ടിട്ടുണ്ട്. നാട്ടിലെ ഗുണ്ടയാണ്. കൂലിത്തല്ലും ചില്ലറ ക്വട്ടേഷനുമൊക്കെയാണ് തൊഴിൽ. പക്ഷേ അവനാണ് അതെന്ന് എനിക്കറിയില്ലായിരുന്നു. അന്നാണെങ്കിൽ ന്യൂഇയറിന്റെ തലേന്നാളാണ്. സ്മാൾ അടിച്ച് കറങ്ങിനടക്കുന്ന ഏതോ പയ്യന്മാരാണെന്നാ ഞാൻ കരുതിയെ."

"എന്നിട്ട്? പോലീസ് അറസ്റ്റ് ചെയ്തോ?"

"പിറ്റേന്ന് രാവിലെത്തന്നെ. ഞാൻ വീട്ടിൽ ഭാര്യയോട് കാര്യം പറഞ്ഞിരുന്നു. അവൾ വല്ലാതെ പേടിച്ച് അവളുടെ ആങ്ങളമാരെയും

അവരുടെ മക്കളേയുമെല്ലാം വിളിച്ചുരുത്തി. അവന്മാർ വീട്ടിൽ കയറി ഉപദ്രവിക്കുമെന്ന പേടിയിലായിരുന്നു അവൾ. പക്ഷേ അങ്ങനെയൊന്നും ഉണ്ടായില്ല. പിറ്റേന്ന് പുലർച്ചെ പോലീസ് വന്നു. എന്നെ അറസ്റ്റ് ചെയ്തു."

"പോലീസ് ഉപദ്രവിച്ചോ?"

"ഏയ്, ഈ പറഞ്ഞ കത്തി ഗിരിയെക്കൊണ്ട് അവർക്ക് സ്ഥിരം തലവേദനയാണ്. സത്യം പറഞ്ഞാൽ അവർക്ക് സന്തോഷമാണ് ഉണ്ടായത്. പിന്നെ ആ സ്റ്റേഷനിലെ ഒരു പോലീസുകാരൻ എനിക്ക് പണ്ടുതൊട്ടേ പരിചയമുള്ള ആളാണ്. അതുകൊണ്ട് അവരുടെ ഭാഗത്തുനിന്ന് യാതൊരുവിധത്തിലുള്ള പ്രശ്നങ്ങളുമുണ്ടായില്ല."

"അപ്പോ കേസ്?"

"ഗിരി കേസുമായി മുന്നോട്ട് പോവണമെന്ന് ഉറച്ചുനിന്നു. അപ്പോൾ പോലീസിന് വേറെ വഴിയില്ലല്ലോ. അവർക്ക് കേസെടുക്കേണ്ടി വന്നു."

"ക്വട്ടേഷനുമായി നടക്കുന്ന ആളുകളൊക്കെ സാധാരണ ഇങ്ങനെ കേസിന് പോവുമോ?"

"പോവില്ലെന്നാ ഞാനും കരുതിയത്. പക്ഷേ അവന് കേസിന് പോവണമെന്ന് പറഞ്ഞു. കേസത്ര സ്ട്രോങ്ങൊന്നുമല്ല. ഉടനെ ഇറങ്ങാൻ പറ്റുമെന്നാ വക്കീൽ പറഞ്ഞത്. സെൽഫ് ഡിഫെൻസിന് വേണ്ടി ചെയ്ത പ്രവൃത്തിയെന്ന നിലയിലാ വാദം. പോരാത്തതിന് വാദി സ്ഥിരം ക്രിമിനലുമാണല്ലോ."

"ചേട്ടന്റെ കേസ് വീക്കാണ്. പക്ഷേ എന്റേത് അങ്ങനെയല്ല. എന്റെ നാട്ടുകാരുടെ ആറ്റിറ്റ്യൂഡും ഡിഫറന്റാണ്."

"നാട്ടുകാരുടെ ആറ്റിറ്റ്യൂഡിനെന്താ പ്രശ്നം?" രാഘവൻ നെറ്റിചുളിച്ചു.

"ഈ കേസും കൂട്ടവും നടക്കുന്നതിനിടെ ചേട്ടൻ നാട്ടിൽ പോയിട്ടില്ലേ?"

"ആഹ്, ഉണ്ടല്ലോ. ജാമ്യത്തിൽ പോയിട്ടുണ്ട്. രണ്ടുമൂന്നുതവണ."

"നാട്ടിലെ ഫ്രണ്ട്സിനേയും പരിചയക്കാരെയുമെല്ലാം കണ്ടിരുന്നോ?"

"കണ്ടിരുന്നു. നീ വളച്ചുകെട്ടാതെ കാര്യത്തിലേക്ക് വാ."

"കാര്യത്തിലേക്കാണ് വരുന്നത്. ചേട്ടന്റെ ഫ്രണ്ട്സ് ഇപ്പോഴും ചേട്ടന്റെ ഫ്രണ്ട്സ് തന്നെയല്ലേ?"

"അതെ. വീട്ടിലെ കാര്യങ്ങൾക്കൊക്കെ അവർ സഹായിക്കുന്നുമുണ്ട്."

"അവിടെയാണ് ഞാൻ പറഞ്ഞ വ്യത്യാസം. ചേട്ടനറിയോ, എനിക്കിപ്പോ ഒരു സുഹൃത്ത് പോലുമില്ല. എന്റെ എല്ലാ ഫ്രണ്ട്സും സുജിത്തിന്റെയും ഫ്രണ്ട്സ് ആയിരുന്നു. ഈ സംഭവം നടന്നതിനു ശേഷം അവരിൽ ഒരാളും എന്നോട് മിണ്ടാറില്ല. കണ്ടാൽ മാറി നടക്കും. സുജിത് കഴിഞ്ഞാൽ പിന്നെ അഖിലായിരുന്നു എന്റെ മറ്റൊരു ക്ലോസ്ഫ്രണ്ട്. അവൻപോലും കണ്ടാൽ ജസ്റ്റ് ഒന്നു മിണ്ടും, അത്രേയുള്ളൂ."

"അതൊക്കെ മാറുമെടാ. നീ ടെൻഷനാവണ്ട. നീ കേട്ടിട്ടില്ലേ, കാലം മായ്ക്കാത്ത മുറിവുകളില്ല."

"എന്റെ കേസിൽ അങ്ങനെയല്ലെന്ന് തോന്നുന്നു. ബെസ്റ്റ് ഫ്രണ്ടിനെ [illegible] [illegible] അധികം പേരുണ്ടാവില്ലല്ലോ ഈ രാജ്യത്തുതന്നെ."

"സംഭവിച്ചുപോയതിനെക്കുറിച്ച് പറഞ്ഞിട്ട് കാര്യമില്ല. ഞാൻ മനസ്സിലാക്കിയിടത്തോളം നിനക്കും അത്രക്ക് വലിയ ശിക്ഷയൊന്നും കിട്ടാൻ പോവുന്നില്ല. നീ കഴിഞ്ഞതിനെക്കുറിച്ചാലോചിക്കാതെ ഭാവിയെക്കുറിച്ച് ചിന്തിക്ക്. നിനക്ക് അത്യാവശ്യം പഠിപ്പില്ലേ. സ്വന്തം നാട്ടിൽ നിൽക്കാൻ പറ്റില്ലെങ്കിൽ പോട്ടെ, എന്തെങ്കിലുമൊരു ജോലി നിനക്ക് ഏത് നാട്ടിൽ പോയാലും കിട്ടില്ലേ?"

"നല്ല ജോലിക്കൊക്കെ പോലീസ് ക്ലിയറൻസ് സർട്ടിഫിക്കറ്റും മറ്റും വേണ്ടി വരും. ഇനി അതൊക്കെ കിട്ടുമോ?"

അനൂപിന്റെ ചോദ്യത്തിന് രാഘവന് മറുപടിയുണ്ടായിരുന്നില്ല. അയാൾ ഏതാനും നിമിഷം ചിന്തയിലാണ്ടു.

"എന്നാ നീ എന്റെ നാട്ടിലേക്ക് പോര്. നിനക്ക് മാന്യമായി ജീവിക്കാനുള്ള ജോലി ഞാൻ ശരിയാക്കി തരാം. അതല്ല കൃഷിയിൽ താല്പര്യമുണ്ടെങ്കിൽ സ്വന്തമായി അല്പം കൃഷിയൊക്കെ ചെയ്യാനുള്ള അറേഞ്ച്മെന്റും ഞാൻ ചെയ്ത് തരാം."

അനൂപ് സംശയത്തോടെ രാഘവനെ നോക്കി.

"സീരിയസായി പറഞ്ഞതാണ്. നിനക്ക് വരണമെങ്കിൽ എപ്പോ വേണേലും വരാം. തലേദിവസം എന്നെ വിളിച്ചറിയിച്ചാൽ മതി. എല്ലാ കാര്യങ്ങളും ഞാനേർപ്പാട് ചെയ്യാം."

"എനിക്കീ വാക്കുകൾ മാത്രം മതി രാഘവേട്ടാ. ചെറുപ്പം മുതൽ സ്വന്തമെന്ന് കരുതിയ ആരും ഇന്നെന്റെ കൂടെയില്ല. ഇപ്പോ എനിക്ക് ആരൊക്കെയോ ഉണ്ടെന്ന് തോന്നുന്നു." അത് പറയുമ്പോൾ അനൂപിന്റെ കണ്ണുകൾ നിറഞ്ഞു. സങ്കടവും സന്തോഷവും അയാളുടെ ഉള്ളിൽ മാറി മാറി അലയടിച്ചു.

“ഏയ്, കണ്ണ് തുടയ്ക്കെടാ, ഒരുമാതിരി കുഞ്ഞുങ്ങളെ പോലെ.” രാഘവൻ അവന്റെ ചുമലിൽ കൈചുറ്റി ആശ്വസിപ്പിക്കാൻ ശ്രമം നടത്തി.

“ഞാൻ നാട്ടിൽതന്നെ നിൽക്കാൻ ശ്രമിക്കും. എന്റെ... എന്റെ കഴിവിന്റെ പരമാവധി ഞാൻ ശ്രമിക്കും. എനിക്കവിടെ ജീവിച്ച് ജയിച്ചു കാണിക്കണം.”

അനൂപ് തന്റെ കണ്ണ് തുടച്ചുകൊണ്ട് ചുറ്റും നോക്കി. താൻ കരയുന്നത് മറ്റാരെങ്കിലും കാണുന്നുണ്ടോ? ഇല്ല, ആരുമില്ല.

“നീ മറ്റുള്ളവരെ കാണിക്കാൻ വേണ്ടിയാണോ ജീവിക്കുന്നത്. നിനക്ക് നന്നായി ജീവിക്കാൻ സാധിക്കുന്നിടത്ത് നീ ജീവിക്കണം. നാട്ടിലാണെങ്കിൽ അങ്ങനെ, ഇനി അതല്ല മറുനാട്ടിലാണെങ്കിൽ അങ്ങനെ. നിന്റെ സന്തോഷത്തിന് വേണം നീ പ്രാധാന്യം നൽകാൻ.”

അനൂപ് മൗനമായി രാഘവന്റെ വാക്കുകൾ കേട്ടു.

രാഘവൻ തുടർന്നു, “നീ നിന്റെ ഇഷ്ടപ്രകാരം നാട്ടിൽത്തന്നെ സെറ്റിൽ ചെയ്തോ. അത് പരാജയമായാൽ മാത്രം നീ ഞാൻ പറഞ്ഞ കാര്യം പരിഗണിച്ചാൽ മതി. പ്ലാൻ ബി എന്നൊക്കെ പറയില്ലേ, അങ്ങനെ കണ്ടാൽ മതി.”

അനൂപ് ശരിയെന്ന അർത്ഥത്തിൽ തലയാട്ടി. ചുണ്ടിൽ ഒരു ചെറുപുഞ്ചിരിയോടെ രാഘവൻ അവനെ ഇമവെട്ടാതെ നോക്കി.

‘ഇവൻ എന്നെ തേടി വരും ഉറപ്പ്.’ രാഘവന്റെ മനസ്സ് അപ്പോൾ ഇപ്രകാരം മന്ത്രിച്ചു. പക്ഷേ അയാളത് അനൂപിനോട് പറഞ്ഞില്ല, അത്തരമൊരു പ്രസ്താവന അനൂപിന് ഇഷ്ടമാവാൻ സാധ്യതയില്ല.

അതേസമയം അനൂപിന്റെ ചിന്ത മറ്റൊന്നായിരുന്നു. ഇത്രയും വിവേകശാലിയായ രാഘവനെന്ന മനുഷ്യൻ വഴിയിൽവെച്ച് ഒരാളെ കത്തികൊണ്ട് കുത്തുമോ? രാഘവവേട്ടന്റെ സംസാരത്തിൽനിന്നും കത്തിഗിരിയെന്ന മനുഷ്യൻ ശാരീരികമായി രാഘവവേട്ടനേക്കാൾ പിന്നിലാണെന്ന് വ്യക്തമാണ്. അപ്രകാരമാണെങ്കിൽ കത്തികൊണ്ട് കുത്താതെതന്നെ രാഘവേട്ടന് ഗിരിയെ കീഴ്പ്പെടുത്തി സ്വയം രക്ഷപ്പെട്ടു പോവാമായിരുന്നില്ലേ? ഇനി മാറ്റാർക്കെങ്കിലും വേണ്ടി രാഘവേട്ടൻ ആ കുറ്റം സ്വയം ഏറ്റെടുത്തതാവുമോ? ആർക്കറിയാം! രാഘവൻ ചെയ്തുവെന്ന് പറയപ്പെടുന്ന ആ കുറ്റകൃത്യത്തിനു പിന്നിൽ ഒരു ദുരൂഹത മറഞ്ഞിരിക്കുന്നുണ്ടെന്ന് അനൂപിന് തോന്നി. പക്ഷേ അതിനെക്കുറിച്ച് യാതൊന്നും രാഘവനോട് ചോദിക്കേണ്ട എന്ന് അനൂപ് തീരുമാനിച്ചു. അത്തരമൊരു ചോദ്യം രാഘവന് ഇഷ്ടമാവാൻ സാധ്യതയില്ല.

ജീവിതം തിരിച്ചുപിടിക്കാനുള്ള ശ്രമങ്ങൾ

"നടക്കില്ല അനൂപേ. നിന്റെ കേസ് പത്രത്തിലൊക്കെ വന്നതാ. നിന്നെ ഇനിയുമിവിടെ ജോലിക്ക് നിർത്തിയാൽ ഈ കമ്പനിയുടെ ഫ്യൂച്ചർ പോലും പ്രശ്നത്തിലാകും. ഐ ആം റിയലി സോറി. പറ്റാത്തതുകൊണ്ടാണ്."

അനൂപിന്റെ കേസും കൂട്ടവുമെല്ലാം ഒരു വിധത്തിൽ ഒത്തു തീർപ്പായി. പാർട്ടിക്കാരും മറ്റും ഇടപെട്ടും സുഹൃത്തുക്കൾ മധ്യസ്ഥം പറഞ്ഞുമെല്ലാമാണ് അതൊന്ന് അവസാനിച്ചു കിട്ടിയത്. നിലവിൽ അനൂപ് ഒരു കേസിലും ഉൾപ്പെട്ട ആളല്ല. നിയമപരമായി നോക്കിയാൽ അയാൾക്ക് ജോലി ചെയ്ത് ജീവിക്കുന്നതിന് ഈ രാജ്യത്ത് യാതൊരു തടസ്സവുമില്ല. പക്ഷേ മുമ്പ് ജോലി ചെയ്ത കൺസ്ട്രക്ഷൻ കമ്പനിയിലെ ജോലി അയാൾക്കിനി തുടർന്ന് ചെയ്യാൻ സാധിക്കില്ല.

"ആ കേസ് പിൻവലിച്ചു സാർ. ഇപ്പോ എന്റെ പേരിൽ യാതൊരു കേസുമില്ല. അത് പ്രൂവ് ചെയ്യുന്ന പേപ്പേഴ്സ് എന്റെ കൈയ്യിലുണ്ട്. ഞാൻ കാണിക്കാം." അനൂപ് അഭ്യർത്ഥനയുടെ സ്വരത്തിൽ പറഞ്ഞു.

"നീ പേപ്പറൊന്നും കാണിക്കേണ്ട. നിന്നെ വിശ്വാസമില്ലാത്തതിനാലല്ല. നിനക്കറിയാലോ, ഇത് താരതമ്യേന പുതിയ കമ്പനിയാണ്. സൈറ്റ് സൂപ്പർവൈസറെന്ന നിന്റെ പോസ്റ്റിന് ക്ലയന്റ് ഇന്ററാക്ഷൻ റെഗുലറായി ഉണ്ടാവാറുണ്ടല്ലോ. അങ്ങനെയുള്ളപ്പോൾ ഏതെങ്കിലും ഒരു ക്ലയന്റ് നിന്റെ കേസിനെക്കുറിച്ച് അറിഞ്ഞാൽ എന്തായിരിക്കും സംഭവിക്കുക. ആ സൈറ്റ് പോയിക്കിട്ടും, അത്ര തന്നെ. അല്ലെങ്കിലേ തട്ടിമുട്ടിയാണ് പോവുന്നത്. ഈ സിറ്റുവേഷനിൽ എനിക്ക് എന്താണ് ചെയ്യാൻ പറ്റുക. ഐ ആം ലെഫ്റ്റ് വിത്ത് നോ ഓപ്ഷൻ അദർ ദാൻ സെന്റിങ് യു ഔട്ട്. ഐ ആം എക്സ്ട്രീമിലി സോറി."

കമ്പനി ഉടമയായ വിവേക് അയയുന്ന മട്ടില്ല. അനൂപിന് മറുപടിയൊന്നും പറയാൻ സാധിച്ചില്ല. വാക്കുകൾ കിട്ടാതെ അവൻ കിതച്ചു.

"അനൂപ്, എനിക്കാകെ ചെയ്യാൻ സാധിക്കുന്നത് ചെറിയൊരു ഫിനാൻഷ്യൽ ഹെൽപ്പാണ്. പുതിയ ഒരു ജോലി കിട്ടുന്നതുവരെ നിനക്കതൊരു സഹായമായേക്കും. ഈസ് ദാറ്റ് ഓക്കേ, ക്യാഷ് വേണേൽ ഇപ്പോ ശരിയാക്കാം."

വിവേക് പാന്റിന്റെ കീശയിൽനിന്നും മൊബൈൽഫോൺ പുറത്തെടുത്ത് അൺലോക്ക് ചെയ്തു. ഹോം സ്ക്രീനിൽനിന്നും മൊബൈൽ ബാങ്കിംഗ് ആപ്പ് തുറന്നു.

“ക്യാഷൊന്നും വേണ്ട സാർ. അത്യാവശ്യം ക്യാഷ് എന്റെ കൈയിലുണ്ട്. സാറിന്റെ പ്രോബ്ലം എനിക്ക് മനസ്സിലായി. ഇറ്റ്സ് ഓക്കേ. വരട്ടെ.”

കൂടുതൽ സമയം അവിടെ നിന്നിട്ട് യാതൊരു പ്രയോജനവുമി ല്ലെന്ന് അനൂപിന് ബോധ്യമായി. ഒരു പരിധിയിൽ കൂടുതൽ അപേ ക്ഷിക്കാനും കാലുപിടിക്കാനും അയാൾ ഒരുക്കവുമല്ലായിരുന്നു.

തുടർന്നുള്ള നാളുകളിൽ അനൂപ് മറ്റു സിവിൽ കൺസ്ട്രക്ഷൻ കമ്പനികളിൽ ജോലിക്ക് ശ്രമിച്ചുകൊണ്ടിരുന്നു. സ്വന്തം പരിസര പ്രദേശങ്ങൾവിട്ട് അല്പം ദൂരെയുള്ള സ്ഥലങ്ങളിലേക്കും തൊഴി ലന്വേഷണം നീണ്ടു. പക്ഷേ പ്രതീക്ഷിച്ചതുപോലെത്തന്നെ ഒരാൾ പോലും അനൂപിന് ജോലി നൽകാൻ തയ്യാറായിരുന്നില്ല. കൺസ്ട്രക്ഷൻ കോൺട്രാക്ടർമാരുടെ പല വാട്സ്ആപ്പ് ഗ്രൂപ്പുകളിലും ക്രിമിനൽ കേസിൽ കുറ്റവാളിയായ ഒരാൾ ജോലി അന്വേഷിച്ചു നടക്കുന്നുണ്ടെന്ന് അനൂപിന്റെ ഫോട്ടോസഹിതം മെസ്സേജുകൾ വരാൻ തുടങ്ങിക്കഴിഞ്ഞിരുന്നു. ഇതിനാൽ അനൂപിനെയോ അയാ ളുടെ കേസിനെപ്പറ്റിയോ നേരിട്ടറിയാത്ത കമ്പനികൾപോലും അനൂ പിന് ജോലി നിരസിച്ചു.

ഒടുവിൽ പഠിച്ചപണി വേണ്ട, എന്ത് ജോലിയായാലും കുഴപ്പ മില്ലെന്ന ചിന്തയിൽ അനൂപ് എത്തിച്ചേർന്നു.

പക്ഷേ പുതിയ കാലത്ത് നവമാധ്യമങ്ങൾ വഴി വാർത്ത പര ക്കുന്നതിന്റെ വേഗവും തോതും ആർക്കും ചിന്തിക്കാൻ സാധി ക്കാത്ത തരത്തിലായിരുന്നു.

പ്രതീക്ഷയുടെ പുതുനാമ്പ്

ഒടുവിൽ ദിവസങ്ങൾക്കുശേഷം അത് സംഭവിച്ചു. അനൂപിന്റെ നാട്ടിൽനിന്നും അധികം ദൂരെയല്ലാത്ത ഒരു പട്ടണത്തിലെ കൺ സ്ട്രക്ഷൻ കമ്പനിയുടെ ഉടമ അനൂപിന് ജോലി നൽകുന്ന കാര്യം പരിഗണിക്കാമെന്ന് അറിയിച്ചു. ഒട്ടും സമയംകളയാതെ അനൂപ് അയാളെ നേരിട്ട് കണ്ട് സംസാരിച്ചു.

“അനൂപെന്നല്ലേ പേര് പറഞ്ഞത്?” കമ്പനിയുടമ ശ്രീജിത്ത് ചോദിച്ചു.

അയാൾക്ക് ഏതാണ്ട് നാല്പതുവയസ്സ് പ്രായം തോന്നിച്ചു. മുട്ട് വരെ കൈകളിൽ മടക്കിവെച്ച ഷർട്ടും നീല ജീൻസുമാണ് വേഷം. കണ്ണട ഷർട്ടിന്റെ ഏറ്റവും മേലെയുള്ള ബട്ടനിൽ കുടുക്കി വെച്ചിരി ക്കുന്നു.

"അതേ സാർ." അനൂപ് ബഹുമാനപൂർവ്വം മറുപടി നൽകി.

"ആക്ച്വലി ഞാൻ അനൂപിന്റെ ഫോട്ടോ കണ്ടിട്ടുണ്ട്. ഫോട്ടോയിൽ കണ്ട ഉഷാറൊന്നും നേരിട്ട് കാണുമ്പോൾ തോന്നുന്നില്ലല്ലോ. എന്തുപറ്റി. വയ്യേ?"

നേരിട്ട് യാതൊരു പരിചയവും അവർ തമ്മിൽ ഇല്ലാത്തിരുന്നിട്ടും എന്തിന്, അന്നേവരെ ജീവിതത്തിൽ പരസ്പരം കാണുക പോലും ചെയ്തില്ലെങ്കിലുംകൂടി അനൂപിന്റെ ഫോട്ടോ ശ്രീജിത്തിന് സുപരിചിതമായിരുന്നുവെന്ന് ആ ചോദ്യത്തിലൂടെ വ്യക്തമായി. പക്ഷേ അത് അനൂപിൽ യാതൊരുവിധ ഭാവമാറ്റങ്ങൾക്കും കാരണമായില്ല. സമൂഹത്തിന്റെ കണ്ണിൽ താനൊരു കുറ്റവാളിയാണെന്ന തിരിച്ചറിവ് കഴിഞ്ഞ കുറച്ചു നാളുകൾക്കുള്ളിൽ അയാൾ നേടിയിരുന്നു. സമൂഹത്തെ തനിക്ക് മാറ്റാൻ സാധിക്കില്ല. താൻ സ്വയം മാറി അവയെ പ്രതിരോധിക്കുക മാത്രമാണ് ഏക പോംവഴി.

"ഏയ്, വയ്യായ്കയൊന്നുമില്ല സാർ. കുറച്ച് ദിവസമായി ജോലിയന്വേഷണത്തിന്റെ ഭാഗമായുള്ള ഓട്ടത്തിലാണ്. അതിന്റെ ക്ഷീണം, അത്രേയുള്ളൂ." അനൂപ് പുഞ്ചിരിക്കാൻ ശ്രമിച്ചു.

"ഓക്കേ ഗുഡ്. താങ്കൾക്ക് എക്സ്പീരിയൻസ് ഉണ്ടെന്ന് പറഞ്ഞത് സൈറ്റ് സൂപ്പർവൈസറായിട്ട് തന്നെയല്ലേ?"

"അതെ സാർ. റെസിഡൻഷ്യൽ ആൻഡ് കമേഴ്സ്യൽ സൈറ്റ്സ് ഞാൻ ഹാൻഡിൽ ചെയ്തിട്ടുണ്ട്."

"ഗുഡ്. പ്രധാനപ്പെട്ട ഏതെങ്കിലും രണ്ട് മൂന്ന് പ്രോജക്ടുകൾ പറയാമോ?"

അനൂപ് താൻ മേൽനോട്ടം വഹിച്ചു പൂർത്തിയാക്കിയ കെട്ടിടങ്ങളുടെ വിവരങ്ങൾ ശ്രീജിത്തുമായി പങ്കുവെച്ചു. ജോലി സമയത്ത് മൊബൈൽഫോൺ ക്യാമറയിൽ പകർത്തി സൂക്ഷിച്ചിരുന്ന ഫോട്ടോകളും അയാൾ കാണിച്ചു.

"ഗുഡ്. സൊ യു ആർ റിയലി എക്സ്പീരിയൻസ്ഡ്. ചിലർ ബയോഡേറ്റയിൽ തള്ളുന്നപോലെ അല്ല, താങ്കൾക്ക് എക്സ്പോഷറുണ്ട്."

"ഉണ്ട് സാർ. എനിക്ക് മുൻപൊക്കെ ഗൾഫിലേക്ക് നല്ല ഓപ്പർച്യൂണിറ്റി വന്നതാ. അതും ഞാൻ അപ്ലൈ ചെയ്യാതെ തന്നെ. ഗൾഫിൽ വർക്ക് ചെയ്യുന്ന ഫ്രണ്ട്സ് വഴി. പക്ഷേ എനിക്ക് നാടുവിട്ട് പോവാൻ തീരെ താല്പര്യമില്ല. അന്നുമില്ല, ഇന്നുമില്ല. അതുകൊണ്ടാണ് നാട്ടിൽതന്നെ ജോലി നോക്കുന്നത്.

"ഓക്കേ, ഐ ഗോട്ട് യുവർ പോയിന്റ്. എന്റെ കമ്പനിയിലേക്ക് താങ്കളെ റിക്രൂട്ട് ചെയ്യാൻ ഞാൻ റെഡിയാണ്."

ശ്രീജിത്ത് ഹസ്തദാനത്തിനായി അനൂപിന് നേരെ നീട്ടി. അനൂപിന്റെ മുഖം സന്തോഷംകൊണ്ട് വിടർന്നു.

“താങ്ക്യു സാർ, താങ്ക്സ് എ ലോട്ട്.” അനൂപ് ഇരുകൈകൾ കൊണ്ടും ശ്രീജിത്തിന്റെ കൈയിൽ പിടിച്ച് നന്ദി പറഞ്ഞു. അനൂപിന്റെ കണ്ണുകൾ നിറഞ്ഞത് ശ്രീജിത്ത് ശ്രദ്ധിച്ചു.

“ടേക്ക് ഇറ്റ് ഈസി അനൂപ്. യു ആർ എലിജിബിൾ ഫോർ ദി ജോബ്. അതുകൊണ്ട് മാത്രമാണ് ഞാൻ താങ്കളെ ഹയർ ചെയ്യാൻ തീരുമാനിച്ചത്. നമുക്ക് സാലറിയുടെ കാര്യത്തിലേക്ക് വരാം.”

“ഓക്കെ സാർ.” അനൂപ് തന്റെ കൈകൾ അയാളുടെ കൈയിൽ നിന്നും വേർപ്പെടുത്തിയശേഷം ആകാംക്ഷയോടെ ശ്രീജിത്തിന്റെ വാക്കുകൾക്കായി കാത്തിരുന്നു. മാന്യമായ ശമ്പളം നൽകാൻ ശ്രീജിത്ത് തയ്യാറായിരുന്നെങ്കിലെന്ന് അയാൾ ആശിച്ചു.

“ആദ്യത്തെ കുറച്ച് മാസങ്ങളിൽ തനിക്ക് സാലറിയായി പതിനായിരം രൂപയേ എനിക്ക് നൽകാൻ സാധിക്കൂ. പേയിങ്ഗസ്റ്റായി താമസിക്കാനുള്ള അറേഞ്ച്മെന്റ്സ് ഞാൻ ചെയ്തു തരാം, എന്റെ സ്വന്തം എക്സ്പെൻസിൽ.”

മുഖത്തടിച്ചതുപോലെയാണ് ആ വാക്കുകൾ അനൂപിന് അനുഭവപ്പെട്ടത്. മാസങ്ങൾക്കു മുമ്പുവരെ തനിക്ക് മാസശമ്പളമായി ലഭിച്ചുകൊണ്ടിരുന്നത് അമ്പതിനായിരം രൂപയാണ്. മറ്റാനുകൂല്യങ്ങൾ അതിനു പുറമെ ലഭിച്ചിരുന്നു. മാസാമാസം ഏതാണ്ട് ഇരുപത്തയ്യായിരംരൂപ വെച്ച് എല്ലാ ചെലവുകൾക്കും ശേഷം ബാക്കി വെക്കാൻപോലും സാധിച്ചിരുന്നു. അങ്ങനെ കഴിഞ്ഞ തനിക്ക് എങ്ങനെയാണ് വെറും പതിനായിരംരൂപകൊണ്ട് ജീവിക്കാൻ സാധിക്കുക? അനൂപിന് യാതൊരു എത്തും പിടിയും കിട്ടിയില്ല.

“അനൂപ്...” ശ്രീജിത്തിന്റെ ശബ്ദംകേട്ട് അയാൾ ചിന്തയിൽ നിന്നുണർന്ന് സമനില വീണ്ടെടുത്തു.

“സർ... എനിക്ക് മുമ്പ് ഫിഫ്റ്റിതൗസൻഡ് സാലറി ഉണ്ടായിരുന്നു. എന്റെ എക്സ്പീരിയൻസ് വെച്ചുനോക്കുമ്പോൾ അത് ആക്ച്വലി കുറവാണ്. ഫിഫ്റ്റി തന്നെ വേണമെന്നില്ല. പക്ഷേ പതിനായിരം വെച്ച് ഞാനെന്ത് ചെയ്യാനാ?”

“അനൂപ്, ലിസൺ ഞാനും താങ്കളും ഇപ്പോൾ മീറ്റ് ചെയ്തതിന്റെ റീസൺ എന്താണെന്ന് അറിയുമോ?”

അനൂപിന് ശ്രീജിത്തിന്റെ സ്വഭാവത്തെപ്പറ്റി എത്തുംപിടിയും കിട്ടുന്നുണ്ടായിരുന്നില്ല. അനൂപ് സംശയത്തോടെ അയാളെ നോക്കി. അയാൾ തുടർന്നു.

"താങ്കളുടെ ബയോഡാറ്റയിൽ കൊടുത്തിട്ടുള്ള എക്സ്പീരിയൻസിന് പുറമെ മറ്റൊരു എക്സ്പീരിയൻസ്കൂടി താങ്കൾക്ക് ഉള്ളതിനാലാണ് നമ്മളിപ്പോൾ മീറ്റ് ചെയ്തത്. ഞാൻ ഉദ്ദേശിച്ച എക്സ്പീരിയൻസ് അനൂപിന് മനസ്സിലായല്ലോ അല്ലേ? അല്ലായിരുന്നെങ്കിൽ അനൂപിപ്പോൾ അൻപതിനായിരമോ അറുപതിനായിരമോ ശമ്പളം വാങ്ങി ജോലി ചെയ്യുന്നുണ്ടാവുമായിരുന്നു. ആം ഐ കറക്റ്റ്?"

അതുകേട്ട അനൂപിന്റെ മുഖം വല്ലാതായി. അയാൾക്ക് ദേഷ്യവും സങ്കടവും വന്നു. നിമിഷങ്ങൾക്കുമുമ്പ് താൻ മഹാനായി കണ്ട് കൈകളിൽ പിടിച്ച ആളിതാ ഇപ്പോൾ തന്റെ ദുരവസ്ഥ ഒരു ആയുധമാക്കി തന്നോടുതന്നെ വിലപേശുന്നു. എന്തൊരു ദുഷ്ടനാണിയാൾ.

"ഞാൻ എന്തൊരു ദുഷ്ടനാണെന്നല്ലേ അനൂപ് ഇപ്പോൾ കരുതുന്നത്?" അനൂപിന്റെ മുഖം വായിച്ചകണക്കെ ശ്രീജിത്ത് ചോദ്യം തൊടുത്തു വിട്ടു.

"ഏയ്, അങ്ങനെയല്ല സാർ. ഈ കാലത്ത് പതിനായിരം രൂപ ശമ്പളം വെച്ച് ഞാനെങ്ങനെ ജീവിക്കുമെന്ന് ആലോചിച്ചതാ. മാസാമാസം വരുന്ന ചെലവുകൾ സാറിന് ഊഹിക്കാമല്ലോ."

"അനൂപിന്റെ വാദം നൂറുശതമാനം ശരിയാണ്. ഇനി എന്റെ വാദംകൂടി താങ്കൾ കേൾക്കണം. മറ്റൊരിടത്തും ജോലി കിട്ടാതെ നടന്ന ആളെ നക്കാപ്പിച്ചയ്ക്ക് ഹയർ ചെയ്യാൻ വന്ന ആളല്ല ഞാൻ. എനിക്ക് ആരെയെടുത്താലും ഇപ്പോൾ ഈ ശമ്പളമേ കൊടുക്കാൻ സാധിക്കൂ." ശ്രീജിത്ത് ഒന്നുനിർത്തി. അനൂപ് വിശ്വാസം വരാത്ത മട്ടിൽ അയാളെ നോക്കി. ദീർഘമായ ഒരു ശ്വാസോച്ഛ്വാസത്തിനു ശേഷം അയാൾ തുടർന്നു, "ഐയാം എ ബിഗ് സീറോ നൗ അനൂപ്. എന്റെ കൈയിൽ ഇപ്പോൾ ഒന്നുമില്ല. എന്റെ എല്ലാ പുതിയ സൈറ്റുകളും ക്യാഷില്ലാതെ നിന്നുപോയ അവസ്ഥയിലാണ്. കാരണം എനിക്ക് കഴിഞ്ഞ ഒന്നു രണ്ട് പ്രോജക്ടുകളിൽ ഒരുപാട് ക്യാഷ് കിട്ടാനുണ്ട്. പല ക്ലയന്റ്സുമായി ഇക്കാരണത്താൽ കേസും നടക്കുന്നുണ്ട്."

"അതെങ്ങനെ സംഭവിച്ചു?" അനൂപിന് വിശ്വാസം വന്നില്ല. കാരണം അയാളുടെ അറിവിൽ ശ്രീജിത്ത് സമർത്ഥനായ ഒരു ബിൽഡറാണ്. അയാളുടെ കമ്പനി നഷ്ടത്തിലാണെന്ന് ആരും പറഞ്ഞു കേട്ടിട്ടുമില്ല. ചിലപ്പോൾ ഈ സംഭവവികാസങ്ങളെല്ലാം കഴിഞ്ഞ ഏതാനും മാസങ്ങൾക്കിടയിൽ നടന്നതായിരിക്കാം. കേസും ജയിലുമായി നടന്നതിനാൽ താൻ അറിയാതിരുന്നതാവാം.

"ചതി തന്നെ, അബ്സൊല്യൂട്ട് ചീറ്റിങ്ങ്. കൂടെ നടന്ന ആളുകൾ ചതിച്ചു."

"എങ്ങനെ?"

“ഞാൻ നൂറുശതമാനം വിശ്വസിച്ചിരുന്ന രണ്ട് സബ് കോൺട്രാക്ടർമാർ സബ് സ്റ്റാൻഡേർഡായ പൈപ്പുകളും വയറുകളും മറ്റും വെച്ച് പണി ചെയ്തു. എന്നിട്ട് യഥാർത്ഥത്തിൽ ഉപയോഗിക്കേണ്ടിയിരുന്ന ബ്രാന്റുകളുടെ പേരിൽ ഫേക്ക് ബില്ലുകളുമുണ്ടാക്കി. ഈ കള്ളത്തരത്തിൽ അതാത് കമ്പനികളുടെ ഡീലർമാരും ഉൾപ്പെട്ടിരുന്നതിനാൽ അവർക്ക് എന്നെ എളുപ്പത്തിൽ പറ്റിക്കാൻ സാധിച്ചു.”

“എന്നിട്ട്?”

“ഒരു ദിവസം എനിക്ക് ഒരു ക്ലയന്റിന്റെ ഫോൺകോൾ വന്നു. അയാൾ സൈറ്റ് കാണാൻ വന്നപ്പോൾ വയറിങ് നടക്കുകയായിരുന്നു. വയറിന്റെ ബ്രാൻഡ് അയാളുടെ ശ്രദ്ധയിൽപ്പെട്ടു. അതോടെ കള്ളി പുറത്തായി. അയാൾ എനിക്ക് ഫോട്ടോ സഹിതം തെളിവുകൾ അയച്ചുതന്നു. ഞാൻ പോലും ഈ കാര്യം അപ്പോഴാണ് അറിയുന്നത്. ഞാൻ എവിടെയാണെന്ന കാര്യം എന്റെ സബ് കോൺട്രാക്ടർമാർക്ക് കൃത്യമായി അറിവുണ്ടായിരുന്നതിനാൽ, ഞാനില്ലാത്ത സമയത്താണ് അവർ ഇത്തരം പരിപാടികൾ ഒപ്പിച്ചിരുന്നത്. ഞാൻ പറഞ്ഞല്ലോ, എനിക്കവരെ പൂർണ്ണവിശ്വാസമായിരുന്നു. അതുകൊണ്ടുതന്നെ വർക്ക് ക്രോസ് ചെക്ക് ചെയ്യുന്ന ശീലവും എനിക്ക് കുറവായിരുന്നു.”

“എന്നിട്ട് അതെല്ലാം സാറെങ്ങനെ മാനേജ് ചെയ്തു?”

“അത് വലിയ ഇഷ്യൂ ആയി മാറി. കേസും പൊല്ലാപ്പുമായി. എല്ലാ ക്ലയന്റ്സും കാര്യമറിഞ്ഞു. എല്ലാം എന്റെ തലയിലായി. എല്ലാ വയറിങ് വർക്കുകളും റീചെക്ക് ചെയ്തു. പലയിടത്തും ലോ ക്വാളിറ്റി വയറുകളും പൈപ്പുകളും ഉപയോഗിച്ചതായി കണ്ടെത്തി. അതെല്ലാം ഞാൻ റീപ്ലേസ് ചെയ്തു. ആ വഴിക്ക് ഒരുപാട് ക്യാഷും ട്രസ്റ്റും എനിക്ക് നഷ്ടം വന്നു.”

“അത് അങ്ങനെ സോൾവ് ആയോ?”

“ഇല്ല. ക്ലയന്റ്സിന് അപ്പോൾ മറ്റൊരു സംശയം തോന്നിത്തുടങ്ങി, കൺസ്ട്രക്ഷന് ഉപയോഗിച്ച കമ്പിയും സിമന്റും ലോ ക്വാളിറ്റി ആണോ? ലക്കിലി അത്തരം വർക്കുകൾ നടക്കുന്ന സമയത്ത് ഞാൻ ഫുൾടൈം സൈറ്റിൽ ഉണ്ടായിരുന്നു. സൊ, എനിക്ക് അതിന്റെ കാര്യത്തിൽ പേടിയൊന്നും ഉണ്ടായിരുന്നില്ല. പക്ഷേ അതുപോരല്ലോ. ക്ലയന്റ്സിനെ വിശ്വസിപ്പിക്കേണ്ടേ. പിന്നെ അതിന് വേണ്ടിയുള്ള ഓട്ടമായിരുന്നു. കോൺക്രീറ്റ് ചെയ്ത ദിവസങ്ങളിൽ പ്രൊജക്റ്റ് ബ്രോഷറിൽ പറഞ്ഞ ബ്രാൻഡ് കമ്പികളും സിമന്റുകളും സൈറ്റിൽ അൺലോഡ് ചെയ്തിരുന്നുവെന്നും മറ്റുമുള്ള വിവരങ്ങൾ സപ്ലയർമാരിൽനിന്നും ശേഖരിച്ചു. പക്ഷേ ക്ലയന്റ്സിന് അതുകൊണ്ടൊന്നും വിശ്വാസം വന്നില്ല. അവർ കോൺക്രീറ്റ് സ്ട്രെങ്ത്

അനാലിസിസ് ടെസ്റ്റ് ചെയ്യണമെന്ന് വാദിച്ചു. ഒടുവിൽ അതും ചെയ്തു. പല സ്പോട്ടുകളിലും റാന്റമായി കോൺക്രീറ്റ് നീക്കി ടെസ്റ്റ് ചെയ്ത് കമ്പിയുടെ ബ്രാൻഡ് കൺഫേം ചെയ്തു. ഇതെല്ലാം കഴിഞ്ഞപ്പോ എന്റെ അക്കൗണ്ട് കാലിയായി. ബാങ്കിലെ ഓവർ ഡ്രാഫ്റ്റ് എമൗണ്ടും ഫുൾ ഉപയോഗിച്ചു. ബട്ട് സ്റ്റിൽ ഇറ്റ്സ് നോട്ട് ഓവർ. ചില ക്ലയന്റ്സ് ഫയൽ ചെയ്ത കേസ് കോടതിയിൽ ഇപ്പോഴുമുണ്ട്."

"നിലവിൽ കൺസ്ട്രക്ഷൻ പക്കാ ആണെങ്കിൽ കേസ് അവർ പിൻവലിക്കില്ലേ?"

"ആ വഴിക്ക് ശ്രമിക്കുന്നുണ്ട്. ഞാൻ പ്രതീക്ഷ കൈവെടിഞ്ഞിട്ടില്ല. എല്ലാം ശരിയാവുമായിരിക്കും."

ഒന്നു നിർത്തിയശേഷം ശ്രീജിത്ത് തുടർന്നു, "ഇനി അനൂപ് പറ, ഇപ്പോഴും ഞാനൊരു ദുഷ്ടനാണെന്ന് തോന്നുന്നുണ്ടോ?"

ഇല്ല എന്ന അർത്ഥത്തിൽ അനൂപ് തലയാട്ടി. കൂടിക്കാഴ്ചയുടെ തുടക്കത്തിൽ ശ്രീജിത്തിന് ഉണ്ടായിരുന്നുവെന്ന് തോന്നിയ സുപ്പീരിയോരിറ്റി കോംപ്ലക്സ് ഒരു പുറംപൂച്ച് മാത്രമായിരുന്നുവെന്ന് അനൂപിന് മനസ്സിലായി. എല്ലാം നഷ്ടപ്പെടുന്നതിന്റെ വക്കത്ത് നിൽക്കുന്ന ആളാണ് ശ്രീജിത്ത്. എങ്ങനെയെങ്കിലും കരകയറാൻ പെടാപ്പാട് പെടുന്ന ആൾ. തങ്ങൾ ഇരുവരും ഒരേ അവസ്ഥയിലാണെന്ന് പറഞ്ഞാലും തെറ്റില്ല, രണ്ട് രീതിയിൽ ജീവിതം തിരിച്ചു പിടിക്കാൻ ശ്രമിക്കുന്ന രണ്ടുപേർ.

"ആർ യു റെഡി റ്റു ജോയിൻ മൈ കമ്പനി?" ശ്രീജിത്തിന്റെ ചോദ്യമുയർന്നു.

"ഞാൻ... ഞാനൊന്ന് ആലോചിച്ചിട്ട് പറഞ്ഞാൽ മതിയോ?"

"വൈ നോട്ട്, ആലോചിച്ചിട്ട് തീരുമാനം എന്നെ അറിയിച്ചാൽ മതി. വെൻ കാൻ ഐ എക്സ്പെക്ട് യുവർ കോൾ?"

"ഞാൻ ഇന്നു രാത്രിക്കുള്ളിൽ പറയാം സാർ."

അവർ തമ്മിൽ കൈ കൊടുത്ത് പിരിഞ്ഞു.

തിരിച്ചടികൾ വീണ്ടും

അന്ന് രാത്രി സമയം ഏതാണ്ട് എട്ടു മണി. അനൂപ് തന്റെ ഗ്രാമത്തിലെ പഞ്ചായത്ത് റോഡിലൂടെ നടക്കുകയാണ്. തട്ടുകടയിൽ നിന്നും ഭക്ഷണം കഴിച്ച് ലോഡ്ജിലേക്കുള്ള യാത്രയിലാണ്. നിലവിൽ ജോലിയില്ലാത്തതിനാൽ ഭക്ഷണത്തിനും താമസത്തിനുമായി

കാശ് ചെലവാക്കുന്നത് വളരെ ശ്രദ്ധിച്ചാണ്. തൽക്കാലം പിശുക്ക് കൂടിയേ തീരൂ.

ശ്രീജിത്തുമായി കൂടിക്കാഴ്ച കഴിഞ്ഞിട്ട് മണിക്കൂർ എട്ടായി. ഇത്രയുംനേരം അനൂപ് ആലോചിച്ചത് മുഴുവൻ ശ്രീജിത്തിനോട് യെസ് പറയണോ അതോ നോ പറയണോ എന്നതിനെക്കുറിച്ച് മാത്രമായിരുന്നു. ഒടുവിൽ ഏല്ലാം കൂട്ടിക്കുറച്ച് അയാൾ എത്തിച്ചേർന്നത് യെസ് എന്ന തീരുമാനത്തിലേക്കായിരുന്നു! അയാൾ പാന്റിന്റെ കീശയിൽനിന്നും തന്റെ മൊബൈൽഫോൺ പുറത്തെടുത്തു. വലതുകൈയുടെ ചൂണ്ടുവിരലിനാൽ പാറ്റേൺ വരച്ച് ഫോണിന്റെ ലോക്ക് തുറന്നു. കോൾ ലോഗിൽനിന്നും ശ്രീജിത്തിന്റെ നമ്പർ ഡയൽ ചെയ്തു.

“ഹലോ അനൂപ്, ഐ വാസ് വെയ്റ്റിങ് ഫോർ യുവർ കോൾ.”

“ഹലോ സാർ.”

“യെസ്, പറയൂ, എന്ത് തീരുമാനിച്ചു?”

“ഞാൻ ജോയിൻ ചെയ്യാൻ തയ്യാറാണ് സാർ.”

“ഓഹ്, ഗുഡ് ടു ഹിയർ ഇറ്റ് അനൂപ്.”

“താങ്ക് യു സാർ.”

“ഉം, എനിക്കുമൊരു കാര്യം പറയാനുണ്ട്.”

“എന്താണ് സാർ?” ആകാംക്ഷ കാരണം അറിയാതെ അനൂപിന്റെ നടത്തം നിന്നു. ഇതുവരെ പറയാതെ വച്ച വല്ല ‘terms & conditions’ പറയാൻ പോവുകയാണോ ശ്രീജിത്തെന്ന് അയാൾ ശങ്കിച്ചു. അയാളുടെ ഹൃദയമിടിപ്പ് കൂടി.

“ഇന്ന് വൈകിട്ട് ഒരു ക്ലയന്റ് വിളിച്ചിരുന്നു. എന്റെ പേരിൽ കേസ് ഫയൽ ചെയ്ത ക്ലയന്റ്സിൽ ഒരാളാണ് പുള്ളി. ആൾ ഇപ്പൊ പറയുന്നത് പുള്ളിക്ക് കേസുമായി ഫർദർ പ്രോസീഡ് ചെയ്യാൻ താല്പര്യമില്ലെന്നാണ്. സ്റ്റേജ് വൈസ് പെന്റിങ് പേയ്മെന്റ് എല്ലാം ഉടൻ ക്ലിയർ ചെയ്യാമെന്ന് പ്രോമിസ് ചെയ്തിട്ടുമുണ്ട്.” ശ്രീജിത്തിന്റെ വാക്കുകളിൽനിന്ന് അയാളുടെയുള്ളിൽ അലയടിച്ച സന്തോഷം എത്രയെന്ന് അനൂപിന് ഊഹിക്കാൻ സാധിച്ചു. ശ്രീജിത്ത് നേരിട്ടിരുന്ന പ്രധാന പ്രശ്നം ക്ലയന്റ്സിൽനിന്നും ലഭിക്കാനുണ്ടായിരുന്ന കാശാണ്. ആ കാശ് കൃത്യമായ ഇടവേളകളിൽ ലഭിച്ചാൽ മാത്രമേ ജോലികൾ അല്ലലില്ലാതെ മുന്നോട്ട് പോവുകയുള്ളൂ.

“വളരെ നല്ല വാർത്തയാണല്ലോ സാർ. എനിക്ക് തോന്നുന്നു, ഈ വാർത്ത കേസിന് പോയ മറ്റ് ക്ലയന്റ്സ് അറിഞ്ഞാൽ അവരും കേസും കൂട്ടവും അവസാനിപ്പിക്കുന്നതിനെക്കുറിച്ച് ചിന്തിക്കാൻ സാധ്യതയുണ്ട്.”

“നഷ്ടപ്പെട്ട ട്രസ്റ്റ് വീണ്ടെടുക്കണം. അതാണ് എന്റെ ഏറ്റവും പ്രധാനപ്പെട്ട അജണ്ട. ബിൽഡിങ് കൺസ്ട്രക്ഷനിൽ എനിക്ക് പറ്റിയ എല്ലാ തെറ്റുകളും ഞാൻ തിരുത്തിയെന്ന് എനിക്ക് നൂറുശതമാനം ഉറപ്പുണ്ട്. പക്ഷേ എന്റെ ഉറപ്പിന് യാതൊരു വിലയും ആരും കല്പിച്ചു തന്നിരുന്നില്ല. ഈ ഫ്ളാറ്റ് പൊളിഞ്ഞുവീഴില്ലെന്ന് ആളുകളെ വിശ്വസിപ്പിക്കാനാണ് ഞാനിത്രയും കാലം കഷ്ടപ്പെട്ടത്. ഐ ഹാവ് ടു ഫിനിഷ് മൈ ടാസ്ക് ഹൻഡ്രഡ് പെഴ്സെന്റേജ്. ഇപ്പോ എന്റെ കോൺഫിഡൻസ് വർധിച്ചു.” ഒന്ന് നിർത്തിയ ശേഷം ശ്രീജിത്ത് തുടർന്നു, “കാര്യങ്ങൾ ഞാൻ പ്രതീക്ഷിക്കുന്നതുപോലെ നടക്കുകയാണെങ്കിൽ അടുത്ത ആഴ്ച ഒരു എമൗണ്ട് എനിക്ക് കിട്ടും. അതിൽപ്പിന്നെ കാര്യങ്ങൾ അല്പം സ്മൂത്താവും. ഐ ആം ഷുവർ.”

“കാര്യങ്ങൾ കലങ്ങിത്തെളിയാൻ പോവുകയാണെന്ന് എനിക്കും തോന്നുന്നു.”

“യെസ് അനൂപ്. നൗ ലിസൺ. അനൂപിന് തൽക്കാലം ഒരു ഫോർട്ടി തൗസന്റ് പെർ മന്ത് ഇൻ ഹാൻഡ് സാലറി ലഭിച്ചാൽ കാര്യങ്ങൾ സ്മൂത്താവുമോ?

“സാർ...”

“അതേടോ, ഞാൻ തീരുമാനിച്ചു കഴിഞ്ഞു. യു ഡിസേർവ് മോർ ആക്ച്വലി. അതിൽ കൂടുതൽ തരണമെന്ന് സത്യം പറഞ്ഞാൽ എനിക്ക് ആഗ്രഹവുമുണ്ട്. ബട്ട് ഇപ്പോ എല്ലാം കൂടി താങ്ങില്ല.”

“ഫോർട്ടി തൗസന്റ് എനിക്ക് ഓക്കേയാണ് സാർ. സാറിന് മനസ്സിലായല്ലോ പതിനായിരംരൂപയ്ക്കുപോലും ഞാൻ യെസ് പറഞ്ഞുവെങ്കിൽ എന്റെ സിറ്റുവേഷൻ എന്തായിരിക്കുമെന്ന്.”

“ഉം... ഐ ഗോട്ട് യുവർ പോയിന്റ്. താങ്കൾക്ക് എപ്പോ ജോയിൻ ചെയ്യാൻ സാധിക്കും?”

“ഞാൻ നാളെ മുതൽത്തന്നെ... ആഹ്....” വലിയൊരലർച്ചയോടെ തന്റെ വാക്കുകൾ മുഴുവിക്കാൻ സാധിക്കാതെ അനൂപ് റോഡിലേക്ക് തെറിച്ചുവീണു. എന്താണ് സംഭവിക്കുന്നതെന്ന് അയാൾക്ക് മനസ്സിലായില്ല. വീണതിന്റെ ആഘാതത്തിൽ കൈയിൽനിന്നും മൊബൈൽ ഫോൺ നഷ്ടപ്പെട്ടിരുന്നു. ഏതാനും നിമിഷങ്ങൾ വേണ്ടി വന്നു അനൂപിന് സ്ഥലകാലബോധം തിരിച്ചുകിട്ടാൻ. റോഡിൽ കമിഴ്ന്നു കിടക്കുകയായിരുന്ന അയാൾ ആയാസപ്പെട്ട് എഴുന്നേറ്റ് പിന്നിലേക്ക് തിരിഞ്ഞുനോക്കി.

സുരേഷ്. കൂടെ നാലഞ്ചുപേർ വേറെയുമുണ്ട്. അവർക്കു പിന്നിൽ ഒരു മഹിന്ദ്ര ജീപ്പ് ഹെഡ് ലൈറ്റ് തെളിച്ച് നിൽക്കുന്നു.

“എന്നെ മനസ്സിലായോടാ നിനക്ക്?” സുരേഷ് പല്ല് കടിച്ചുപിടിച്ച് അലറി.

"സുരേഷ്... സുരേഷേട്ടൻ..." അനൂപ് പതിയെ മന്ത്രിച്ചു.

"ആ അപ്പോ നിനക്കെന്നെ ഓർമ്മയുണ്ടല്ലേ നായിന്റെ മോനേ. കുറച്ച് നാളായി നിന്നെ ഞാൻ ഇങ്ങനെയൊരു സ്ഥലത്ത് വെച്ച് ഒറ്റയ്ക്ക് കിട്ടാൻ നോക്കിയിരിക്കുന്നു. ഇന്നാണ് ഒത്തു കിട്ടിയത്."

സുരേഷ് ദേഷ്യംകൊണ്ടു വിറച്ചു. പതിവുപോലെ അയാൾ മൂക്കറ്റം മദ്യപിച്ചിട്ടുണ്ട്. കൂട്ടുകാരും അങ്ങനെതന്നെ. കാര്യങ്ങൾ അത്ര പന്തിയല്ലെന്ന് അനൂപിന് മനസ്സിലായി. സുരേഷ് എപ്പോഴും മദ്യപാനവും അടിയുംപിടിയുമായി നടക്കുന്ന ആളാണെന്ന് സുജിത് പല തവണ അനൂപിനോട് പറഞ്ഞിട്ടുള്ളതാണ്. കൂട്ടുകാരാണ് അയാളെ കൂടെനടന്ന് എരികേറ്റി ഓരോന്ന് ചെയ്യിക്കുന്നത്. ആകെയുള്ള നല്ല ഒരു സുഹൃത്ത് ഫൈസൽ ഇക്കയാണെന്ന് സുജിത് മുമ്പ് പറഞ്ഞിട്ടുണ്ട്, അയാളാണെങ്കിൽ ഇപ്പോ കൂടെയില്ലതാനും. ഫോണിൽ സംസാരിച്ചു നടക്കുന്നതിനിടെ ജീപ്പ് വന്നതൊന്നും അനൂപിന്റെ ശ്രദ്ധയിൽപ്പെട്ടിരുന്നില്ല.

"ഞാനിപ്പോ യാതൊരു പ്രശ്നത്തിനും പോവാറില്ല. ദയവ് ചെയ്ത് എന്നെ ഉപദ്രവവിക്കരുത്."

"ഉണ്ടാക്കേണ്ട പ്രശ്നമൊക്കെ നീ നേരത്തെ ഉണ്ടാക്കിക്കഴിഞ്ഞല്ലോ. ഇനി അതിന്റെയൊക്കെ മറുപടി ഞാൻ തരാം. ഐൻസ്റ്റീനോ ന്യൂട്ടണോ, ആരോ പറഞ്ഞതുപോലെ, എവരി ആക്ഷൻ ഈക്വൽ ആൻഡ് ഓപ്പോസിറ്റ് റിയാക്ഷൻ. ആ റിയാക്ഷൻ ഇനി നീ അനുഭവിക്കണം."

"സുരേഷേട്ടാ, ഞാൻ തെറ്റ് ചെയ്തിട്ടുണ്ടെങ്കിൽ അതിന്റെ ശിക്ഷയും ഞാൻ അനുഭവിച്ചിട്ടുണ്ട്. അതിന്റെ പേരിൽ ഇനിയെന്നെ ദ്രോഹിക്കരുത്."

"ശിക്ഷയോ? എന്ത് ശിക്ഷ? ഒരാഴ്ചയെങ്കിലും ഒരുമിച്ച് ജയിലിൽ കിടന്നിട്ടുണ്ടോ നീ? ഇപ്പോ നീയിതാ ഒന്നും സംഭവിക്കാത്ത മട്ടിൽ നാട്ടിലൂടെ കറങ്ങി നടക്കുന്നു. ഞാനൊന്നും കാണുന്നില്ലെന്നാണോ നിന്റെ വിചാരം?"

"ഞാൻ ഒരു ജോലിയെന്വേഷിച്ച് അലഞ്ഞുനടക്കുകയായിരുന്നു ഇത്രയും ദിവസം. അല്ലാതെ നിങ്ങൾ കരുതുന്ന പോലെയല്ല. വളരെ കഷ്ടപ്പെട്ടാ അവസാനം ഒരു ജോലി ശരിയായത്."

"ഓഹോ... അപ്പോ നീ ഈ നാട്ടിൽ ജോലി ചെയ്ത് സുഖമായി ജീവിക്കാൻ പോവുകയാണോ? അത് കൊള്ളാലോ." സുരേഷ് ഒന്നുനിർത്തി. ശേഷം ഒരടി കൂടി അനൂപിനടുത്തേക്ക് നീങ്ങിക്കൊണ്ട് തുടർന്നു, "എന്നാ നീ കേട്ടോ. ഈ നാട്ടിൽ നിനക്കിനി പണിയെടുത്ത് ജീവിക്കാൻ പറ്റില്ല. പറ്റണമെങ്കിൽ ഞാൻ ചാവണം.

നീ എവിടെയെങ്കിലും ജോലി ചെയ്യുന്നെന്ന് ഞാൻ അറിഞ്ഞാൽ അവിടെവന്ന് അലമ്പുണ്ടാക്കും."

ഇതുകേട്ട നിമിഷം തന്റെ മൊബൈൽ ഫോണിൽ താൻ ശ്രീജിത്തുമായി സംസാരിച്ചുകൊണ്ടിരിക്കുകയായിരുന്നെന്ന കാര്യം അനൂപിന് ഓർമ്മ വന്നു. അയാൾ ചുറ്റും നോക്കി. അല്പം അകലെയായി മൊബൈൽഫോൺ കിടപ്പുണ്ട്. സ്ക്രീൻ അയാൾക്ക് കാണാൻ സാധിച്ചു. ശ്രീജിത്തുമായുള്ള കോൾ കട്ടായിട്ടില്ല. അതിനർത്ഥം അപ്പോൾ അവിടെ നടന്ന എല്ലാ സംഭാഷണവും ശ്രീജിത്ത് കേട്ടിട്ടുണ്ടെന്നാണ്. അയാൾ ഉടൻ ഫോണിനടുത്തേക്ക് ഓടിച്ചെന്ന് അതെടുക്കാൻ ശ്രമിച്ചു. പക്ഷേ അപ്പോഴേക്കും അയാളുടെ ബനിയന്റെ പിൻകോളറിൽ ശക്തിയായ ഒരു പിടുത്തം വീണു. തുടർന്നൊരു അട്ടഹാസം അയാളുടെ ചെവിയിൽ തുളച്ചുകയറി.

"ഞാൻ പറയുന്നതൊന്നും നീ കേൾക്കുന്നില്ലെടാ നായേ."

താൻ സംസാരിക്കുന്നതിനിടെ മൊബൈൽ ഫോണെടുക്കാൻ ശ്രമിച്ചത് സുരേഷിനെ കൂടുതൽ ചൊടിപ്പിച്ചു. ഉള്ളിലെ മദ്യം അയാളുടെ വികാരങ്ങളെ കൂടുതൽ ഉത്തേജിപ്പിച്ചുകൊണ്ടിരുന്നു. കൂടെ സുഹൃത്തുക്കൾ ഉണ്ടെന്ന ധൈര്യം വേറെയും. പിന്നിൽനിന്നുള്ള പിടുത്തം അനൂപിന്റെ കഴുത്തിൽ ചെറുതല്ലാത്ത വേദന സമ്മാനിച്ചു. അതിന്റെ പ്രതിക്രിയയെന്നോണം തന്റെ വലതു കൈമുട്ട് അയാൾ ശക്തിയായി പിന്നോട്ട് ചലിപ്പിച്ചു. ഫലമോ, ആ പ്രവൃത്തി ശക്തമായ പ്രഹരമായി സുരേഷിന്റെ നെഞ്ചിൽ പതിച്ചു. ഓർക്കാപ്പുറത്ത് ഏറ്റ ഇടിയിൽ സുരേഷിന്റെ കൈ അനൂപിന്റെ കോളറിൽനിന്ന് വേർപ്പെട്ടു. പക്ഷേ നിമിഷങ്ങൾക്കുള്ളിൽ സുരേഷ് തിരിച്ചടിച്ചു. ശക്തിയായി അയാൾ അനൂപിന്റെ നെടുമ്പുറത്ത് കാലുയർത്തി ചവിട്ടി. അനൂപ് മൂക്കുകുത്തി റോഡിൽ വീണു. വീണ്ടും നാലഞ്ച് തവണ സുരേഷ് കാലുകൊണ്ട് അനൂപിനെ തൊഴിക്കുകയും ചവിട്ടുകയും ചെയ്തു. ഇതിനിടെ സുരേഷിന്റെ സുഹൃത്തുക്കളിൽ ഒരാൾ റോഡരികിൽ കിടന്ന ഒരു മരക്കമ്പ് കൈയിലെടുത്ത് അനൂപിന് നേരെ പാഞ്ഞടുത്തു.

"മാറെടാ സുരേഷേ, ഇവനെ ഞാൻ ശരിയാക്കാം." അയാൾ സാമാന്യം വലിപ്പമുള്ള ആ മരക്കഷണം റോഡിൽ കിടക്കുകയായിരുന്ന അനൂപിന്റെ തല ലക്ഷ്യമാക്കി ആഞ്ഞു വീശി.

"ഇവനെ കൊല്ലണ്ട, ഇവൻ ചത്താൽ നമ്മൾ തന്നെ കുഴിച്ചിടേണ്ടി വരും." സുഹൃത്ത് ആഞ്ഞുവീശിയ മരക്കഷണം തന്റെ കരുത്തുറ്റ കരങ്ങളാൽ തടഞ്ഞുകൊണ്ട് സുരേഷ് പറഞ്ഞു.

“പിന്നെ ഇവനെ വെറുതെ വിടാനോ? നിന്റെ അനിയനെ കൊല്ലാൻ നോക്കിയവനാണിവൻ. നീ മാറ്.” സുഹൃത്ത് മരക്കഷണം സുരേഷിന്റെ കൈകളിൽനിന്നും കുടഞ്ഞെടുക്കാൻ ശ്രമിച്ചു.

“എന്റെ അനിയനെ കുത്തിയതിന് ഞാൻ കൊടുത്തിട്ടുണ്ട്. നീയിനി അതിന്റെ പേരിൽ കോടതിയും ജയിലും കയറാൻ നിൽക്കണ്ട.” സുരേഷ് ഒറ്റവലിക്ക് മരക്കഷണം സ്വന്തമാക്കി ഞൊടിയിടയിൽ ദൂരേയ്ക്ക് വലിച്ചെറിഞ്ഞു. തന്റെ അനിയന്റെ വിഷയത്തിൽ മറ്റൊരാൾ തന്നെ കടത്തിവെട്ടി പ്രതികരിക്കുന്നത് അയാൾക്കിഷ്ടമായിരുന്നില്ല എന്നതായിരുന്നു അത്തരത്തിൽ പ്രതികരിക്കാൻ അയാളെ നിർബന്ധിച്ച ഘടകം. അതിനുശേഷം അയാൾ അനൂപിനെ പിടിച്ചെഴുന്നേൽപ്പിച്ചശേഷം അയാൾക്കഭിമുഖമായി നിന്നു.

“ദാ, കണ്ടല്ലോ, നീയിപ്പോ തലപൊട്ടി ചോരയിൽ കുളിച്ച് ഇവിടെ കിടന്ന് ചാവേണ്ടതായിരുന്നു. അതുവേണ്ട. തൽക്കാലം നീ പോ. എന്റെ ഔദാര്യമാണ് നിന്റെ ഇനിയുള്ള ജീവിതം. ഓർമ്മയിൽ വെച്ചോ, ഇനി ഈ നാട്ടിൽ കളിയിറക്കിയാൽ അന്ന് നിന്റെ അന്ത്യമാണ്.” സുരേഷ് അനൂപിന്റെ നെഞ്ചത്ത് സാമാന്യം ശക്തിയിൽ തള്ളി. അനൂപ് ഏതാനും അടികൾ പിന്നോട്ടു നീങ്ങി. ഒന്നും മിണ്ടാതെ അയാൾ സുരേഷിനെയും കൂട്ടാളികളെയും മാറി മാറി നോക്കി.

“വാടാ, വണ്ടിയിൽ കയറ്.”

സുരേഷ് ജീപ്പിന്റെ ഡ്രൈവിംഗ് സീറ്റ് ലക്ഷ്യമാക്കി നടന്നു. ഇതിനിടെ അയാൾ കൈകൾ ഇരുവശത്തേക്ക് ചുഴറ്റിയും മീശപിരിച്ചും സ്റ്റണ്ട് സിനിമകളിലെ നായകന്റെ കണക്കെയുള്ള ഭാവം തന്റെ ശരീരഭാഷനിൽ കൊണ്ടുവരാൻ ശ്രമം നടത്തിക്കൊണ്ടിരുന്നു. എന്തും ചെയ്യാൻ മടിക്കാത്തവനാണ് താനെന്ന അഭിപ്രായം തന്റെ ചുറ്റുമുള്ളവർക്കിടയിൽ ഉണ്ടാവണമെന്ന കലശലായ ആഗ്രഹം ഉള്ളിൽപേറി നടക്കുന്ന വ്യക്തിയാണ് സുരേഷ്. യഥാർത്ഥത്തിൽ സുജിത്തിനോടുള്ള സ്നേഹമോ വാത്സല്യമോ ആയിരുന്നില്ല അനൂപിന് തക്കശിക്ഷ നൽകണമെന്ന് അയാളെ തോന്നിപ്പിച്ചത്. മറിച്ച് താനൊന്നും ചെയ്തില്ലെങ്കിൽ സുരേഷ് ഭീരുവാണെന്ന് തന്റെ സുഹൃത്തുക്കളടക്കമുള്ള നാട്ടുകാർ പരസ്പരം പറയുമെന്ന ഭയമായിരുന്നു അയാളെ ഈ പ്രവൃത്തികൾക്കെല്ലാം പ്രേരിപ്പിച്ചത്.

ഡ്രൈവിംഗ് സീറ്റിൽ ഇരുന്ന സുരേഷ് ഗിയർ ന്യൂട്രലിൽ നിന്നും ഒന്നിലേക്ക് മാറ്റി. ക്ലച്ച് ചവിട്ടിപ്പിടിച്ച് ആക്സിലറേറ്ററിൽ കാലമർത്തി. ’97 മോഡൽ മഹീന്ദ്ര CL550 ഉച്ചത്തിൽ മുരണ്ടു. സുരേഷ് വലതുകൈ ജീപ്പിന് പുറത്തേക്ക് നീട്ടി ചൂണ്ടുവിരൽ അനൂപിന് നേരെ താക്കീത്

നൽകുന്ന കണക്കെ ചൂണ്ടി തന്റെ അതിനാടകീയമായ ഭാവപ്രകടനങ്ങൾ തുടർന്നു. ശേഷം ആക്സിലറേറ്റർ ഇരപ്പിച്ച് വാഹനം അതിവേഗം ഓടിച്ചുപോയി.

ജീവൻ രക്ഷപ്പെട്ട ആശ്വാസത്തിൽ ദീർഘമായി നിശ്വസിച്ചുകൊണ്ട് അനൂപ് ഏതാനും നിമിഷം റോഡരികിൽ നിന്നു. പെട്ടെന്നാണ് തന്റെ മൊബൈൽ ഫോണിന്റെ കാര്യം അയാൾക്ക് ഓർമ്മ വന്നത്. അയാൾ ചുറ്റും നോക്കി. ഫോൺ റോഡരികിൽ കിടപ്പുണ്ട്. ഭാഗ്യത്തിന് ജീപ്പ് കയറി തകർന്നിട്ടില്ല. അയാൾ ഓടിച്ചെന്ന് ഫോണെടുത്തു. കൈകൊണ്ട് സ്ക്രീനിലെ മണ്ണും അഴുക്കും തുടച്ചുകളഞ്ഞു. പാറ്റേൺ വരച്ച് ലോക്ക് തുറന്ന് നേരെ പോയത് കോൾ ലോഗിലേക്കാണ്. ഏറ്റവും മുകളിലായി ശ്രീജിത്തിന്റെ പേരും നമ്പറും കാണാം. ഒട്ടും സമയം കളയാതെ അയാൾ ആ നമ്പറിൽ ഡയൽ ചെയ്തു.

നാലഞ്ചു റിങ്ങിനുശേഷം ശ്രീജിത്ത് ഫോണെടുത്തു.

“ഹലോ, അനൂപ്...”

“ഹലോ സാർ...”

“യെസ്, പറയൂ അനൂപ്.”

“സാർ.. ഇവിടെ ചെറിയൊരു ഇഷ്യൂ ഉണ്ടായതാ. ഇപ്പോ അത് സോൾവ് ആയി.”

“ആ ഇഷ്യൂ എന്താണെന്ന് എനിക്ക് മനസ്സിലായി അനൂപ്. ഞാൻ ഫോണിൽ എല്ലാം കേൾക്കുന്നുണ്ടായിരുന്നു.”

എന്തു മറുപടി പറയണമെന്നറിയാതെ അനൂപ് ഏതാനും നിമിഷം പകച്ചുനിന്നു. സുരേഷും കൂട്ടരും തന്നെ മർദ്ദിക്കുമ്പോൾ ഫോൺകോൾ കട്ടായിരുന്നില്ലെന്ന കാര്യം അനൂപിന് നേരത്തെ മനസ്സിലായിരുന്നു.

“അവർ പ്രശ്നമൊന്നും ഉണ്ടാക്കില്ല സാർ.”

“കേൾക്കേണ്ട കാര്യങ്ങൾ എല്ലാം കേട്ടതിനുശേഷമാണ് ഞാൻ കോൾ കട്ട് ചെയ്തത്. താങ്കൾക്ക് ജോലി തരാമെന്ന് ഞാൻ പ്രോമിസ് ചെയ്തു പോയല്ലോ. ഐ വിൽ കീപ് മൈ വേർഡ്. ഞാൻ ജോലി നൽകാൻ തയ്യാറാണ്. ഞാൻ ആൾറെഡി കഴുത്തുവരെ മുങ്ങിനിൽക്കുന്ന ആളാണ്. അവസാനത്തെ ശ്രമമാണ് ഞാൻ ഇപ്പോൾ നടത്തുന്നത്. അതിനിടെ താങ്കളുടെ പാസ്റ്റിനെ ബേസ് ചെയ്തുള്ള പ്രശ്നങ്ങൾ വന്നാൽ അതും ഞാൻ ഫേസ് ചെയ്തുകൊള്ളാം.”

അനൂപ് മറുപടിയൊന്നും പറഞ്ഞില്ല. ശ്രീജിത്തിന്റെ വാക്കുകളിൽ അയാളുടെ ഉള്ളിലെ പേടി വ്യക്തമായി പ്രകടമായിരുന്നു.

താൻ ശ്രീജിത്തിന്റെ കമ്പനിയിൽ ജോലിക്ക് പോവരുതെന്നാണ് അയാൾ ആഗ്രഹിക്കുന്നതെന്ന് പകൽപോലെ വ്യക്തം. നേരത്തെ പറഞ്ഞ വാക്കിൽനിന്നും വ്യതിചലിക്കാനുള്ള വൈമുഖ്യം കൊണ്ട് അത് നേരിട്ട് പറഞ്ഞില്ലെന്നുമാത്രം.

“ഹലോ അനൂപ്, ഡു യു...”

“ഞാൻ ജോയിൻ ചെയ്യുന്നില്ല സാർ.” ശ്രീജിത്തിനെ മുഴുവിപ്പിക്കാൻ അനുവദിക്കാതെ അനൂപ് ഒറ്റശ്വാസത്തിൽ പറഞ്ഞു. അയാൾ പ്രതീക്ഷിച്ച പോലെതന്നെ ഒരു ഞെട്ടലോ, “വാട്ട് ദി ഹെൽ” എന്ന ആക്രോശമോ ശ്രീജിത്തിൽനിന്നുമുണ്ടായില്ല. അയാൾ മനസ്സിൽ എന്താഗ്രഹിച്ചോ ദൈവത്തോട് എന്തിനുവേണ്ടി കെഞ്ചിയോ അത് അനൂപിൽനിന്നും ലഭിച്ചിരിക്കുന്നു.

“അനൂപ്, ആർ യു ഷുവർ? ഞാൻ അങ്ങനെയൊന്നും ഉദ്ദേശിച്ചിട്ടില്ല.” വാക്കുകളിൽ കപടമായ നിരാശ നിറച്ച് ശ്രീജിത്ത് പറയുമ്പോഴും അനൂപിന്റെ തീരുമാനം ഇനിയൊരിക്കൽകൂടി മാറാൻ ഇട വരുത്തരുതെന്ന പ്രാർത്ഥനയിലായിരുന്നു ശ്രീജിത്ത്.

“ഐ ആം ഡാം ഷുവർ മിസ്റ്റർ ശ്രീജിത്ത്. താങ്ക് യു.”

തിരിച്ചൊരു മറുപടിക്ക് കാത്തു നിൽക്കാതെ അനൂപ് ഫോൺ കട്ട് ചെയ്ത് പാന്റിന്റെ കീശയിൽവെച്ച് അലക്ഷ്യമായി റോഡിലൂടെ നടന്നു. ഏതാനും നിമിഷങ്ങൾ കഴിഞ്ഞു, അയാളുടെ ഫോൺ റിങ് ചെയ്തു. ശ്രീജിത്തായിരിക്കുമെന്ന ധാരണയിൽ തീരെ താല്പര്യമില്ലാതെ അയാൾ കീശയിൽനിന്നും മൊബൈൽ ഫോൺ കൈയിലെടുത്തു.

“Raghavettan calling.” വിളിച്ചത് ശ്രീജിത്ത് ആയിരുന്നില്ല. രാഘവനായിരുന്നു. അനൂപിന്റെ സഹതടവുകാരനായിരുന്ന രാഘവൻ.

“ഹലോ...” അനൂപ് ഫോണെടുത്തു.

“ഹലോ അനൂപേ...”

“പറയൂ രാഘവേട്ടാ.”

“എന്തുപറ്റി, ശബ്ദമൊക്കെ വല്ലാതെ തോന്നുന്നു.”

“ഏയ്, ഒന്നുമില്ല.” തന്റെ കിതപ്പ് രാഘവനെ അറിയിക്കാതിരിക്കാൻ ശ്വാസത്തിന്റെ വേഗം കുറച്ച് കുഴപ്പമൊന്നും ഇല്ലെന്ന പോലെ അനൂപ് സംസാരിക്കാൻ ശ്രമിച്ചു.

“എന്തോ ഉണ്ടല്ലോ. പറയെടോ. നിന്റെ ശബ്ദം ഇപ്പൊ കേട്ടാൽ ആർക്കുമത് മനസ്സിലാവും.”

അനൂപ് മറുപടിയൊന്നും പറഞ്ഞില്ല, ഏതാനും നിമിഷങ്ങൾക്കുശേഷം രാഘവൻ തുടർന്നു, “എന്താ, ജോലി ശരിയാവുന്നില്ലേ?

അതോ നാട്ടുകാർ ബുദ്ധിമുട്ടിക്കുന്നുണ്ടോ, കേസിന്റെ പേരും പറഞ്ഞ്?"

പൊടുന്നനെ ഉച്ചത്തിലുള്ള ഒരു കരച്ചിലാണ് മറുപടിയായി അനൂപിൽ നിന്നുണ്ടായയത്. മൈലുകൾക്കപ്പുറം മലമുകളിൽ മൊബൈൽ ഫോണിന് നേരിയ റേഞ്ച് മാത്രം ലഭിക്കുന്ന തന്റെ വീടിന്റെ വരാന്തയിൽ പാതിമുറിഞ്ഞ ശബ്ദശകലങ്ങളായി ആ കരച്ചിൽ രാഘവൻ കേട്ടു. ശബ്ദം നേർത്തതായിരുന്നിട്ടും അനൂപിന്റെ കരച്ചിലിന്റെ ആഴം അയാൾക്ക് മനസ്സിലാക്കാൻ സാധിച്ചു.

"എന്തുപറ്റി മോനേ?" രാഘവൻ ഫോൺ ചെവിയിൽ ചേർത്തുപിടിച്ച് വീടിന്റെ മുറ്റത്തിറങ്ങി. ശേഷം പുറത്തെ ചുമരിലെ ഇലക്ട്രിക് സ്വിച്ചുകൾ ഓൺ ചെയ്തു. വടക്കുഭാഗത്തെ ബൾബ് തെളിഞ്ഞു. ആ ബൾബിന്റെ പ്രകാശത്തിൽ അയാൾ വെട്ടുകല്ലിൽ തീർത്ത പടവുകൾ കയറി പറമ്പിലെത്തി. അവിടെ അല്പം ഉയർന്ന സ്ഥലമായതിനാൽ മൊബൈൽ ഫോണിന് അല്പംകൂടി റേഞ്ച് ലഭിക്കാറുണ്ട്.

"എന്നെ ഇവര് ജീവിക്കാൻ സമ്മതിക്കുന്നില്ല രാഘവേട്ടാ. എന്നെ കൊല്ലാക്കൊല ചെയ്യാ." കരച്ചിലിനിടെ അനൂപ് ഒരുവിധത്തിൽ പറഞ്ഞൊപ്പിച്ചു.

"ആര്?"

"സുജിത്തിന്റെ ആൾക്കാർ. കഷ്ടപ്പെട്ട് കിട്ടിയ ജോലിയും കളഞ്ഞു."

"സുജിത് നിന്റെ പിന്നാലെയുണ്ടോ?"

"അവൻ നേരിട്ട് എനിക്ക് പണി തരാൻ നോക്കുന്നുണ്ടോ എന്നെനിക്ക് അറിയില്ല. അവന്റെ ഒരു ചേട്ടനും ഫ്രണ്ട്സുമാണ് ഇന്ന് വന്നത്."

"അവർ നിന്നെ ഉപദ്രവിച്ചോ?"

"ഉം... പക്ഷേ അതെനിക്ക് പ്രശ്നമല്ല. കഷ്ടപ്പെട്ട് ഒരു ജോലി കിട്ടിയതാ. അത് അവന്മാർ കാരണം നഷ്ടമായി."

"ജോലിക്ക് അപേക്ഷ കൊടുക്കുമ്പോൾ നീ അവരോട് കേസിന്റെ കാര്യമൊന്നും പറഞ്ഞിരുന്നില്ലേ?"

"അതൊക്കെ പറഞ്ഞതാ."

അനൂപ് കരച്ചിൽ അടക്കി നടന്ന കാര്യങ്ങൾ രാഘവനോട് വിവരിച്ചു. എല്ലാം കേട്ടു കഴിഞ്ഞപ്പോൾ ആ ജോലിയുടെ കാര്യം ഒരു അടഞ്ഞ അദ്ധ്യായമാണെന്ന് രാഘവന് ബോധ്യമായി. കാര്യങ്ങൾ ഇങ്ങനെയാണ് പോവുന്നതെങ്കിൽ ആ നാട്ടിൽ സ്വസ്ഥമായി ജീവിക്കുകയെന്നത് മറ്റൊരടഞ്ഞ അദ്ധ്യായമായി മാറിയേക്കും.

“ഞാൻ നിന്നോട് അന്നേ പറഞ്ഞതല്ലേ?” രാഘവൻ ചോദിച്ചു.

“എന്ത്?”

“ഇങ്ങോട്ട് പോരാൻ.”

“അവിടെ വന്നിട്ടെങ്ങനെയാ രാഘവേട്ടാ?”

“നിനക്ക് കുഴപ്പങ്ങളൊന്നും കൂടാതെ ജീവിക്കാനുള്ള സെറ്റപ്പ് ഞാൻ ചെയ്തു തരാം.”

“ഞാൻ സിവിൽ ഡിപ്ലോമയാണ് പഠിച്ചത്. ഇത്ര കാലം ജോലി ചെയ്തതും അതേ ഫീൽഡിലാണ്. അവിടെ അതിനൊക്കെ സ്കോപ് ഉണ്ടോ?”

അനൂപിന്റെ മനസ്സിൽ രാഘവന്റെ നാട് അങ്ങകലെ മലമുകളിൽ വനാതിർത്തിയിൽ തമിഴ്നാടിനോട് ചേർന്നുകിടക്കുന്ന ഒരു കുഗ്രാമമാണ്. അവിടെ പറയത്തക്ക കൺസ്ട്രക്ഷൻ പ്രൊജക്ടുകളൊന്നും തന്നെ ഉണ്ടാവാൻ യാതൊരു സാധ്യതയുമില്ല. ഏതോ കണ്ടുമറന്ന സിനിമകളിലെപ്പോലെ ആരെയും പേടിക്കാതെ മറ്റൊരാളുടെ തണലിൽ ആരും അന്വേഷിച്ചു വരാതെ ഒളിവുജീവിതം നയിക്കാൻ മാത്രം കൊള്ളാം. രാഘവേട്ടൻ ചെലവിന് തരുമായിരിക്കും. പക്ഷേ അതെല്ലാം എത്രകാലം? രാഘവേട്ടന്റെ ഭാര്യയ്ക്ക് തന്നെ ഇഷ്ടപ്പെടാൻ യാതൊരു സാധ്യതയുമില്ല. കാരണം അവരുടെ ഭർത്താവ് ജയിലിൽ കിടന്നതുപോലെയുള്ള ഒരു കാര്യത്തിനല്ല താൻ ജയിലിൽ കിടന്നത്, രണ്ടും കുത്തുകേസാണെങ്കിൽപോലും. ആ നാട്ടുകാരും തന്നെ എങ്ങനെയായിരിക്കും സ്വീകരിക്കുകയെന്നതിൽ അയാൾക്ക് ഉത്കണ്ഠയുണ്ട്.

“ഇതൊക്കെ കലങ്ങിത്തെളിയും അനൂപേ. ആളുകളെല്ലാം മറക്കും. വെറുതെ ഒരു സമൂഹത്തോട് ഒറ്റയ്ക്ക് എതിരിട്ട് നിന്റെ ജീവിതം പാഴാക്കണ്ട. ഇനിയും ഒരുപാട് ജീവിതം നിനക്ക് ബാക്കിയുണ്ട്. ഒന്നു മാറിനിൽക്കുന്നതാ ഇപ്പോ നിനക്ക് ഏറ്റവും നല്ലത്.”

“അവിടുത്തെ ആളുകൾ എന്നെ എങ്ങനെയാ കാണുകയെന്നതിൽ എനിക്ക് ടെൻഷനുണ്ട്.”

“ഇവിടെ നിനക്ക് യാതൊരു പ്രശ്നവുമുണ്ടാവില്ല. നൂറുശതമാനം ഞാൻ ഗ്യാരന്റി.”

അനൂപിന്റെ മാനസികനില അല്പമൊന്നയഞ്ഞു. ഏവരും വെറുക്കുന്ന സ്വന്തം നാട്ടിൽ കടിച്ചുതൂങ്ങി നിന്നിട്ടെന്ത് ലഭിക്കാൻ. അതും മറ്റൊരാൾ തന്നെ ഇത്രയ്ക്ക് ആത്മാർത്ഥമായി സ്വാഗതം ചെയ്യുന്ന സമയത്ത്.

“ഞാൻ വരാം, രാഘവേട്ടാ.”

പുതുലോകം, പുതു ജീവിതം

"**ബ**സ്സ്റ്റാൻഡിന്റെ തൊട്ടടുത്താ ജീപ്പ് സ്റ്റാൻഡ്. ആരോട് ചോദിച്ചാലും പറഞ്ഞു തരും."

"ജീപ്പ് സ്റ്റാൻഡിൽ ഇല്ലിമലയ്ക്ക് ജീപ്പുണ്ടാവും. വണ്ടി ഫുള്ളാവുന്നതുവരെ വെയിറ്റ് ചെയ്യണമെന്നേയുള്ളൂ."

"ലഗേജ് ജീപ്പിന്റെ മുകളിൽ വെച്ചുകെട്ടാൻ ഡ്രൈവറോട് പറഞ്ഞാൽ മതി. ഉള്ളിൽ നല്ല തിരക്കായിരിക്കും."

"ജീപ്പിൽ കയറിയിട്ട് വിളിക്ക്."

അനൂപ് ബസ്സ്റ്റാൻഡിൽ ഇറങ്ങിയശേഷം രാഘവൻ വാട്സാപ്പിൽ അയച്ച വോയ്സ് മെസ്സേജുകൾ വീണ്ടും പ്ലേ ചെയ്തു. ശേഷം ഫോൺ പാന്റിന്റെ കീശയിൽ വെച്ച് സാമാന്യം വലിയ ബാക്ക് പാക്ക് ബാഗ് ഇരുചുമലുകളിലുമായി തൂക്കി ബസ്സ്റ്റാൻഡിന് വെളിയിലേക്ക് നടന്നു. ജീപ്പ്സ്റ്റാൻഡ് കണ്ടുപിടിക്കാൻ ആരോടും ചോദിക്കേണ്ടി വന്നില്ല, തൊട്ടടുത്തുതന്നെയാണ്. അയാളുടെ കൂടെ ബസ്സിലുണ്ടായിരുന്ന നാലഞ്ചുപേർ ധൃതിയിൽ നടന്ന് അയാൾക്ക് മുന്നേ ജീപ്പ്സ്റ്റാൻഡിൽ എത്തിയിരിക്കുന്നു. അവർ ആ നാട്ടുകാർ തന്നെയാണെന്ന് വ്യക്തം. യാതൊരാശങ്കയുമില്ലാതെ അവർ പല ജീപ്പുകളിലായി കയറി സ്ഥാനമുറപ്പിച്ചു.

"എങ്ങോട്ടാ?" വലിയ ബാഗും തൂക്കി നിൽക്കുന്ന അതുവരെയും കണ്ടുപരിചയമില്ലാത്ത ആളെ കണ്ടതിനാലാവാം കാക്കിക്കുപ്പായവും വെള്ളമുണ്ടും ധരിച്ച ഒരു ചെറുപ്പക്കാരൻ ചോദിച്ചു. അയാൾ ജീപ്പുകളിലൊന്നിന്റെ ഡ്രൈവറാണ്.

"ഇല്ലിമല"

"ദാ, ആ വണ്ടി." വലതുവശത്തെ നിരയിൽ മൂന്നാമത്തെ ജീപ്പിലേക്ക് വിരൽചൂണ്ടി അയാൾ പറഞ്ഞു.

"ഇല്ലിമലയ്ക്കാണോ?" ചോദിച്ചത് തന്റെ ജീപ്പിന്റെ നേരെ കൈ ചൂണ്ടിയത് ശ്രദ്ധയിൽപ്പെട്ട ഇല്ലിമല ജീപ്പിന്റെ ഡ്രൈവറാണ്. ജീപ്പിന്റെ ബോണറ്റിൽ ചാരിനിന്ന് ചുറ്റുവട്ടം നിരീക്ഷിക്കുകയാണ് അയാൾ.

"അതെ, ഈ ബാഗ് മുകളിൽ വെക്കാൻ പറ്റുമോ?" അനൂപ് ജീപ്പിനരികിലേക്ക് നടന്നുചെന്ന് ബാഗ് അഴിച്ചു.

"ഉം..." ഡ്രൈവർ ബാഗ് വാങ്ങി ജീപ്പിന്റെ പിന്നിലേക്ക് നടന്നു. തുറന്നു കിടക്കുകയായിരുന്ന പിൻവാതിൽ അടച്ച ശേഷം അതിൽ കയറിനിന്ന് ബാഗ് ജീപ്പിന്റെ ക്യാര്യറിൽ വെച്ചു. പഴക്കുലയും ചാക്ക് കേട്ടുമൊക്കെയായി വേറെയും സാധനങ്ങൾ ക്യാര്യറിലുണ്ട്. ബാഗ്

ഭദ്രമായി വെച്ച് ഡ്രൈവർ താഴേക്ക് ചാടിയിറങ്ങി വാതിൽ വീണ്ടും പൂർണമായും തുറന്നുവെച്ചു.

“കയറിക്കൊള്ളൂ.” അയാൾ ജീപ്പിന്റെ മുൻ ഭാഗത്തേക്ക് ചെന്ന് പഴയപടി ബോണറ്റിൽ ചാരിനിന്ന് ചുറ്റുമുള്ള നിരീക്ഷണം തുടർന്നു.

അനൂപ് പിൻവശത്തുകൂടി ജീപ്പിനുള്ളിലേക്ക് നോക്കി. പിൻസീറ്റുകളിൽ രണ്ടുപേർ വീതം ഇരിക്കുന്നുണ്ട്. മൂന്നു പുരുഷന്മാരും ഒരു സ്ത്രീയും. അവർ പരസ്പരം സംസാരിക്കുന്നുണ്ട്. മുൻഭാഗത്തെ സീറ്റിൽ ഒരു മധ്യവയസ്കൻ സ്ഥാനമുറപ്പിച്ചിട്ടുണ്ട്. സമയം പാഴാക്കാതെ അനൂപും മുൻസീറ്റിലിരുന്നു. ആദ്യമായാണ് ആ ഭാഗത്തേക്ക് അനൂപ് യാത്ര ചെയ്യുന്നത്, വഴിയിലെ കാഴ്ചകൾ കാണാൻ മുൻസീറ്റിലിരിക്കുന്നതാണ് ഉത്തമം.

ശേഷം അയാൾ പോക്കറ്റിൽനിന്ന് മൊബൈൽ ഫോണെടുത്ത് രാഘവന്റെ നമ്പർ ഡയൽ ചെയ്തു. രണ്ടാമത്തെ റിങ്ങിൽ രാഘവൻ ഫോൺ അറ്റൻഡ് ചെയ്തു.

“ജീപ്പ് കിട്ടിയോ?”

“ആഹ്, കിട്ടി. ജീപ്പിൽ കയറി.”

“ശരി, ഇല്ലിമല എത്തുമ്പോ വിളിച്ചാൽ മതി. ഞാൻ അങ്ങാടിയിൽ വരാം.”

“ശരി.” ഫോൺ കട്ടായി.

അനൂപ് ഫോൺ ലോക്ക് ചെയ്ത് തിരിച്ചു പോക്കറ്റിൽ തന്നെ വെച്ചു.

പിന്നീട് അധികം വൈകാതെതന്നെ ജീപ്പ് യാത്രക്കാരാൽ നിറഞ്ഞു. മുൻസീറ്റിൽ അവരെക്കൂടാതെ മറ്റൊരാൾ കൂടി കയറി. പിൻഭാഗത്ത് ഓരോ സീറ്റിലും നാലുപേർ വീതം ഞെങ്ങിയിരിക്കുന്നു. മൊത്തം പതിനൊന്നു യാത്രക്കാർ. അതാണ് ആ നാട്ടിലെ രീതി. ജീപ്പ് നിറഞ്ഞതും ഡ്രൈവർ ഡ്രൈവിംഗ് സീറ്റിൽ കയറി ക്ലച്ച് ചവിട്ടിവെച്ച് എൻജിൻ സ്റ്റാർട്ട് ചെയ്തു. ശേഷം ക്ലച്ചിൽനിന്ന് സാവധാനം കാലെടുത്ത് ആക്സിലറേറ്റർ അമർത്തി. ഒരു മുരൾച്ചയോടെ ആ 97 മോഡൽ മഹിന്ദ്ര ജീപ്പ് മുൻപോട്ട് നീങ്ങി.

“പോട്ടേടാ.” തൊട്ടടുത്ത് കിടന്നിരുന്ന ജീപ്പിലെ ഡ്രൈവറോട് യാത്ര പറഞ്ഞ് സെക്കന്റ് ഗിയറിലേക്ക് മാറ്റി ഡ്രൈവർ ജീപ്പ് സ്റ്റാൻഡിൽനിന്നും മെയിൻറോഡിലേക്ക് ഓടിച്ചു കയറ്റി. അധികം വീതിയില്ലാത്ത ടാറിട്ടറോഡിലൂടെ അവർ യാത്ര തുടർന്നു. റോഡിനിരുവശത്തും പ്രധാനമായും കൃഷി സ്ഥലങ്ങളാണ്. റബ്ബറാണ് കൂടുതൽ. കവുങ്ങും ജാതിയുമാണ് മറ്റുള്ള പ്രധാന വിളകൾ.

ഒരു സീറ്റിൽ നാലുപേർ ഇരിക്കുന്നതിനാൽ സാമാന്യം നല്ല ഞെരുക്കം അനൂപിന് അനുഭവപ്പെട്ടു. പക്ഷേ മറ്റുള്ള യാത്രക്കാർക്ക് അത്തരത്തിൽ പ്രശ്നമുള്ളതായി അയാൾക്ക് തോന്നിയില്ല. അവർക്കത് ശീലമായിരിക്കാം.

അനൂപിന്റെ ശ്രദ്ധ പുറംകാഴ്ചകൾ വിട്ട് ജീപ്പിനുള്ളിലേക്ക് കൂടി കടന്നു. ഡ്രൈവർക്കരികിലായി ഇരിക്കുന്ന മധ്യവയസ്കനായ യാത്രക്കാരന്റെ വലതുകാൽ ഗിയർ ലിവറിനും അപ്പുറത്താണ്. അത്തരത്തിൽ ഇരുന്നാൽ മാത്രമേ ഡ്രൈവറടക്കം നാലുപേർക്ക് മുൻസീറ്റിൽ ഇരിക്കാൻ സാധിക്കുകയുള്ളൂ. യാത്രയ്ക്കിടെ രണ്ടുമൂന്ന് പേർ കൂടി ജീപ്പിൽ കയറി. അവരുടെ യാത്ര പിന്നിൽ വാതിലിന് മുകളിൽ ചവിട്ടി മുകളിലെ കമ്പി പിടിച്ച്നിന്നുകൊണ്ടാണ്

അല്പംകൂടി കഴിഞ്ഞപ്പോൾ ജീപ്പ് നിന്നു. ടാറിട്ട റോഡ് അവിടെ അവസാനിച്ചിരിക്കുന്നു. അനൂപ് മുൻപിലേക്ക് നോക്കി. ഇനിയങ്ങോട്ട് ടാർ ഇടാത്ത കുത്തനെയുള്ള കയറ്റമാണ്. റോഡിൽ നിറയെ ഉരുളൻ കല്ലുകൾ.

അനൂപ് ഡ്രൈവറെ ശ്രദ്ധിച്ചു. അയാൾ ഗിയർ ന്യൂട്രലിലേക്ക് മാറ്റി. ശേഷം തൊട്ട് താഴെയുള്ള മറ്റൊരു ലിവർ പതുക്കെ ചലിപ്പിച്ചു.

"ഹനുമാൻ ഗിയർ." അനൂപ് മനസ്സിൽ പറഞ്ഞു. ഫോർ വീൽ ഡ്രൈവ് മോഡിലേക്ക് വാഹനത്തെ മാറ്റിയതാണ് ഡ്രൈവർ. ഇനിയങ്ങോട്ടുള്ള കയറ്റം ഫോർ വീൽ ഡ്രൈവ്, അതായത് എൻജിൻ നാലു ചക്രങ്ങളെയും ചലിപ്പിക്കുന്ന അവസ്ഥ, ഉണ്ടെങ്കിൽ മാത്രമേ കയറാൻ സാധിക്കുകയുള്ളൂ, നാടൻ ഭാഷയിൽ പറഞ്ഞാൽ ഹനുമാൻ ഗിയർ.

"ഒരാൾ മുന്നോട്ട് വാ." ഡ്രൈവർ തല പുറത്തിട്ട് പിന്നിലേക്ക് നോക്കിക്കൊണ്ട് പറഞ്ഞു. പിന്നിൽ തൂങ്ങിനിന്ന് യാത്ര ചെയ്തിരുന്ന മൂന്നുപേരിൽ ഒരാൾ ഇറങ്ങി ഡ്രൈവറുടെ സമീപത്തേക്ക് ചെന്നു.

"എല്ലാ ദിവസവും എനിക്ക് ഇതുതന്നെയാ."

"അതിനെന്താടാ നിനക്ക് വീട് വരെ 'ഇരുന്ന്' പോവാലോ." പിന്നിലെ സീറ്റിലെ ആരോ ഒരാൾ പറഞ്ഞു. 'ഇരുന്ന്' എന്ന വാക്ക് അല്പം ഊന്നിയാണ് അയാൾ പറഞ്ഞത്. അതുകേട്ട് മറ്റുള്ളവർ ചിരിച്ചു. അനൂപിന് കാര്യമെന്തെന്ന് മനസ്സിലാക്കാൻ ഏതാനും നിമിഷങ്ങൾകൂടി കഴിയേണ്ടി വന്നു.

പിന്നിൽനിന്നും ഇറങ്ങി വന്ന ചെറുപ്പക്കാരൻ ജീപ്പിന്റെ മുന്നിലെ ക്രാഷ് ഗാർഡിൽ പോയിരുന്നു. ഏതാനും ഇഞ്ചുകൾ മാത്രം വീതിയുള്ള ഒരു കമ്പിയാണത്. കുത്തനെയുള്ള കയറ്റം, അതും ഉരുളൻ കല്ലുകൾ നിറഞ്ഞ പാതയാണ് ഇനി സഞ്ചരിക്കാനുള്ളത്. ചക്രങ്ങൾ

ഉരുളുകയെന്നല്ല, മറിച്ച് ഒരു കല്ലിൽ നിന്നും അടുത്ത കല്ലിലേക്ക് ചാടുകയെന്ന് പറയുന്നതാവും ശരി. അത്തരം പാതകളിലൂടെ പിന്നിൽ ആളുകൾ തൂങ്ങിനിന്ന് യാത്ര ചെയ്യുമ്പോൾ ജീപ്പിന്റെ മുൻഭാഗം ഉയർന്ന് ജീപ്പ് പിന്നിലേക്ക് മറിയാനുള്ള സാധ്യതയുണ്ട്, കുത്തനെയുള്ള അത്തരം കയറ്റങ്ങളിൽ സമാനരീതിയിലുള്ള അപകടങ്ങൾ പലവട്ടം സംഭവിച്ചിട്ടുമുണ്ട്. അത് തടയാൻ മുന്നിലെ ക്രാഷ് ഗാർഡിൽ ഒരാൾ ഇരിക്കുന്നത് പതിവാണ്.

“ഇരുന്നോ?” ഡ്രൈവർ ആക്സിലറേറ്റർ ഇരപ്പിച്ചുകൊണ്ട് ചോദിച്ചു.

“ഓ... വണ്ടി പോട്ടെ.” മുൻപിലിരുന്ന് ചെറുപ്പക്കാരൻ പച്ചക്കൊടി കാണിച്ചു. ഡ്രൈവർ പതിയെ ക്ലച്ചിൽനിന്നും കാലെടുത്തു. വാഹനം ഒരു മുരൾച്ചയോടെ പതിയെ മുന്നോട്ട് നീങ്ങി. വാഹനത്തിനുള്ളിലെ ആളുകൾ അങ്ങോട്ടുമിങ്ങോട്ടും കുലുങ്ങിക്കൊണ്ടിരുന്നു. പാതയിലെ കല്ലുകൾതന്നെ കാരണം. പിന്നിലെ ആളുകൾ അപ്പോഴും അതൊന്നും ശ്രദ്ധിക്കാതെ തങ്ങളുടെ സംസാരം തുടർന്നുകൊണ്ടിരുന്നു. വളരെ കുറഞ്ഞ വേഗതയിൽ ജീപ്പ് ആ മലയെ കീഴടക്കിക്കൊണ്ടിരുന്നു. ആദ്യത്തെ പരിഭ്രമത്തിനുശേഷം വീണ്ടും അനൂപിന്റെ ശ്രദ്ധ ചുറ്റുമുള്ള കാഴ്ചകളിലേക്ക് തിരിഞ്ഞു. പ്രകൃതിയുടെ ഭംഗി അല്പംകൂടി വർധിച്ചിരിക്കുന്നു. ഒരു ഹിൽസ്റ്റേഷൻ പ്രതീതി. സമയം വൈകീട്ട് അഞ്ചുമണി കഴിഞ്ഞു. വെയിൽ പോയി തണുപ്പ് തുടങ്ങി. ദൂരെ കോടമഞ്ഞിന്റെ അലകൾ കാണാം. നാടിനേക്കാൾ മുമ്പ് തന്നെ ഇരുട്ടുവീഴുന്ന സ്ഥലമാണ് അതെന്ന് അനൂപിന് മനസ്സിലായി.

ജീപ്പ് കുത്തനെയുള്ള കയറ്റം കയറിയങ്ങനെ പോവുകയാണ്. അതിനിടെ വിരസത മാറ്റാനെന്നകണക്കെ അനൂപിന്റെ തൊട്ട് ഇടതുവശത്തിരുന്ന ആൾ കുശലാന്വേഷണം ആരംഭിച്ചു.

“എങ്ങോട്ടാ?”

“ഇല്ലിമല.” അനൂപ് പറഞ്ഞു.

“അത് മനസ്സിലായി. അവിടെ എങ്ങോട്ടെന്നാ ഉദ്ദേശിച്ചത്. മുൻപിവിടെ കണ്ടിട്ടില്ല.”

“ഞാനിവിടെ ആദ്യമാ. ഇല്ലിമലയിൽ രാഘവൻ എന്നൊരാളെ അറിയുമോ? ഞാൻ അവരെ കാണാൻ പോകുന്ന വഴിയാ.”

“ഏത് രാഘവൻ?”

ജയിലിലുണ്ടായിരുന്ന രാഘവൻ എന്ന് പറയാനാണ് ആദ്യം അനൂപിന് വായിൽ വന്നത്. പക്ഷേ അത് വേണ്ടെന്ന് വെച്ചു. രാഘവന്റെ വീട്ടുപേര് അനൂപിന് നിശ്ചയമുണ്ട്.

“പാറപ്പുറത്ത് രാഘവൻ.”

“ഓഹ്, നമ്മുടെ രാഘവേട്ടൻ. രാഘവേട്ടന്റെ ആരാ?”

“ഞങ്ങൾ തമ്മിൽ പരിചയമുണ്ട്.”

“പഴയ കേസിന്റെ ബാക്കി കണക്ക് തീർക്കാനുള്ള ക്വട്ടേഷൻ വല്ലതും ആണോ മോനേ? അവനെ തൊട്ടിട്ട് ഒരാൾക്കും ഇല്ലിമല യിൽനിന്ന് തിരിച്ചുപോവാൻ പറ്റില്ല കേട്ടോ. ആള് ജഗലാ.” പിൻ സീറ്റിൽ നിന്നാണ് ആ ശബ്ദം.

“അയ്യോ അങ്ങനെയൊന്നും അല്ല ചേട്ടാ. ഞങ്ങൾ തമ്മിൽ പരി ചയമുണ്ട്. ഞാൻ കുറച്ചു ദിവസം രാഘവേട്ടന്റെ കൂടെ ഉണ്ടാവും.” ശബ്ദത്തിന്റെ സോത്രസ്സ് തേടി പിന്നോട്ട് തിരിഞ്ഞ് നോക്കിക്കൊണ്ട് അനൂപ് പറഞ്ഞു.

“ഓഹ്, നീയാണോ അത്? അവൻ എന്നോട് പറഞ്ഞിരുന്നു ആരോ വരുന്നുണ്ടെന്ന്.” പിൻസീറ്റിൽ നിന്നും ഏതാണ്ട് അറുപതു വയസ്സ് തോന്നിക്കുന്ന ഉറച്ചശരീരമുള്ള പുരുഷൻ പറഞ്ഞു.

“ചേട്ടൻ?” അനൂപ് ഉത്കണ്ഠയോടെ അയാളെ നോക്കി.

“ഞാനും നിന്റെ രാഘവനുമൊക്കെ പണ്ട് മുതലേയുള്ള സുഹൃ ത്തുക്കളാ. എന്റെ പേര് ജോർജ്ജ്. അക്കരപ്പറമ്പിൽ ജോർജ്ജ്.” അയാൾ സൗമ്യമായഭാഷയിൽ മറുപടി നൽകി.

അനൂപിന് കാര്യങ്ങൾ ഏതാണ്ട് മനസ്സിലായി. പാറപ്പുറത്ത് രാഘവന്റെ ചിരകാല സുഹൃത്താണ് അക്കരപ്പറമ്പിൽ ജോർജ്ജ്. ഏതാണ്ട് ഒരേ പ്രായവുമാണ് പ്രത്യക്ഷത്തിൽ രണ്ടുപേർക്കും. തന്നെ ക്കുറിച്ച് എന്തൊക്കെയായിരിക്കും രാഘവൻ ഇയാളോട് പറഞ്ഞി ട്ടുണ്ടാവുകയെന്ന ആശങ്ക അനൂപിൽ ഉടലെടുത്തു. ജയിലിൽ വെച്ചുള്ള പരിചയമാണെന്ന് പറഞ്ഞിട്ടുണ്ടാവുമോ? ഉണ്ടെങ്കിൽ ജോർജ്ജ് ആ കാര്യം ജീപ്പിൽ വെച്ച് പരസ്യമായി പറയുമോ? ഇത്തര ത്തിൽ ഒരുപാട് ചിന്തകൾ അനൂപിന്റെ മനസ്സിൽ ഉൾത്തിരിഞ്ഞു.

“നിങ്ങളെപ്പോലുള്ള ചെറുപ്പക്കാരൊക്കെ ഇങ്ങനെ കാണി ക്കാമോ?” ജോർജ്ജ് ചോദിച്ചു.

അനൂപ് അതുകേട്ട് ഞെട്ടി. അയാൾക്ക് മറുപടി പറയാൻ വാക്കു കൾ കിട്ടിയില്ല. ഒരു ജയിൽപ്പുള്ളിയാണ് താനെന്ന് ഈ ജീപ്പിലുള്ള വർ ഏതാനും നിമിഷങ്ങൾക്കുള്ളിൽ അറിയാൻ പോവുന്നു, ഏറി യാൽ ഒന്നോരണ്ടോ ദിവസങ്ങൾക്കുള്ളിൽ ഇല്ലിമല മുഴുവനും ആ വിവരം പാട്ടാവും.

“എന്താ ജോർജ്ജേട്ടാ സംഭവം?” ജീപ്പ് ഡ്രൈവർ വിഷയത്തിൽ ഇടപെട്ടു.

“ഈ പയ്യൻ അവനെ ഏതോ പെണ്ണ് പറ്റിച്ചെന്നും പറഞ്ഞ് ചാവാൻ നടക്കുകയായിരുന്നു. രാഘവന്റെ ഏതോ പഴയ സുഹൃ ത്തിന്റെ മകനാണ് ഇവൻ. പണിക്കൊന്നും പോവാതെ അവളുടെ

കാര്യവും പറഞ്ഞ് കള്ളുംകുടിച്ച് നടക്കുകയായിരുന്ന ഇവനെയൊന്ന് മാറ്റിയെടുക്കാനാ ഇവന്റെ വീട്ടുകാർ ഇവനെ ഇങ്ങോട്ട് വിട്ടത്, അല്ലേ?"

അനൂപ് ഒന്നും പറഞ്ഞില്ല. അയാളുടെ മനസ്സിൽ അല്പം ആശ്വാസം തോന്നി. ജീപ്പിലെ ആളുകളെല്ലാം അനൂപിനെത്തന്നെ നോക്കുകയാണ്.

"അയ്യേ, ഇതിനൊക്കെ ഇങ്ങനെ ഡെസ്പ് ആവാൻ പോവേണ്ട കാര്യമുണ്ടോ? അവൾ പോയാൽ വേറൊരുത്തി. അത്രേയുള്ളൂ." ജീപ്പ് ഡ്രൈവർ ഡ്രൈവിംഗ്പാടവത്തിനിടെ മോട്ടിവേഷനും നൽകാനാരംഭിച്ചു.

"അത്രയ്ക്കൊന്നുമില്ലെടാ, ചാവാൻ നടക്കുന്നെന്നൊക്കെ ഞാൻ ചുമ്മാ പറഞ്ഞതാ. അവനൊരു ചെയ്ഞ്ച് വേണമായിരുന്നു കുറച്ച് ദിവസത്തേക്ക്. അതിന് ഇല്ലിമല ബെസ്റ്റാ. അങ്ങനെ വന്നെന്നേ ഉള്ളൂ. അല്ലേ?" ജോർജ്ജ് തന്റെതന്നെ പ്രസ്താവനയിൽ വ്യക്തത വരുത്തി.

"ആഹ്, അതെ ചേട്ടാ." അനൂപ് മറുപടി നൽകി. തന്റെ വാക്കുകളിൽ അല്പം ജാള്യത പ്രകടമാക്കാൻ അയാൾ മറന്നില്ല. പരാജിതനായ കാമുകന്റെ നാണമെന്ന് ചുറ്റുമുള്ളവർ കരുതിക്കൊള്ളട്ടെ. എന്തുതന്നെയായാലും അല്പനേരത്തേക്ക് അയാൾ അനുഭവിച്ച ആത്മസംഘർഷം അതോടെ പതിയെ ഇല്ലാതായി. ജയിൽപുള്ളിയേക്കാൾ എന്തുകൊണ്ടും ഭേദം നിരാശാകാമുകൻ തന്നെ. കൂടുതൽ കൂടുതൽ ഉയരങ്ങൾ താണ്ടി 97 മോഡൽ മഹീന്ദ്ര ജീപ്പ് ഇല്ലിമല ലക്ഷ്യമാക്കി കുലുങ്ങിക്കുലുങ്ങി നീങ്ങിക്കൊണ്ടിരുന്നു.

* * *

"ഹലോ..." രാഘവൻ ഫോൺ അറ്റൻഡ് ചെയ്തു.

"ഹലോ രാഘവേട്ടാ, ഞാൻ ഇല്ലിമല എത്തി." ജീപ്പിന്റെ ക്യാര്യേജിൽ വെച്ചിരുന്ന ബാഗ് ഡ്രൈവറുടെ കൈയിൽനിന്നും ഏറ്റുവാങ്ങിക്കൊണ്ട് അനൂപ് പറഞ്ഞു. "ഞാനിതാ ഇവിടെത്തന്നെയുണ്ട്. തിരിഞ്ഞുനോക്ക്." അല്പം ദൂരെനിന്ന് ജീപ്പിനരികിലേക്ക് നടന്നു വരികയാണ് രാഘവൻ. ഇളംനീല ഫുൾകൈ ഷർട്ടും നീല കരയുള്ള വെള്ളമുണ്ടുമാണ് വേഷം. ഷർട്ടിന്റെ കൈകൾ മുട്ടുവരെ മടക്കി വെച്ചിട്ടുണ്ട്. അതയാളുടെ ബലിഷ്ഠമായ കൈകൾക്ക് നന്നായി ചേരുന്നുണ്ട്. മുണ്ട് മടക്കിക്കുത്തിയിട്ടുമുണ്ട്. ഒത്തശരീരമുള്ള രാഘവൻ തനിക്ക് ചേർന്ന വേഷവിധാനങ്ങൾ തന്നെയാണ് ധരിച്ചിട്ടുള്ളത്. കൈയിൽ അല്പം പഴക്കമുള്ള ടൈറ്റാൻ വാച്ച്, കാലിൽ കറുത്ത ചെരിപ്പ്.

നേരിട്ട് കണ്ട അവർ പരസ്പരം ആലിംഗനം ചെയ്തു.

"യാത്ര എങ്ങനെയുണ്ടായിരുന്നു?" രാഘവൻ കുശലാന്വേഷണം നടത്തി.

"സുഖം. ഇങ്ങനെയൊരു ജീപ്പ് യാത്ര ആദ്യമായിട്ടാ. പുതിയൊരു എക്സ്പീരിയൻസ് ആയിരുന്നു."

"ഇവിടെ എത്തിപ്പെടാനേ ബുദ്ധിമുട്ടുള്ളൂ. വന്നു കഴിഞ്ഞാൽ നല്ല സുഖമാ. അത്യാവശ്യം വേണ്ടകാര്യങ്ങളെല്ലാം ഇവിടെ കിട്ടും."

"ഹമ്, നല്ല തണുപ്പാണല്ലോ." നേരം സന്ധ്യയാവുന്നതേയുള്ളൂ. പക്ഷേ അപ്പോഴേക്കും അനൂപിന് ശരീരം വിറയ്ക്കാൻ തുടങ്ങി. അയാൾ ഇരുകൈപ്പത്തികളും ജീൻസിന്റെ പോക്കറ്റിലിട്ട് തണുപ്പിൽ നിന്ന് രക്ഷനേടാൻ ശ്രമിച്ചു.

"തണുപ്പ് തുടങ്ങുന്നേയുള്ളൂ. [illegible] വാ, സമയം കളയണ്ട. വീട്ടിൽ പോവാം." രാഘവൻ തിരിച്ചു നടക്കാൻ ആരംഭിച്ചു, പിന്നാലെ അനൂപും.

"ഇവനെ നമുക്കൊന്ന് ശരിയാക്കിയെടുക്കണം കേട്ടോ." പെട്ടെന്ന് പിന്നിൽനിന്നുള്ള ശബ്ദം കേട്ട് ഇരുവരും തിരിഞ്ഞു നോക്കി, ജോർജ്ജാണ്.

"ആഹ്, നീയും ഈ ജീപ്പിലുണ്ടായിരുന്നോ?" രാഘവന്റെ മുഖത്ത് ആശ്ചര്യം നിറഞ്ഞു.

"പിന്നേ, ഞങ്ങൾ ജീപ്പിൽ വെച്ചേ പരിചയപ്പെട്ടു. നിനക്ക് പണിയുമായുള്ള ക്വട്ടേഷനാണെന്നാ ഞാനാദ്യം കരുതിയത്." ജോർജ്ജ് സാമാന്യം നല്ല ശബ്ദത്തിൽ ചിരിച്ചു.

"അങ്ങനെ ഒരുത്തൻ വന്നാൽ അപ്പോ നോക്കാം. ഇനിയിപ്പോ അനൂപും ഉണ്ടല്ലോ എനിക്ക് ധൈര്യത്തിന്. അല്ലേ അനൂപേ?" രാഘവനും ചിരിച്ചുകൊണ്ട് മറുപടി നൽകി.

"ഈ പാവം പയ്യനോ, നീയല്ലേ പറഞ്ഞത് ഏതോ പെണ്ണിന്റെ പേരും പറഞ്ഞ് സെന്റിയടിച്ച് നടന്നവനാണ് ഇവനെന്ന്. പോലീസ്, കേസ് എന്നൊക്കെ കേട്ടാലേ ഇവൻ പേടിക്കുമെന്ന് അവന്റെ മുഖം കണ്ടാലറിയാം. വേണേൽ ചോദിച്ചു നോക്ക്. മോനേ, അനൂപേ നീയിതുവരെ ഒരു പോലീസ്സ്റ്റേഷനിൽ കയറിയിട്ടുണ്ടോ?" ജോർജ്ജ് വിടാൻ ഭാവമില്ല.

അനൂപ് ഇല്ല എന്ന അർത്ഥത്തിൽ പതിയെ തലയാട്ടി. ഇത് കണ്ട രാഘവന് ചിരി വന്നുവെങ്കിലും അയാളത് പുറത്ത് കാണിച്ചില്ല.

"കണ്ടോ കണ്ടോ... പാവം പയ്യൻ. അതാ ഞാൻ പറഞ്ഞത് നമുക്കിവനെയൊന്ന് ശരിയാക്കി എടുക്കണമെന്ന്." ജോർജ്ജ് വിജയഭാവത്തിൽ പറഞ്ഞു.

"എല്ലാം നമുക്ക് ശരിയാക്കാടാ. അവന് നമ്മുടെ തണുപ്പ് പിടിക്കുന്നില്ല. പോരാത്തതിന് വിശക്കുന്നുമുണ്ടാവും. ഞങ്ങൾ വീട്ടിലേക്ക് പോട്ടെ. നമുക്ക് നാളെയോ മറ്റോ കാണാം." രാഘവൻ വാച്ചിൽ നോക്കിക്കൊണ്ട് പറഞ്ഞു.

ജോർജിന്റെ കളിയാക്കൽ തുടർന്നാൽ ഒരുപക്ഷേ വന്ന ദിവസം തന്നെ അനൂപിന് മടുപ്പായേക്കും.

"എന്നാ ശരി, നിങ്ങൾ വിട്ടോ." ജോർജ്ജ് യാത്ര പറഞ്ഞ് പിരിഞ്ഞു.

"എന്റെ ജീപ്പ് തൊട്ടപ്പുറത്താ." രാഘവൻ മുന്നിൽ നടന്നു. അനൂപ് അയാളെ അനുഗമിച്ചു. ഒരു മിനിറ്റ് നടന്നു കാണും, 'പാറപ്പുറത്ത്' എന്ന പേരിലുള്ള മഹീന്ദ്ര ജീപ്പിനരികിൽ അവർ എത്തിച്ചേർന്നു.

"ഇവിടെ ജീപ്പാണല്ലേ കോമൺ വണ്ടി?" അനൂപ് ബാഗ് മുൻ സീറ്റിന്റെ മധ്യത്തിൽ വെച്ച് സീറ്റിലിരുന്നു.

"ജീപ്പ് ഉണ്ടെങ്കിലേ കാര്യങ്ങൾ സ്മൂത്തായി നടക്കൂ. കാർ ഇല്ലിമലയിൽ എത്തണേൽ വേറെ വഴിക്ക് വരണം. ഭയങ്കര ചുറ്റലാ. പിന്നെ നമ്മുടെ വിളകൾ മാർക്കറ്റിൽ എത്തിക്കാനും ജീപ്പ് വേണം." രാഘവൻ ജീപ്പ് സ്റ്റാർട്ട് ചെയ്ത് മുന്നോട്ടെടുത്തു.

"ഇതേത് മോഡലാ?"

"ഇതും നീ ഇന്ന് ഇല്ലിമലയ്ക്ക് വന്ന ജീപ്പും 97 മോഡലാണ്. ഇവനാണ് ഏറ്റവും ഡിമാൻഡ്. എത്രയാളുകളാ എന്നോട് ഇവനെ വിൽക്കുന്നോയെന്ന് ചോദിച്ചു വരുന്നതെന്നറിയോ നിനക്ക്?"

"അതെന്താ?"

"നീ ഇവന്റെ കണ്ടീഷൻ നോക്ക്, എങ്ങനെയുണ്ട്?"

"നല്ലതാണ്."

"ആഹ്, അതുതന്നെ കാരണം." രാഘവന്റെ വാക്കുകളിലെ സന്തോഷം അനൂപിന് വായിച്ചെടുക്കാൻ സാധിച്ചു. 'ഇവൻ' എന്നാണ് രാഘവൻ ജീപ്പിനെ അഭിസംബോധന ചെയ്യുന്നത്. തന്റെ കൂടെയുള്ള തനിക്ക് വളരെ വേണ്ടപ്പെട്ട ഒരാളെപ്പോലെ.

"ആ ജോർജ്ജേട്ടൻ?" അനൂപ് ചോദിച്ചു.

"ആഹ്, അവനെന്റെ ചെറുപ്പം തൊട്ടേയുള്ള ഫ്രണ്ടാ."

"പുള്ളി പറഞ്ഞു. എന്നെപ്പറ്റി പറഞ്ഞിരുന്നല്ലേ?"

"ആഹ്, നാട്ടിലെ എല്ലാ ന്യൂസും പിടിച്ചെടുക്കാൻ അവനെ കഴിഞ്ഞേ ആരുമുള്ളൂ. അതുകൊണ്ട് നിനക്ക് ഒരു ജോലി ശരിയാക്കണമെന്ന് അവനോടും പറഞ്ഞിരുന്നു. അവനാണേൽ നീയാരാണെന്ന് അറിഞ്ഞേ തീരൂ. അപ്പോഴാണ് ഈ നിരാശകാമുകൻ കഥ

ഞാൻ വെച്ച് കാച്ചിയത്. കൃത്യമായി ഒരു വിവരണം നിന്നെക്കുറിച്ച് കൊടുക്കാതെ ഒഴിഞ്ഞുമാറിയാൽ നമ്മൾ ജയിലിൽവെച്ചുള്ള പരിചയമാണെന്ന് അവൻ ചിലപ്പോൾ ഊഹിച്ചേക്കാം. അപ്പൊ പിന്നെ നിന്നെയൊരു വിരഹകാമുകനാക്കാമെന്ന് കരുതി. ഒരു നാട്ടുംപുറംകാരന്റെ ചെറിയ ബുദ്ധിയായി കണ്ടാൽ മതി കേട്ടോ." രാഘവൻ ചിരിച്ചുകൊണ്ട് ജീപ്പ് മൂന്നാമത്തെ ഗിയറിലേക്ക് മാറ്റി വേഗത വർധിപ്പിച്ചു.

"അതേതായാലും നന്നായി."

അനൂപ് കൈകൾ പരസ്പരം കെട്ടി നെഞ്ചിലേക്ക് പരമാവധി അമർത്തിവെച്ചു. ജീപ്പിന്റെ വേഗത കൂടിയപ്പോൾ പുറത്തുനിന്നുള്ള തണുത്ത കാറ്റ് കൂടുതൽ ശക്തിയോടെ അയാളുടെ ശരീരത്തിൽ അരിച്ചു കയറി. ഒരു നിമിഷം തന്റെ സുഹൃത്തുക്കളുടെ കൂടെ ഇതേ കണക്കെ ഊട്ടിയിൽ പോയതിന്റെ ഓർമ്മകൾ അയാളുടെ ഓടിയെത്തി. അന്ന് ആടിപ്പാടി, ലഹരി നുണഞ്ഞ് നടത്തിയ യാത്രയിൽ കൂടെയുണ്ടായിരുന്ന സുഹൃത്തുക്കൾ ഇന്നയാളുടെ ശത്രുക്കളാണ്. അയാൾ വേദനയോടെ പുറത്ത് തിങ്ങിനിന്ന കോടമഞ്ഞിലേക്ക് നോക്കിക്കൊണ്ടിരുന്നു.

"എന്താ ആലോചന?" രാഘവൻ ചോദിച്ചു.

"ഏയ്, ഒന്നുമില്ല." അനൂപ് മുഖത്ത് കൃത്രിമമായി പുഞ്ചിരി വരുത്തി.

"നീ ഒന്നുകൊണ്ടും പേടിക്കേണ്ട. നിനക്ക് ആവശ്യമുള്ള വരുമാനം കിട്ടുന്ന ഒരു ജോലി ഞാൻ ശരിയാക്കിത്തരാം. പക്ഷേ ജോലിയെന്ന് പറയുമ്പോ നീ അന്ന് പറഞ്ഞപോലത്തെ സൂപ്പർവൈസർ പണിയൊന്നും ആയിരിക്കില്ല. അത്തരം ജോലിയൊന്നും ഇവിടെ കിട്ടില്ലെന്ന് നിനക്കും അറിയാലോ. ചെറിയ മുടക്കുമുതലിൽ തുടങ്ങാവുന്ന ചില ഏർപ്പാടുകളുണ്ട് എന്റെ അറിവിൽ. സാമാന്യം നല്ല ലാഭം പ്രതീക്ഷിക്കാം."

അനൂപ് നെറ്റി ചുളിച്ചുകൊണ്ട് രാഘവനെ നോക്കി. സിവിൽ എഞ്ചിനീയറിങ്ങല്ലാതെ മറ്റൊരു പണിയും അനൂപിന് അറിയില്ല. അത്തരം ആളോടാണ് സ്വയം പൈസ മുടക്കി ബിസിനസ്സ് ചെയ്യുന്നതിനെക്കുറിച്ച് പറയുന്നത്.

"എന്താ ഇങ്ങനെ നോക്കുന്നത്, ഞാൻ പറഞ്ഞ പ്ലാൻ ഇഷ്ടമായില്ലേ?" അനൂപിന്റെ മുഖഭാവം ശ്രദ്ധിച്ച രാഘവൻ ചോദ്യം ആരാഞ്ഞു.

"ഇഷ്ടം ആവാഞ്ഞിട്ടല്ല. എനിക്ക് അതിലൊന്നും എക്സ്പീരിയൻസ് ഇല്ലല്ലോ. പിന്നെങ്ങനെ സക്സസ് ആവും. അതു മാത്രമല്ല ഇൻവെസ്റ്റ് ചെയ്യാൻ മാത്രമുള്ള പണവും എന്റെ കൈയിലില്ല."

"അതിനല്ലേ ഞാനിവിടെ ഉള്ളത്. ചെയ്യാൻ പറ്റിയ രണ്ടുമൂന്ന് കാര്യങ്ങൾ ഞാൻ നോക്കി വെച്ചിട്ടുണ്ട്. നിനക്ക് ഇഷ്ടമായാൽ അതിൽ ഏതെങ്കിലും ഒന്നുമായി മുന്നോട്ട് പോവാം." രാഘവൻ തുടർന്നു, "പിന്നെ പണത്തിന്റെ കാര്യം... അത്യാവശ്യം വേണ്ട കാര്യങ്ങൾക്കുള്ള സമ്പാദ്യം എന്റെ കൈയിലുണ്ട്."

"അല്ലാ, രാഘവേട്ടന്റെ സേവിങ്സ് എനിക്കുവേണ്ടി ചെലവാക്കുകയെന്ന് വെച്ചാൽ.., അത് ശരിയാവില്ല."

"അതെന്താ ശരിയാവാത്തത്. നീ ആ പണം കടമായിട്ട് കണ്ടാൽ മതി. ഒരു ബാങ്ക് ലോൺ പോലെ. നിന്റെ ലാഭത്തിൽനിന്ന് കുറേ ശ്ശെയായി തിരിച്ചുതന്നാൽ മതി."

"അല്ല, എന്നാലും രാഘവേട്ടാ?"

"അതും പറ്റില്ലേ, എന്നാ നീയെനിക്ക് പലിശയും ചേർത്ത് തിരിച്ചു തന്നോ. അതാവുമ്പോ പ്രശ്നമില്ലല്ലോ." രാഘവൻ ചിരിച്ചുകൊണ്ട് പറഞ്ഞു.

"ക്യാഷിന്റെ കാര്യം മാത്രമല്ല എനിക്ക് അറിയാത്ത ഫീൽഡിലേക്ക് ഇറങ്ങേണ്ടി വരും. പോരാത്തതിന് അറിയാത്ത സ്ഥലവും."

"ഇത് രണ്ടും നീ എനിക്ക് വിട്ടേക്ക്. ഈ കാര്യത്തെക്കുറിച്ച് ഞാൻ കുറച്ചു നാളായി അന്വേഷിച്ചു തല പുണ്ണാക്കുന്നു. മാത്രമല്ല പലരോടും അന്വേഷിക്കുകയും ചെയ്തു. നല്ല ലാഭം കിട്ടുന്ന ഒരു പാട് പരിപാടികൾ നമുക്ക് ഇവിടെ ചെയ്യാൻ പറ്റും. ഹൈറേഞ്ചിന്റെ റേഞ്ച് നിനക്ക് അറിയാത്തതുകൊണ്ടാ. പിന്നെ നിനക്ക് ഈ സ്ഥലം അറിയില്ലെന്ന കാര്യം. അത് നീ വിട്ടേക്ക്. ഇല്ലിമലയിൽ നിനക്ക് ഒരു പരിചയക്കുറവും വരാതെ ഞാൻ നോക്കിക്കൊള്ളാം." രാഘവൻ നൂറുശതമാനം ആത്മവിശ്വാസത്തിലാണ്. എന്തും ചെയ്യാനുള്ള ചങ്കുറപ്പുള്ള ഒരാളാണ് അയാളെന്ന് അയാളിലെ വാക്കുകളിലെ ആത്മവിശ്വാസം അടിവരയിട്ട് പറഞ്ഞുകൊണ്ടിരുന്നു.

അവരുടെ ജീപ്പ് ടാറിട്ട റോഡിൽനിന്നും ഇടത്തോട്ട് തിരിഞ്ഞ് വീതി കുറഞ്ഞ മൺറോഡിലേക്ക് പ്രവേശിച്ചു. അപ്പോഴേക്കും ചുറ്റും പൂർണ്ണമായും ഇരുട്ടുവീണു കഴിഞ്ഞിരുന്നു. ചുറ്റും കൃഷി സ്ഥലമാണ്.

"ഇവിടെ മുതൽ നമ്മുടെയാ." രാഘവൻ പറഞ്ഞു.

"ആഹാ, കൊള്ളാലോ. ഇതെന്ത് കൃഷിയാ?"

"ഈ കാണുന്നതെല്ലാം ജാതിക്കയാണ്. കുറച്ചങ്ങോട്ട് ചെന്നാൽ കുരുമുളകുണ്ട്. പിന്നെ കുറച്ച് തെങ്ങ്, കമുക് അങ്ങനെ പോവുന്നു."

"ഏഹ്, കുറേ ഉണ്ടല്ലോ. ജന്മിയാണല്ലേ?" അനൂപ് പകുതി തമാശയായും പകുതി കാര്യമായും പറഞ്ഞു.

"ഹഹ അപ്പോ നീ ശരിക്കുള്ള ജന്മികളെ കണ്ടാൽ എന്ത് വിളിക്കും? എനിക്ക് ഒന്നര ഏക്കർ സ്ഥലം പാരമ്പര്യമായി കിട്ടി. അതിൽ പണിയെടുത്ത് ഞാനും ഭാര്യയും കൂടി ഒരു എട്ടുപത്തേക്കർ ഭൂമി സമ്പാദിച്ചു. പത്തിരുപത്തഞ്ച് കൊല്ലംകൊണ്ടാണ് കേട്ടോ."

രാഘവന് മക്കളില്ലെന്ന കാര്യം അനൂപിന് നേരത്തെ അറിയാം. ഭാര്യ മാത്രമേ വീട്ടിലുള്ളൂ.

"ചേച്ചിയും പറമ്പിൽ പണിയെടുക്കാറുണ്ടോ?"

"പിന്നേ, സുമതിയും വരാറുണ്ട്. അവൾക്കും കൃഷിയിൽ നല്ല കമ്പമാണ്."

രാഘവന്റെ ഭാര്യയുടെ പേര് അനൂപിന് നിശ്ചയമുണ്ടായിരുന്നില്ല. ഇപ്പോൾ ആ ഒരു ചോദ്യം ഒഴിവായി. സുമതി. സുമതിച്ചേച്ചി. അങ്ങനെ വിളിക്കാം, അനൂപ് മനസ്സിലോർത്തു. പക്ഷേ അപ്പോഴും അവന്റെയുള്ളിൽ അവർ ഏത് വിധേനയായിരിക്കും ജയിൽപ്പുള്ളി യായ തന്നോട് പെരുമാറുകയെന്ന ഉത്ക്കണ്ഠ നിലകൊണ്ടു. അത് അപ്പോൾതന്നെ രാഘവൻ അനൂപിന്റെ മുഖത്തു നിന്ന് വായിച്ചെ ടുത്തു.

"നിന്നെ വീട്ടിലേക്ക് കൂട്ടിക്കൊണ്ട് പോവുന്നത് സുമതിക്ക് ഇഷ്ട മാവുമോ എന്നല്ലേ ചിന്തിക്കുന്നത്?"

"സത്യത്തിൽ എനിക്ക് ആ കാര്യത്തിൽ പേടിയുണ്ട് രാഘവേട്ടാ. എന്തൊക്കെ പറഞ്ഞാലും..."

"നേരെ നോക്ക് നീ. നിന്നെയും കൂട്ടി വരുന്നത് ഇഷ്ടമല്ലായി രുന്നെങ്കിൽ അവൾ നമ്മളെയും കാത്ത് വീടിന്റെ കോലായിൽ ഇരി ക്കുമോ?" അനൂപിനെ തന്റെ വാക്കുകൾ മുഴുവിക്കാൻ വിടാതെ രാഘവൻ ചോദിച്ചു. അനൂപ് ജീപ്പിന്റെ ചില്ലിലൂടെ മുന്നോട്ട് നോക്കി. കോടമഞ്ഞിനിടയിലൂടെ ഒരു ഓടിട്ടവീട് അവന് അവ്യക്തമായി കാണാൻ സാധിച്ചു. ജീപ്പ് അല്പംകൂടി മുന്നോട്ട് ചെന്നപ്പോൾ വീടിന്റെ കോലായിൽ ഒരു സ്ത്രീ ഇരിക്കുന്നത് അവൻ കണ്ടു. ജീപ്പ് വീടിന്റെ മുറ്റത്തേക്ക് കയറിയപ്പോൾ അവർ കസേരയിൽ നിന്നെഴുന്നേറ്റ് മുറ്റത്തേക്കിറങ്ങി. ജീപ്പ് മുറ്റത്ത് പണിത പോർച്ചി ലേക്ക് കയറ്റിനിർത്തി രാഘവൻ ഹെഡ്‌ലൈറ്റ് ഓഫ് ചെയ്തു. ശേഷം ഡീസൽ സപ്ലൈ കട്ട് ചെയ്ത് എൻജിൻ ഓഫാക്കി.

"വാ ഇറങ്ങ്." രാഘവൻ പതിയെ വെളിയിലേക്കിറങ്ങിക്കൊണ്ട് പറഞ്ഞു. അനൂപ് വെളിയിലിറങ്ങി സുമതിയെ നോക്കി പുഞ്ചിരിച്ചു.

"സുമതീ, ഇതാണ് ആൾ."

"എങ്ങനെയിരുന്നു മോനേ യാത്രയൊക്കെ?"

“കുഴപ്പമില്ലായിരുന്നു ചേച്ചീ.” അനൂപ് ചുറ്റുമൊന്ന് മിഴികൾ പായിച്ചു. കോലായുടെ തൂണിൽ ‘പാറപ്പുറത്ത്’ എന്ന കുടുംബ പ്പേരുള്ള നെയിംപ്ലേറ്റ് അയാൾ കണ്ടു. അതിന് താഴെയായി ‘ജവ ഹർ’ എന്ന മറ്റൊരു പേരും കണ്ടു. വീട്ടുകാർ അവരുടെ വീടിന് സ്വന്തമായി നൽകിയ പേരാവാം, അനൂപ് കരുതി.

“തണുപ്പത്ത് നിൽക്കണ്ട. അകത്തേക്ക് പോവാം.” സുമതി അനൂ പിനെ വീട്ടിലേക്ക് ക്ഷണിച്ചു.

“അവന് തണുപ്പ് തീരെ പറ്റുന്നില്ല സുമതീ.”

“ഇത്രയും കാലം ഇവിടെ ജീവിച്ചിട്ടുപോലും എനിക്ക് ചില സമയത്തൊക്കെ തണുപ്പ് നല്ല ബുദ്ധിമുട്ടാ. അപ്പൊ പിന്നെ ശീലമി ല്ലാത്തവരുടെ കാര്യം പറയണോ ചേട്ടാ?”

ഒട്ടും സമയം കളയാതെ അനൂപ് ജീപ്പിനകത്തു നിന്നും തന്റെ ബാഗ് എടുത്ത് രാഘവനും സുമതിക്കുമൊപ്പം വീട്ടിനകത്തേക്ക് കയറി. അകത്ത് തണുപ്പ് അല്പം കുറവുണ്ട്.

“ബാഗ് ഈ മുറിയിലേക്ക് വെച്ചോ മോനേ.” സുമതി മുറികളി ലൊന്നിലേക്ക് വിരൽ ചൂണ്ടി. അനൂപ് അവരുടെ നിർദേശം അനു സരിച്ചു. ഇനി കുറച്ച് നാൾ താൻ തങ്ങാൻ പോവുന്ന മുറി അതാ ണെന്ന് സാരം. അയാൾ മുറിയുടെ ഒരു മൂലയ്ക്ക് തന്റെ പെട്ടി വച്ചു. ശേഷം ചുറ്റും നോക്കി. മുറിയിൽ ഒരു കട്ടിൽ, ഒരു അലമാര, ചെറിയൊരു മേശ, കസേര എന്നിവയുണ്ട്. പോരാത്തതിന് അറ്റാ ച്ച്ഡ് ബാത്‌റൂമും.

“അനൂപേ, ബാത്‌റൂമിൽ ഹീറ്ററുണ്ട് കേട്ടോ. നീ കുളിച്ചിട്ട് വാ. യാത്രാക്ഷീണമൊക്കെ മാറട്ടെ. നല്ല വിശപ്പുണ്ടാവുമല്ലോ. കുളിച്ചിട്ട് വേഗം ഭക്ഷണം കഴിക്കാം.” രാഘവൻ നിർദ്ദേശിച്ചു.

സുമതി അപ്പോഴേക്കും പ്ലേറ്റ് എടുക്കാനും മറ്റുമായി അടുക്കള യിലേക്ക് പോയിക്കഴിഞ്ഞു.

ശരിയെന്ന അർത്ഥത്തിൽ തലകുലുക്കിയശേഷം അനൂപ് തന്റെ ബാഗ് തുറന്ന് വസ്ത്രങ്ങൾ പുറത്തേക്കെടുത്ത് വെച്ചു. അവ യിൽനിന്ന് രാത്രിയിലേക്ക് ആവശ്യമായ വസ്ത്രമെടുത്ത് ബാത് റൂമിലേക്ക് കയറി. സാമാന്യം പഴക്കമുള്ള വീടാണ്. പക്ഷേ കുളി മുറി പിന്നീട് പണിതതാവാനാണ് സാധ്യത, അനൂപ് മനസ്സി ലോർത്തു. ഹീറ്റർ ഓൺ ചെയ്ത് ചൂടുവെള്ളത്തിൽ നന്നായൊന്ന് കുളിച്ചു കഴിഞ്ഞപ്പോൾ ക്ഷീണമെല്ലാം പമ്പകടന്നു. മാത്രമല്ല, മാന സികമായും സമാധാനവും ഉല്ലാസവും അയാൾക്ക് അനുഭവപ്പെട്ടു.

എന്തായിരിക്കും അതിന് കാരണം?

ചിലപ്പോഴത് തനിക്ക് സ്നേഹവും ബഹുമാനവുമുള്ള ഒരാളുടെ സമീപം എത്തിപ്പെട്ടതിനാലാവാം, അല്ലെങ്കിൽ കുറെ കാലങ്ങളായി തന്നെ വെറുപ്പോടെ മാത്രം കണ്ടിരുന്ന തന്റെ നാട്ടുകാരിൽനിന്നും മാറി നിന്നതിനാലാവാം, എന്തിന്, ഇല്ലിമലയിലെ തണുത്ത കാലാവസ്ഥപോലും ഒരു കാരണമായിരിക്കാം.

കുളിമുറിയിൽനിന്നും ട്രാക്ക് പാന്റും ടിഷർട്ടും ധരിച്ച് അനൂപ് പുറത്തിറങ്ങി. ബാത്റൂം വാതിൽ തുറന്നടഞ്ഞ ശബ്ദം കേട്ട് രാഘവൻ മുറിയിലേക്ക് ചെന്നു.

"ഉഷാറായില്ലേ ഇപ്പൊ?" അയാൾ ചോദിച്ചു. അനൂപ് പുഞ്ചിരിച്ചുകൊണ്ട് അതേയെന്ന അർത്ഥത്തിൽ തല കുലുക്കി.

"എന്നാ വാ, ഭക്ഷണം റെഡി."

മുറിയിലെ അയയിൽ തോർത്തുമുണ്ട് വിരിച്ചിട്ട് അനൂപ് ഡൈനിങ് ഹാളിലേക്ക് ചെന്നു. മൂവരും തീൻമേശയ്ക്ക് ചുറ്റുമായി ഇരുന്നു.

"കപ്പ കഴിക്ക്." രാഘവൻ അല്പം കപ്പ അനൂപിന്റെ പ്ലേറ്റിലേക്ക് വിളമ്പി. ശേഷം അല്പം കറിയും.

"പന്നിയാണ് കേട്ടോ, കഴിച്ചുനോക്കിയിട്ട് എങ്ങനെയുണ്ടെന്ന് പറ." അനൂപ് കപ്പയും കറിയും രുചിച്ചു നോക്കി.

"നല്ല രുചിയുണ്ട്. ഞാൻ മുമ്പും പന്നിയിറച്ചി കഴിച്ചിട്ടുണ്ട്. പക്ഷേ ഇത് വേറെ ടേസ്റ്റ് ആണല്ലോ."

"നീ എവിടുന്നാ പന്നിയിറച്ചി മുമ്പ് കഴിച്ചത്?" രാഘവൻ ചോദിച്ചു.

"അത് ഇടയ്ക്ക് ഷാപ്പിലൊക്കെ പോയപ്പോ കഴിച്ചിട്ടുണ്ട്."

"എന്നാൽ അതല്ല ഇത്. അത് നാട്ടിലെ വളർത്തുപന്നി. ഇവൻ കാട്ടുപന്നി."

"ഏഹ്, കാട്ടുപന്നിയോ?" അനൂപിന്റെ കണ്ണുകൾ വിടർന്നു.

"അതെ. എന്താ? ഇഷ്ടപ്പെട്ടില്ലേ?"

"ഓഹ്, ഇഷ്ടായി. ഞാൻ ആദ്യമായിട്ടാ ഇത് കഴിക്കുന്നത്."

"എന്നാപ്പിന്നെ നോക്കി നിൽക്കാതെ നല്ലോണം കഴിക്ക്."

"ഞാൻ കഴിച്ചോളാം. ഇതിനെ എവിടുന്നാ കിട്ടുന്നത്?"

"വെടി വെച്ചിട്ട്."

"ആര്?"

"ഞാൻതന്നെ. അല്ലാതാരാ?" രാഘവൻ ചിരിച്ചു.

"അതിന് തോക്കുണ്ടോ രാഘവേട്ടന്റെ കൈയിൽ?" അനൂപിന്റെ കണ്ണുകൾ കൂടുതൽ വിടർന്നു.

“ഉം, ഉണ്ട്. ഇവിടെ ജീവിക്കുന്ന ഞങ്ങളെപ്പോലെയുള്ള കർഷകർക്ക് തോക്കില്ലാതെ പറ്റില്ല. അത്രയ്ക്ക് ഉപദ്രവമാ ഈ ജീവികളെക്കൊണ്ട്.”

“തോക്കിന് ലൈസൻസ് വേണ്ടേ?”

“അത് കമ്പനിതോക്കിന്. ഇത് കള്ളൻ.” രാഘവന്റെ മുഖത്ത് നാണം നിഴലിച്ചു. ലൈസൻസില്ലാത്ത തോക്ക് കൈവശം വെക്കുന്നുവെന്ന് പറഞ്ഞതിന്റെ ജാള്യതയായിരുന്നു അത്.

“കള്ളത്തോക്കോ?” അനൂപിന്റെ മുഖത്ത് അത്രയുംനേരം പ്രകടമായ ആകാംക്ഷാഭാവം അമ്പരപ്പിന് വഴിമാറി.

“രാഘവേട്ടാ, അനൂപിന്റെ മനസ്സിൽ ഇപ്പോ എന്താണെന്ന് ഞാൻ പറയട്ടെ?” അത്രയും നേരം ഇരുവരുടെയും സംസാരം കേട്ടിരിക്കുകയായിരുന്ന സുമതി മൗനംവെടിഞ്ഞു.

“ആഹ്, നീ പറ. എന്താ അവന്റെ മനസ്സിൽ?”

“വേറെന്താ? പട പേടിച്ച് പന്തളത്ത് ചെന്നപ്പോൾ അവിടെ പന്തം കൊളുത്തിപ്പട. നാട്ടിൽ തല്ലും കുത്തും മടുത്ത് ഇവിടെ വന്ന പയ്യനാ, നോക്കുമ്പോ ഇവിടെ തോക്കും വെടിയും.” സുമതി ചിരിച്ചു. അവരുടെ ചിരിയിൽ രാഘവനും പങ്കുചേർന്നു.

“ഏയ്, പേടിയൊന്നുമില്ല ചേച്ചീ. ഞാൻ സാധാരണ കണ്ടു ശീലിച്ചിട്ടില്ലാത്ത കാര്യങ്ങളാണ് ഇതെല്ലാം. ഇല്ലിമല ശരിക്കും എനിക്കൊരു വേറെ ലോകമാണ്. ഇങ്ങോട്ടുള്ള വഴിയും ജീപ്പ് യാത്രയും ഇവിടുത്തെ തണുപ്പും, പിന്നെ ദാ, ഇപ്പൊ പറഞ്ഞ തോക്കിന്റെ കാര്യവുമെല്ലാം”

“എന്നിട്ട് നിനക്കെന്ത് തോന്നുന്നു, വന്നത് നന്നായോ അതോ?” രാഘവനാണ് ചോദിച്ചത്.

“ശരിക്കും നന്നായി. നാട്ടിൽ എനിക്ക് ഒറ്റപ്പെടൽ ഫീൽ ചെയ്തിരുന്നു. എല്ലാവരും എന്നെ ശത്രുവായിട്ടാണ് കണ്ടിരുന്നത്. സ്വൈര്യമായ ഒരു ജീവിതം ഇനിയുണ്ടാവില്ലെന്നു തോന്നിയിരുന്നു. പക്ഷേ ഇവിടെ വന്നപ്പോ ശരിക്കും ആശ്വാസം തോന്നി. ഇപ്പൊ ആകെയുള്ള ടെൻഷൻ ഒരു ജോലിയെപ്പറ്റിയാണ്.”

“ജോലിയുടെ കാര്യം നിന്നോട് ഞാൻ വരുന്ന വഴി പറഞ്ഞതല്ലേ. നിനക്ക് മാന്യമായി ജീവിക്കാനുള്ള വഴി ഞാൻ തരപ്പെടുത്തിത്തരാം. പിന്നെ, നീ എല്ലാ കാലവും ഈ മലമുകളിൽ കഴിയണമെന്നൊന്നും ഞാൻ പറയില്ല കേട്ടോ. കാര്യങ്ങൾ ഒന്നു കലങ്ങിത്തെളിയുന്നവരെ നീ ഇവിടെ നിൽക്ക്. അതിനുശേഷം നീ നിന്റെ താല്പര്യംപോലെ ചെയ്തോ. ഗൾഫിലോ മറ്റോ പോവണമെങ്കിൽ അതും ശ്രമിക്കാലോ.”

അവരുടെ സംസാരം അങ്ങനെ നീണ്ടു, കൂടെ ഭക്ഷണവും. ശേഷം അനൂപ് തനിക്കായി അവർ നൽകിയ കിടപ്പുമുറിയിൽ കട്ടിയുള്ള കരിമ്പടത്തിനുള്ളിൽ സുഖമായുറങ്ങി, ഏറെ നാളുകൾക്ക് ശേഷം!

രണ്ടുമൂന്ന് നാളുകൾക്കുശേഷം

രാഘവനും അനൂപും ജീപ്പിൽ സഞ്ചരിക്കുകയാണ്. അനൂപിന് വരുമാനമാർഗം കണ്ടെത്തുന്നതിനായുള്ള കഠിനപ്രയത്നത്തിലാണ് രാഘവൻ.

"രാഘവവേട്ടാ, ഞാനിതുവരെ പശുവിന് ഒരു പിടി പുല്ലുപോലും കൊടുത്തിട്ടില്ല. എനിക്കത് ശരിയാവുമോ?"

"അതിന് നമ്മൾ പശുവിനെ വളർത്താനല്ലല്ലോ പോവുന്നത്."

"അത് മനസ്സിലായി. എന്നാലും അവറ്റകളെപ്പറ്റി ഒന്നുമറിയാത്ത ഞാൻ ആ ഫീൽഡിലേക്ക് ഇറങ്ങുകയെന്ന് പറയുമ്പോ..." അനൂപ് തന്റെ ആത്മവിശ്വാസക്കുറവ് പ്രകടമാക്കി.

"ഇതങ്ങനത്തെ ഫീൽഡല്ല അനൂപേ. നീയൊന്ന് വെയിറ്റ് ചെയ്യ്. നമ്മളിപ്പോ അവിടെയെത്തും. അവരെല്ലാം വിശദമായി പറഞ്ഞുതരും." ജീപ്പ് സാമാന്യം വേഗത്തിലോടിച്ചുകൊണ്ട് രാഘവൻ പറഞ്ഞു.

രാഘവന്റെ ഒരു സുഹൃത്തിനെ കാണാനാണ് അവരുടെ യാത്ര. പേര് രാജീവൻ. കന്നുകാലിത്തീറ്റയുടെയും വളത്തിന്റെയും കച്ചവടമാണ് അയാൾക്ക്. അനൂപിന്റെ കാര്യം അയാളുമായി രാഘവൻ പങ്കുവെച്ചിരുന്നു. അങ്ങനെയാണ് അവർ ആ കൂടിക്കാഴ്ചയ്ക്കുവേണ്ടി പോവാൻ തീരുമാനിച്ചത്. അധികം വൈകിയില്ല, അവർ രാജീവന്റെ കടയിലെത്തി. ജീപ്പ് റോഡിന്റെ ഓരത്ത് നിർത്തി രാഘവൻ പുറത്തിറങ്ങി, കൂടെ അനൂപും.

"രാജീവാ..." കടയിലേക്ക് കയറിക്കൊണ്ട് രാഘവൻ വിളിച്ചു.

കടയിലെ തന്റെ കസേരയിലിരുന്ന് കച്ചവടവുമായി ബന്ധപ്പെട്ട കണക്കുകളിൽ മുഴുകിയിരിക്കുകയാണ് അയാൾ. കൂട്ടിനായി ഒന്നുരണ്ടു നോട്ടുപുസ്തകവും ഒരു കാൽകുലേറ്ററുമുണ്ട്. ആരാണ് തന്നെ വിളിച്ചതെന്ന് അയാൾ തലയുയർത്തി നോക്കി.

"ആഹ്, രാഘവനോ, വാ ഇരിക്ക്." അയാൾ കണ്ണടയും കൈയിലുണ്ടായിരുന്ന ബോൾ പേനയും മേശയിൽ വെച്ച് നിവർന്നിരുന്നു. അയാളുടെ കസേരയ്ക്ക് അഭിമുഖമായി മേശയുടെ മറുവശത്ത് രണ്ടു കസേരകളുണ്ട്. അവയിൽ രാഘവനും അനൂപും ഇരുന്നു.

"ഇതാണ് ഞാൻ പറഞ്ഞ ആൾ അനൂപ്." രാഘവൻ പരിചയപ്പെടുത്തി.

"ഹലോ.." രാജീവൻ പുഞ്ചിരിച്ചുകൊണ്ട് തന്റെ വലതുകൈ അനൂപിന്റെ നേരെ നീട്ടി. മേശയ്ക്കിരുവശവുമിരുന്ന് അവർ ഹസ്തദാനം ചെയ്തു. സാമാന്യം ബലിഷ്ഠമാണ് അയാളുടെ കരങ്ങളെന്ന് ഒരൊറ്റ ഹസ്തദാനത്തിലൂടെതന്നെ അനൂപിന് മനസ്സിലായി. ഇല്ലിമലയിലെ എല്ലാവരും കായികക്ഷമത അല്പം കൂടിയവരാണെന്ന തോന്നൽ അവിടെ കഴിഞ്ഞ ചുരുക്കം ദിവസങ്ങളിൽ തന്നെ അനൂപിനുള്ളിൽ ഉടലെടുത്തിരുന്നു, അവരുടെ ജീവിതശൈലിയാവാം കാരണം.

"ഞാൻ പറഞ്ഞ കാര്യം ഓർമ്മയില്ലേ?" കുശലാന്വേഷണങ്ങൾക്കൊന്നും മുതിരാതെ രാഘവൻ വിഷയത്തിലേക്ക് കടന്നു.

"ഓർമ്മയില്ലാതെ പിന്നെ?" അയാൾ തുടർന്നു, "അനൂപിന് ഓക്കേ ആണെങ്കിൽ നമുക്ക് ഉടനെ നോക്കാം."

"നീ കാര്യം അവനൊന്ന് വിശദമായി പറഞ്ഞുകൊടുക്ക്. ഞാൻ കൈവെക്കാത്ത ഫീൽഡ് ആയതിനാൽ എനിക്കും വലിയ ഐഡിയ ഇല്ല."

"സംഭവം സിംപിൾ ആണ്. ഇവിടെനിന്ന് ബോർഡർ കടന്ന് തമിഴ്നാട്ടിൽ എത്തിയാൽ ധാരാളം ചോളം കൃഷി കാണാം. അവിടെനിന്ന് വളരെ ചെറിയ വിലയ്ക്ക് നമുക്ക് ചോളം കിട്ടും. ഹോൾസെയിലായി വാങ്ങിയാൽ കിലോയ്ക്ക് ഒരു രൂപയൊക്കെയേ ചെലവ് വരൂ. ഈ സാധനം നമ്മൾ ചെറിയ ഗുഡ്സ്വണ്ടിയിൽ ഇവിടെ എത്തിക്കണം. അതിനുശേഷം അവ ചെറിയ കഷ്ണങ്ങളായി മുറിക്കണം. ഈ കഷ്ണങ്ങളിൽ ചില മരുന്ന് സ്പ്രേ ചെയ്യാനുണ്ട്. അങ്ങനെ ചെയ്താൽ പ്രാണികളുടെ ശല്യമൊന്നും പിന്നെ ഉണ്ടാവില്ല, കുറേ കാലം കേടുകൂടാതെ ഇരിക്കുകയും ചെയ്യും. അതിനുശേഷം നമ്മൾ അവ അളന്നു തിട്ടപ്പെടുത്തി പത്തോ പതിനഞ്ചോ കിലോ വരുന്ന രീതിയിൽ പ്ലാസ്റ്റിക്ഷീറ്റുകൊണ്ട് ചുറ്റി വായുവും വെള്ളവും കടക്കാത്ത രീതിയിൽ പാക്ക് ചെയ്തു വെക്കണം. അത് സൂക്ഷിക്കാൻ സാമാന്യം തരക്കേടില്ലാത്ത ഒരു ഗോഡൗൺ നമ്മൾ സെറ്റപ്പ് ചെയ്യണമെന്ന് മാത്രം. ഇത്രയുമായാൽ നമ്മുടെ പണി കഴിഞ്ഞു."

"ഇത് പിന്നീട് നമ്മൾ എന്തുചെയ്യും?" രാഘവൻ ചോദിച്ചു.

"ഈ പറഞ്ഞ സാധനത്തിന് കാന്നുകാലികളെ വളർത്തുന്ന സ്ഥലങ്ങളിൽ നല്ല ഡിമാന്റാണ്. എല്ലാ സ്ഥലങ്ങളിലും എല്ലാ കാലത്തും പച്ചപ്പുല്ല് കിട്ടിക്കൊള്ളണമെന്നില്ലല്ലോ. അത്തരം ആളുകൾ സാധാരണയായി പശുക്കൾക്കും മറ്റും കൊടുക്കുന്ന തീറ്റയാണ് ഇത്തരത്തിൽ ലഭിക്കുന്ന ചോളം."

“നമ്മൾ ഇതെങ്ങനെയാ ചേട്ടാ മാർക്കറ്റ് ചെയ്യുക?” ഇത്തവണ സംശയം ആരാഞ്ഞത് അനൂപാണ്.

“ഞാൻ ഈ ഫീൽഡിലല്ലേ അനൂപേ. ഇതിന്റെ ഡിമാൻഡും മാർക്കറ്റിങ് തന്ത്രവുമെല്ലാം നീ എനിക്ക് വിട്. നിനക്ക് തമിഴ് നാട്ടിൽ നിന്ന് ചോളം ഹോൾസെയിലായി വാങ്ങി ഞാൻ പറഞ്ഞ കണക്കെ പാക്ക് ചെയ്ത് തരാൻ പറ്റുമോ? എങ്കിൽ സാധനം വിറ്റ് തരുന്ന കാര്യം എനിക്ക് വിട്. ആവശ്യക്കാർ ധാരാളമുണ്ട്. എനിക്ക് ഈ കടയുടെ പുറമെ പുതിയൊരു ബിസിനസ് തുടങ്ങുകയെന്നത് തത്കാലം സാധ്യമല്ല. ഇപ്പൊ തന്നെ പിടിപ്പത് പണിയുണ്ട്.” രാജീവൻ നൂറുശതമാനം ആത്മവിശ്വാസം പ്രകടിപ്പിച്ചു.

“നമുക്ക് ഇതിൽനിന്ന് എന്ത് കിട്ടും?” രാഘവൻ ചോദിച്ചു.

“ഒരു കിലോയ്ക്ക് ഒരു രൂപയെന്ന നിരക്കിൽ കർഷകരിൽ നിന്നും ചോളം ലഭിക്കുമെന്ന് ഞാൻ പറഞ്ഞല്ലോ. നല്ലതുപോലെ പാക്ക് ചെയ്താൽ കിലോ പത്തു രൂപ മിനിമം കിട്ടും. അതായത് ഒൻപതു രൂപ മാർജിൻ. മറ്റു ചെലവുകൾ കഴിഞ്ഞ് ഒരു ഏഴുരൂപ എന്തായാലും കിട്ടും.” രാജീവൻ ലാഭക്കണക്കിനെക്കുറിച്ചുള്ള തന്റെ ഊഹം പങ്കുവെച്ചു.

“ഒരു ദിവസം എത്ര കിലോ കച്ചവടം നടക്കുമെന്നാണ് നിന്റെ കണക്കുകൂട്ടൽ?” മേശപ്പുറത്ത് ഇരുന്ന കാൽകുലേറ്റർ കൈയിലെടുത്തുകൊണ്ട് രാഘവൻ ചോദിച്ചു.

“ഒരു മാസം പത്തുപന്ത്രണ്ട് ടൺ സാധനം ഇപ്പോഴത്തെ നിലയിൽ ഞാൻ വിറ്റുതരാം.”

രാജീവൻ പറഞ്ഞ കണക്കുകൾ വെച്ച് രാഘവൻ കാൽകുലേറ്ററിൽ വിരലുകൾ അമർത്തി

“12000X7 = 84000”

“അങ്ങനെ നോക്കിയാൽ കുറഞ്ഞത് എൺപതുരൂപ കിട്ടും മാസം.” കാൽകുലേറ്ററിന്റെ ഡിസ്പ്ലേ സ്ക്രീൻ അനൂപിന് കാണാൻ പാകത്തിന് വെച്ചുകൊണ്ട് രാഘവൻ പറഞ്ഞു.

അനൂപ് തെല്ലൊന്ന് ഞെട്ടിയിരുന്നു. സിവിൽ എഞ്ചിനീയറിങ് മേഖലയിൽ വർഷങ്ങൾ പ്രവൃത്തിപരിചയമുള്ള തനിക്ക് പട്ടണത്തിൽ ലഭിച്ചിരുന്നതിനേക്കാൾ വരുമാനം ഈ മലമുകളിൽനിന്ന് നേടാൻ സാധിക്കുമോ? താനാണെങ്കിൽ ചോളം കൃഷി ഒരിക്കൽ പോലും നേരിട്ട് കണ്ടിട്ടുപോലുമില്ല. അനൂപ് ആലോചനയിലാണ്ടു.

“എന്താ അനൂപേ ഒന്നും മിണ്ടാത്തത്, നിനക്ക് ഇഷ്ടായില്ലേ?” താൻ പറഞ്ഞതിന് മറുപടിയൊന്നും ലഭിക്കാത്തതിന്റെ അങ്കലാപ്പ് രാഘവന്റെ വാക്കുകളിൽ പ്രകടമാണ്.

"അതല്ല രാഘവേട്ടാ, എനിക്ക് ഈ പറഞ്ഞ കാര്യങ്ങളെക്കുറിച്ച് യാതൊരു ഐഡിയയും ഇല്ല. കൃഷിയോ കച്ചവടമോ ഞാൻ ഇതുവരെ ചെയ്തിട്ടില്ല. എന്നെക്കൊണ്ട് ഈ പറയുന്ന കാര്യങ്ങളെല്ലാം സാധിക്കുമോയെന്ന് അറിയില്ല."

"ഹഹ... അനൂപേ നീ ഞാൻ പറയുന്നത് കേൾക്ക്." രാഘവൻ സംസാരിക്കാൻ ആരംഭിച്ചു.

ബിസിനസ്സ് വിജയം, ജീവിതവും

മാസങ്ങൾക്കുശേഷം:

"മുടിയാത് അണ്ണാ, ലോഡ് ലേറ്റ് ആണാൽ റൊമ്പ പ്രച്നെ ആയിടും. നീങ്ക എപ്പടിയാച്ച് ഇന്നേക്കെ ലോഡ് അണപ്പുങ്കെ."

അനൂപ് തമിഴ്നാട്ടിലെ ഫാർമർ പ്രൊഡ്യൂസർ ഓർഗനൈസേഷന്റെ (FPO) മാനേജറുമായി ഫോണിൽ സംസാരിക്കുകയാണ്. രാഘവന്റെയും രാജീവന്റെയും ഉപദേശവും സഹായവും സ്വീകരിച്ച് അനൂപ് ചോളം ഹോൾസെയിൽ ബിസിനസ്സിലേക്ക് തന്നെയാണ് പ്രവേശിച്ചത്. തുടക്കത്തിൽ ചെലവുകൾക്ക് വേണ്ട പണം സ്വന്തം സമ്പാദ്യത്തിൽനിന്നും രാഘവന്റെ സഹായത്തിൽനിന്നും അയാൾ കണ്ടെത്തി. ഇപ്പോൾ ബിസിനസ് അല്പം മെച്ചപ്പെട്ടിട്ടുണ്ട്. തുടക്കത്തിൽ ചെറിയ നിലയിലാണ് തുടങ്ങിയിരുന്നതെങ്കിലും ഇപ്പോൾ ഡിമാൻഡ് കൂടിയിരിക്കുന്നു, അതിനനുസരിച്ച് വരുമാനവും. ഡിമാൻഡ് കൂടിയതിനാൽ കൂടുതൽ ചോളം തമിഴ്നാട്ടിൽനിന്ന് വരുത്തണം. അതിനു വേണ്ടിയുള്ള ശ്രമത്തിലാണ് അനൂപ്.

"ഓക്കേ സാർ, നാൻ പാത്ത് പൺറേൻ." FPO മാനേജർ ഇത്രയും പറഞ്ഞ് ഫോൺ കട്ട് ചെയ്തു.

അപ്പോഴേക്കും അനൂപിന്റെ ഫോണിൽ മറ്റൊരു കാൾ വന്നു. സുമതിയാണ് വിളിക്കുന്നത്.

"ഹലോ ചേച്ചീ"

"അനൂപേ, എവിടെയാ നീ?"

"ഞാൻ ഗോഡൗണിൽ ഉണ്ട്."

"ഇറങ്ങാറായില്ലേ?"

"ദേ ഇറങ്ങ്വാ. പത്തു മിനിറ്റ്."

"ഉം, വേഗം വാ ഊണ് കഴിക്കാൻ സമയമായി." സുമതി കാൾ കട്ട് ചെയ്തു. അനൂപ് ഗോഡൗണിലെ ജോലികൾ തിൽക്കാലത്തേക്ക് അവസാനിപ്പിച്ച് ഷട്ടറുമിട്ട് പുറത്തേക്ക് ഇറങ്ങി.

“ചേട്ടാ ഞാൻ വീട്ടിൽ പോയി വരാം.” തൊട്ടടുത്തായി പല ചരക്കുകട നടത്തുന്ന മത്തായിയോട് വിവരം ധരിപ്പിച്ചശേഷം അനൂപ് തന്റെ ബൈക്കിൽ കയറി കിക്കർ ചവിട്ടി എൻജിൻ സ്റ്റാർട്ട് ചെയ്തു. തൽക്കാല ആവശ്യങ്ങൾക്കായി വാങ്ങിയ സെക്കന്റ് ഹാൻഡ് ഹീറോഹോണ്ട ബൈക്കാണ്. ക്ലച്ച് പിടിച്ച് ഫസ്റ്റ് ഗിയറിട്ട് അനൂപ് വാഹനം മുന്നോട്ടെടുത്തു.

കഴിഞ്ഞ ഏതാനും മാസങ്ങളിൽ, കൃത്യമായി പറഞ്ഞാൽ ആദ്യ മായി ഇല്ലിമലയിൽ എത്തിയതിൽ പിന്നെ അനൂപിന്റെ ജീവിതം ഒരുപാട് മാറിയിരിക്കുന്നു. ഇപ്പോൾ അവന് സ്വന്തമായി ഒരു ബിസി നസ് ഉണ്ട്. ഇല്ലിമലയിലെ ആളുകൾക്കിടയിൽ മാന്യമായ ഒരു മേൽ വിലാസമുണ്ട്. കൈയിൽ ആവശ്യത്തിന് പണമുണ്ട്. ജീവിതത്തിൽ സ്വന്തമെന്ന് പറയാൻ രണ്ടുപേരുണ്ട് രാഘവനും സുമതിയും. അതു മാത്രമല്ല, നാട്ടിൽ വെച്ച് പലരോടും ശാരീരികമായി തോൽവി ഏറ്റുവാങ്ങിയ അയാൾക്ക് ഇപ്പോൾ സാമാന്യം ബലിഷ്ഠമായ മാംസപേശികളുമുണ്ട്. കിലോക്കണക്കിന് വരുന്ന ചോളത്തിന്റെ ചാക്കുകൾ ദിവസേന കൈകാര്യം ചെയ്യുന്നതിലൂടെ ലഭിച്ച ആരോഗ്യം!

രാഘവൻ തന്റെ വീടിന്റെ അടുത്തുകൂടി ഒഴുകുന്ന കാട്ടരുവി യുടെ ആഴങ്ങളിൽ വെച്ച് തണുപ്പിച്ചെടുക്കുന്ന വാറ്റ്ചാരായം വല്ല പ്പോഴും കഴിക്കുന്നതൊഴിച്ചു നിർത്തിയാൽ അനൂപിന്റെ ജീവിതം ദുശ്ശീലങ്ങളൊന്നുമില്ലാത്ത ഒന്നാണെന്ന് പറയാം! ഇടയ്ക്കിടെ തെങ്ങിന്റെ പൂക്കുലയോ കൈതച്ചക്കയോ വാറ്റി സ്വയമ്പൻ ചാരായ മുണ്ടാക്കുന്നത് വർഷങ്ങളായി രാഘവന്റെ രീതിയാണ്, രാഘവന്റെ മാത്രമല്ല ഇല്ലിമലയിലെ പലരുടെയും. ഇതെല്ലാം പരസ്യമായ രഹസ്യമാണെങ്കിൽക്കൂടി പോലീസോ എക്സൈസോ ഇതൊന്നും അന്വേഷിച്ച് ഇല്ലിമല കയറി വരാറില്ല. ഇല്ലിമല എന്ന കൊച്ചു മല യോരഗ്രാമത്തെ മറ്റൊരു ലോകമായാണ് അവിടുത്തെ സർക്കാർ സംവിധാനങ്ങൾ കാണുന്നതെന്ന് പറഞ്ഞാലും തെറ്റില്ല. അവി ടുത്തെ മരംകോച്ചുന്ന തണുപ്പിനോടും ചെങ്കുത്തായ മലനിരക ളോടും കൃഷി നശിപ്പിക്കുന്ന വന്യമൃഗങ്ങളോടും മല്ലിട്ടു ജീവിക്കാ നുള്ള ധൈര്യവും പ്രാപ്തിയും ലഭിക്കാൻ അല്പം വാറ്റ്ചാരായ മൊക്കെ കൂടിയേ തീരൂ എന്നതാണ് പൊതുവെയുള്ള ഭാഷ്യം.

അനൂപിലേക്ക് വരാം. ഇപ്പോൾ അയാൾ മെച്ചപ്പെട്ട അവസ്ഥയിൽ തന്നെയാണ്. ആവശ്യത്തിന് വരുമാനമുണ്ട്. ഓരോ മാസവും തൊട്ടുമുൻപത്തെ മാസത്തേതിനേക്കാൾ കൂടുതൽ പണം സമ്പാദ്യ മായി ഇല്ലിമലയിലെ സഹകരണബാങ്കിൽ നിക്ഷേപിക്കാൻ അയാൾക്ക് സാധിക്കുന്നുണ്ട്. അയാൾക്ക് ഇപ്പോൾ ഇല്ലിമലയിൽ അനേകം പരിചയക്കാരുണ്ട്. പണിയെടുത്ത് ജീവിക്കുന്ന നല്ലൊരു പയ്യൻ എന്നതാണ് നാട്ടുകാർക്കിടയിൽ അനൂപിന്റെ ‘ഇമേജ്’.

പക്ഷേ ആ ഒരു നല്ല പയ്യനാവാൻ അവൻ ഒരുപാട് കഷ്ടപ്പെട്ടു. രാജീവൻ പറഞ്ഞ അത്ര എളുപ്പമായിരുന്നില്ല കാര്യങ്ങൾ. ചോളം ഹോൾസെയിൽ മേഖലയിൽ കടുത്ത മത്സരമാണ് അനൂപ് ആദ്യ നാളുകളിൽ നേരിട്ടത്. ഒരു കിലോയ്ക്ക് വില എട്ടുരൂപ എന്നുള്ളത് തുടക്കത്തിൽ എഴും ആറരയുമായി കുറക്കേണ്ടി വന്നു. ഇത് ലാഭത്തെ ചെറുതായൊന്നുമല്ല ബാധിച്ചത്. അത്തരത്തിൽ നേരി ടേണ്ടിവന്ന സാമ്പത്തികഞെരുക്കം രാഘവന്റെ ഇടപെടലുകളിലൂടെ അയാൾ ഒരുവിധം അതിജീവിച്ചു.

അനൂപ് എല്ലാ കടമ്പകളും കടന്ന് ഇന്നത്തെ പണിയെടുക്കുന്ന നല്ല പയ്യനായി മാറാൻ കാരണമായി മറ്റൊന്നുകൂടിയുണ്ട്. മുമ്പ് നാട്ടിൽ കൂട്ടുകാരോടൊപ്പം അടിപിടിയും മറ്റുമായി നടന്ന പക്വത വരാത്ത സിവിൽ എഞ്ചിനീയറിങ് സൂപ്പർവൈസറല്ല ഇല്ലിമല കയറി രാഘവനെ കാണാൻ വന്ന അനൂപ്. അയാൾ ചുരുങ്ങിയ കാലം കൊണ്ട് ജീവിതത്തിന്റെ കയ്പുനീർ കുടിച്ച് പരുവം വന്ന പുതിയ ഒരു മനുഷ്യനാണ്. ഒരു വിധപ്പെട്ട പ്രതിസന്ധികളിലൊന്നും അയാൾ ഇപ്പോൾ തളരാറില്ല!

അപ്രതീക്ഷിതം

അനൂപിന്റെ മോട്ടോർ സൈക്കിൾ രാഘവന്റെയും സുമതിയുടെയും 'ജവഹർ' എന്ന വീടിന്റെ മുറ്റത്തേക്ക് പ്രവേശിച്ചു. ഇപ്പോൾ ജവ ഹർ അനൂപിന്റേത് കൂടിയായി മാറിക്കഴിഞ്ഞു. ആ വീട്ടിൽനിന്നും മാറി താമസിക്കുന്നതോ, ഇല്ലിമല വിട്ട് ഗൾഫിലേക്കോ മറ്റോ പോവു ന്നതോ ഒന്നും ഇപ്പോൾ അനൂപിന്റെ ചിന്തയിലില്ല.

അയാൾ വണ്ടി മുറ്റത്തിന്റെ ഒരു ഓരത്ത് നിർത്തി ഹെൽമെറ്റ് കണ്ണാടിക്ക് മേലേ വെച്ച് വീടിന്റെ വരാന്തയിലേക്ക് കയറി. പോർ ച്ചിൽ ജീപ്പില്ല. അതിന്റെ അർത്ഥം രാഘവൻ വീട്ടിലില്ല എന്നാണ്. ഉച്ചഭക്ഷണം കഴിക്കുന്ന സമയത്ത് സാധാരണയായി രാഘവൻ വീട്ടി ലുണ്ടാവുന്നതാണ്. സുമതി വീടിന്റെ വരാന്തയിൽ ഇരിക്കുന്നുണ്ട്. അനൂപ് അപ്പോൾതന്നെ സുമതിയോട് കാര്യം തിരക്കി.

"ചേച്ചീ, രാഘവേട്ടനെവിടെ?"

"ഇപ്പൊ വരാമെന്ന് പറഞ്ഞ് പോയതാ. ഞാൻ നിങ്ങളെ രണ്ടു പേരെയും നോക്കി ഇരിക്കാൻ തുടങ്ങിയിട്ട് നേരം കുറേയായി."

"ഈ സമയത്ത് രാഘവേട്ടൻ എവിടെ പോവാനാ?"

"ആ സണ്ണിച്ചനെ കണ്ടിട്ട് എന്തോ കാര്യമുണ്ടെന്ന് പറഞ്ഞു."

"അത് എന്നോടും പറഞ്ഞിരുന്നു. പക്ഷേ സണ്ണിച്ചേട്ടനെ രാവിലെ പോയി കാണുമെന്നാണല്ലോ പറഞ്ഞിരുന്നത്."

"രാവിലെ കുളിച്ച് മുണ്ടും ഷർട്ടും മാറ്റി പോവാനിരുതാണെന്നേ. അപ്പോഴാ ചേട്ടന് ഒരു തലവേദനയും ക്ഷീണവും തോന്നുന്നെന്ന് പറഞ്ഞത്. പിന്നെ മുറിയിൽ പോയി കുറച്ചുനേരം വിശ്രമിച്ചു. ഞാൻ ഒരു ഗ്ലാസ് ഉപ്പിട്ട നാരങ്ങവെള്ളം കൊടുത്തു. പിന്നെ കുറച്ചു കഴിഞ്ഞ് സണ്ണിച്ചനെ കണ്ടിട്ട് വേഗം വരാമെന്ന് പറഞ്ഞ് ഇറങ്ങി. സുഖമില്ലേൽ പോണ്ടെന്ന് ഞാൻ പറഞ്ഞതാ. ഇപ്പൊ കുറവുണ്ടെന്നും പറഞ്ഞ് ജീപ്പുമെടുത്ത് പോയി."

"സുഖമില്ലേൽ പോവണ്ടായിരുന്നു."

"അതേന്നേ, പറഞ്ഞാൽ കേൾക്കണ്ടേ."

അനൂപിന്റെ ഫോൺ റിങ് ചെയ്തു. 'രാഘവേട്ടനായിരിക്കും.' അനൂപ് പാന്റിന്റെ കീശയിൽ കൈയിട്ട് ഫോൺ പുറത്തെടുത്തു. ഫോണിന്റെ സ്ക്രീനിൽ തെളിഞ്ഞ പേര് കണ്ടപ്പോൾ അനൂപ് അമ്പരന്നു.

"സണ്ണിച്ചൻ കാളിങ്."

"സണ്ണിച്ചേട്ടനാണല്ലോ വിളിക്കുന്നത്." അനൂപ് ഉടനെ ഫോണെടുത്തു, "ഹലോ.."

"അനൂപേ നീ എവിടെയാ?" സണ്ണിച്ചന്റെ വാക്കുകളിൽ അസാധാരണമായ ഒരു ഭയം അനൂപിന് അനുഭവപ്പെട്ടു.

"ഞാൻ വീട്ടിലുണ്ട്, എന്താ സണ്ണിച്ചേട്ടാ?" അനൂപിന് ഉത്ക്കണ്ഠ വർധിച്ചു.

"നീയൊന്ന് വേഗം എന്റെ വീട്ടിലേക്ക് വാ. രാഘവവേട്ടന് നല്ല സുഖമില്ല. ഒരു നെഞ്ചുവേദനപോലെ. വല്ലാത്ത ക്ഷീണവും."

"ഞാൻ ഞാനിതാ എത്തി." ഇത്രയും പറഞ്ഞ് ഫോൺ കട്ട് ചെയ്ത് അനൂപ് വീടിന്റെ വെളിയിലേക്ക് ധൃതിയിൽ ഇറങ്ങി. ക്ഷണനേരംകൊണ്ട് ബൈക്ക് സ്റ്റാർട്ട് ചെയ്ത് ഫസ്റ്റ് ഗിയറിൽ ഇട്ട ശേഷം അമ്പരന്നു നിൽക്കുന്ന സുമതിയെ നോക്കി.

"രാഘവവേട്ടന് എന്തോ ക്ഷീണം പോലെ തോന്നുന്നുവെന്ന് സണ്ണിച്ചേട്ടൻ പറഞ്ഞു. ഞാൻ പോയി നോക്കട്ടെ."

"ഞാനും വരുന്നു." അപ്പോഴേക്കും സുമതി ബൈക്കിന്റെ പിൻസീറ്റിൽ കയറിക്കഴിഞ്ഞു. സുമതി നേരാംവണ്ണം ഇരുന്നുവെന്ന് ഉറപ്പ് വരുത്തിയ അനൂപ് ബൈക്ക് സണ്ണിച്ചന്റെ വീട് ലക്ഷ്യമാക്കി പായിച്ചു.

"ശരിക്ക് പിടിച്ചിരിക്കണേ." അനൂപ് നിർദ്ദേശിച്ചു. സുമതിക്ക് ബൈക്ക് യാത്ര ശീലമില്ല.

“സണ്ണിച്ചൻ എന്താ പറഞ്ഞത്, ക്ഷീണാണെന്ന് മാത്രാണോ?”

“കൃത്യമായി ഒന്നും പറഞ്ഞില്ല.” സണ്ണിച്ചൻ നെഞ്ചുവേദനയുടെ കാര്യം പറഞ്ഞത് അനൂപ് മനപ്പൂർവം വെളിപ്പെടുത്തിയില്ല.

“എനിക്ക് വല്ലാത്ത പേടി തോന്നുന്നു. രാവിലെ തൊട്ടേ ക്ഷീണ മുണ്ട്. വേഗം പോ.” സുമതി കരഞ്ഞുതുടങ്ങി.

“ചേച്ചി പേടിക്കല്ലേ. ഒന്നുമുണ്ടാവില്ല.” അനൂപ് തനിക്ക് സാധി ക്കാവുന്നതിന്റെ പരമാവധി വേഗത്തിൽ വാഹനമോടിച്ചു.

സണ്ണിച്ചന്റെ വീട്ടിലേക്ക് അവരുടെ വീട്ടിൽനിന്ന് അധികം ദൂര മില്ല. രണ്ടോ മൂന്നോ മിനിറ്റിൽ അവർ ലക്ഷ്യം കണ്ടു. രാഘവന്റെ ജീപ്പ് സണ്ണിച്ചന്റെ വീടിന്റെ മുറ്റത്ത് കിടക്കുന്നുണ്ട്. അതിന് തൊട്ട് പിന്നിലായി അനൂപ് തന്റെ മോട്ടോർസൈക്കിൾ ബ്രേക്കിട്ട് നിർത്തി. വാഹനം പൂർണ്ണമായും ചലനരഹിതമാവും മുമ്പ് സുമതി നില ത്തേക്ക് ചാടിയിറങ്ങി. ഭാഗ്യംകൊണ്ട് പക്ഷേ അവർക്ക് പരി ക്കൊന്നും പറ്റിയില്ല.

“സണ്ണിച്ചാ...” ഉച്ചത്തിൽ വിളിച്ചുകൊണ്ട് അവർ വീട്ടിനുള്ളിലേക്ക് കുതിച്ചു.

മോട്ടോർസൈക്കിൾ സൈഡ്സ്റ്റാൻഡിൽ നിർത്തി അനൂപ് അവരെ പിന്തുടർന്നു. വീടിന്റെ സ്വീകരണമുറിയിൽ പ്രവേശിച്ച അ വർ കാണുന്നത് സോഫയിൽ ചാരിയിരിക്കുന്ന രാഘവനെയാണ്, തൊട്ടടുത്തായി സണ്ണിച്ചൻ ഇരിക്കുന്നു. അയാൾ രാഘവവന്റെ നെഞ്ചിൽ തടവിക്കൊടുക്കുകയാണ്. സമീപത്തായി ഭയം കലർന്ന മുഖവുമായി സണ്ണിച്ചന്റെ ഭാര്യ റോസി നിൽക്കുന്നു. അവരുടെ കൈയിൽ ഒരു ഗ്ലാസ് വെള്ളമുണ്ട്.

“എന്താ, എന്താ പറ്റിയത്?” സുമതി ഓടിച്ചെന്ന് രാഘവന്റെ സമീപം ഇരുന്നു.

“രാഘവേട്ടന് ഒരു നെഞ്ചുവേദന വന്നു. ഇപ്പോ കുറവുണ്ടെന്നാ പറയുന്നത്.” സണ്ണിച്ചൻ കാര്യങ്ങൾ വിവരിച്ചു, “ഞങ്ങൾ സംസാ രിച്ചുകൊണ്ട് ഇരിക്കുമ്പോളാ തുടങ്ങിയത്. പത്തിരുപത് സെക്കന്റ് നേരം നല്ല വേദന ഉണ്ടായിരുന്നു. അപ്പോഴാ ഞാൻ നിന്നെ വിളി ച്ചത്.”

“എന്നാ വേഗം ഹോസ്പിറ്റലിൽ പോവാം, ചേച്ചീ വാ, രാഘ വേട്ടനെ പിടിക്ക്.” അനൂപ് രാഘവന്റെ സമീപം ചെന്ന് അയാളെ എഴുന്നേൽപ്പിക്കാൻ തുനിഞ്ഞു.

“ഇപ്പോ കുറവുണ്ട് അനൂപേ. കുറച്ചു നേരം ഇരുന്നിട്ട് നമുക്ക് വീട്ടിലേക്ക് പോവാം.” രാഘവൻ ആശുപത്രിയിലേക്ക് പോവാൻ കൂട്ടാക്കിയില്ല.

“രാഘവേട്ടൻ ഒന്നും പറയണ്ട. രാവിലെ മുതലേ സുഖമില്ലല്ലോ. വേഗം ആശുപത്രിയിൽ പോവാം. അനൂപേ പോവാം.” സുമതി വല്ലാതെ ഭയന്നിട്ടുണ്ട്.

“അതാ നല്ലത്. ഞാനും വരാം. രാഘവേട്ടാ എണീക്ക്. വൈകിക്കണ്ട. റോസീ ഞങ്ങൾ പോയിട്ട് വരാം.” സണ്ണിച്ചനും പോവാൻ തയ്യാറായി.

“വല്ല കാര്യവുമുള്ള കാര്യത്തിനാണോ നിങ്ങൾ എല്ലാവരും കൂടി...” രാഘവൻ അനിഷ്ടം പ്രകടിപ്പിച്ചു. പക്ഷേ കൂടെയുള്ളവർ തന്റെ അഭിപ്രായം ഗൗനിക്കില്ലെന്ന് മനസ്സിലാക്കിയതിനാൽ അയാൾ പതുക്കെ സോഫയിൽനിന്നും എഴുന്നേറ്റ് വീടിന്റെ പുറത്തേക്ക് നടന്നു. ഇരുവശത്തുനിന്നും സുമതിയും അനൂപും അയാളെ നടക്കാൻ സഹായിച്ചു. അവർ അയാളെ തങ്ങളുടെ ജീപ്പിന്റെ മുൻസീറ്റിലിരുത്തി. കൂടെ സുമതിയും ഇരുന്നു. അനൂപ് ഒട്ടും വൈകാതെ ഡ്രൈവിംഗ് സീറ്റിലിരുന്ന് ജീപ്പ് സ്റ്റാർട്ട് ചെയ്തു.

“അനൂപേ, വിട്ടോ.” സണ്ണിച്ചൻ അപ്പോഴേക്കും പിൻസീറ്റിൽ സ്ഥാനംപിടിച്ചു കഴിഞ്ഞിരുന്നു. “റോസീ, ഞങ്ങൾ പോയി വരാം.”

“ഞാനും കൂടി വരണോ?” റോസി ചോദിച്ചു.

“വേണ്ടെന്നേ, ഞങ്ങൾ മൂന്നുപേരില്ലേ.”

വാഹനം നീങ്ങിത്തുടങ്ങി. മിനിറ്റുകൾക്കുള്ളിൽ ജീപ്പ് നിരപ്പ് പിന്നിട്ട് മലയിറങ്ങാൻ തുടങ്ങി.

ഇല്ലിമലയിൽ ആശുപത്രികളൊന്നുമില്ലെന്ന് പറയാം. ആർക്കെങ്കിലും അസുഖം വന്നാൽ ഇത്തരത്തിൽ ജീപ്പെടുത്ത് മലയിറങ്ങി വേണം ആശുപത്രിയിൽ എത്തിക്കാൻ. ഉടനെയൊന്നും ഇല്ലിമലയിൽ നല്ലൊരു ആശുപത്രി സ്ഥാപിതമാവുമെന്ന പ്രതീക്ഷയൊന്നും ആ നാട്ടുകാർക്കുമില്ല. ഇല്ലിമലയിലേക്കുള്ള റോഡ് നന്നാക്കിയാൽ പുറംലോകവുമായി ബന്ധപ്പെടാനുള്ള അവരുടെ ക്ലേശത്തിനെങ്കിലും ഒരയവ് വന്നേനേ. അത്തരമൊരു പദ്ധതി നിലവിലുണ്ടെങ്കിൽകൂടി പല പ്രശ്നങ്ങളിൽ കുരുങ്ങിക്കിടക്കുകയാണത്. തിരഞ്ഞെടുപ്പ് അടുത്തു വരുമ്പോൾ മാത്രം രാഷ്ട്രീയക്കാർ പല വാഗ്ദാനങ്ങളും നൽകുന്നത് മാത്രം ഒരു മാറ്റവുമില്ലാതെ തുടർന്നുകൊണ്ടിരുന്നു.

ഇല്ലിമലയിൽ വന്നതിൽ പിന്നെ അനൂപ് സ്ഥിരമായി രാഘവന്റെ ജീപ്പ് ഓടിക്കാറുണ്ട്. മാസങ്ങൾക്കുള്ളിൽ അയാൾ ഒരു പ്രഗത്ഭനായ ഡ്രൈവറായി മാറിയിരുന്നു. ഡ്രൈവിംഗിലെ തന്റെ പാടവം ഏറ്റവും നന്നായി പുറത്തെടുക്കേണ്ട നിമിഷങ്ങളാണ് അപ്പോൾ കടന്നുപൊയ്ക്കോണ്ടിരുന്നത്. ഏറ്റവും കുറഞ്ഞ സമയം കൊണ്ട് മലയിറങ്ങി സമതലത്തിലെത്തണം. ആവശ്യമായ ചികിത്സ ഉറപ്പ് വരുത്തണം.

ജീപ്പ് കുലുങ്ങിക്കൊണ്ട് മലയിറങ്ങി. ചക്രങ്ങൾ ഒരു കല്ലിൽ നിന്നും മറ്റൊരു കല്ലിലേക്ക് സ്ഥാനം മാറിക്കൊണ്ടിരുന്നു. ജീപ്പ് വല്ലാതെ കുലുങ്ങുന്നുണ്ട്. പക്ഷേ ആ വാഹനത്തിലെ നാലു പേർക്കും അത് ശീലമാണ്.

മൂവരും ഇടയ്ക്കിടെ രാഘവനോട് വേദനയെക്കുറിച്ച് ആരാഞ്ഞു കൊണ്ടിരുന്നു. ഇപ്പോൾ കുഴപ്പമൊന്നും ഇല്ലെന്ന മറുപടിയാണ് അവർക്ക് ലഭിച്ചുകൊണ്ടിരുന്നത്. സുമതി ഇടയ്ക്കിടെ വിതുമ്പി ക്കൊണ്ടിരുന്നു.

ഇതിനിടെ വീണ്ടും രാഘവന് നെഞ്ചുവേദന അനുഭവപ്പെട്ടു. മൂവരും കൂടുതൽ ചകിതരായി. പറ്റാവുന്നത്രയും വേഗത്തിൽ ജീപ്പ് മലയിറങ്ങി.

സർക്കാർ ആശുപത്രി

ജീപ്പ് മലയിറങ്ങി സമതലത്തിൽ പ്രവേശിച്ചിരിക്കുന്നു. സാമാന്യം നല്ല ടാറിട്ട റോഡാണ്. ഹെഡ്ലൈറ്റ് തെളിയിച്ച് ഹോൺ ശബ്ദി പ്പിച്ച് ജീപ്പ് സർക്കാർ ആശുപത്രി ലക്ഷ്യമാക്കി പാഞ്ഞു. റോഡിലെ മറ്റു വാഹനങ്ങൾ പരമാവധി വഴി നൽകിക്കൊണ്ട് അവരുടെ ജീപ്പിനെ കടത്തി വിട്ടു. വാഹനം ഹൈവെയിൽനിന്ന് വെട്ടിച്ച് ആശു പത്രി മുറ്റത്തേക്ക് കുതിച്ചെത്തി ബ്രേക്കിട്ട് നിർത്തി. സുമതി ഉടനെ തന്നെ വാതിൽ തുറന്ന് വെളിയിലിറങ്ങി രാഘവനെ പുറത്തേക്ക് ഇറങ്ങാൻ സഹായിച്ചു. തത്സമയം അനൂപും സണ്ണിച്ചനും അവർ ക്കരികെ കുതിച്ചെത്തി.

“അനൂപേ, നടത്തിക്കണ്ട. സ്ട്രെച്ചർ എടുത്ത് വാ.” സണ്ണിച്ചൻ നിർദ്ദേശിച്ചു.

താൻ സ്വയം നടന്നുകൊള്ളാമെന്ന രാഘവന്റെ വാക്കുകൾക്ക് ചെവികൊടുക്കാതെ അനൂപ് ആശുപത്രി വരാന്തയുടെ ഓരത്തായി വെച്ചിരുന്ന സ്ട്രെച്ചറുകളിൽ ഒന്ന് വലിച്ചെടുത്ത് ജീപ്പിന് സമീപ ത്തേക്ക് ചെന്നു. രാഘവനെ ശ്രദ്ധാപൂർവ്വം സ്ട്രെച്ചറിൽ കിടത്തി മൂവരും ചേർന്ന് ആശുപത്രിയുടെ വരാന്തയിലേക്ക് കൊണ്ടുപോയി. അപ്പോഴേക്കും ഒരു ആശുപത്രി അറ്റൻഡർ അവരെ സഹായിക്കാനെ ത്തിയിരുന്നു. കാഷ്വാലിറ്റിയുടെ വാതിൽക്കൽ ഒരു സെക്യൂരിറ്റി ജീവനക്കാരൻ നിൽക്കുന്നുണ്ട്. അയാൾ ആളുകളെ മാറ്റി സ്ട്രെച്ച റിന് പോവാൻ വഴിയൊരുക്കി.

“ഉള്ളിൽ നല്ല തിരക്കാ. രണ്ടുപേര് പോയാൽ മതി. ഒരാൾ ഇവിടെ നിൽക്കൂ.” സെക്യൂരിറ്റി ജീവനക്കാരൻ സൗമ്യമായി പറഞ്ഞു.

"സണ്ണിച്ചേട്ടൻ ഇവിടെ നിന്നോ, ഞാനും ചേച്ചിയും പോവാം." ഒട്ടും സമയംകളയാതെ അനൂപും സുമതിയും കാഷ്വാലിറ്റിക്കുള്ളിൽ പ്രവേശിച്ചു. സണ്ണിച്ചന് പുറത്തു നിൽക്കുകയല്ലാതെ മറ്റ് മാർഗമില്ല. അറ്റൻഡർ സ്ട്രെച്ചർ കാഷ്വാലിറ്റിക്കുള്ളിലെ ട്രയാജിലേക്ക് ഉരുട്ടിക്കൊണ്ട് ചെന്ന് ഡ്യൂട്ടി ഡോക്ടർമാർക്കരികിലായി നിർത്തി.

"ഒ.പി. ടിക്കറ്റ് എടുത്തോ?" ഡ്യൂട്ടിയിലുണ്ടായിരുന്ന നഴ്സ് അവർക്കരികിലേക്ക് ചെന്നു.

"ഇല്ല, ഞാൻ എടുത്തിട്ട് വരാം. എവിടെയാ ഓപ്പി ടിക്കറ്റ് ലഭിക്കുക?" അനൂപ് ആ ആശുപത്രിയിൽ ആദ്യമായി വരികയാണ്. അവിടം തീരെ പരിചയമില്ല.

"എനിക്കറിയാം. നീ ചേട്ടന്റെ അടുത്ത് നിൽക്ക്. രാഘവേട്ടാ, ഞാനിപ്പോ വരാമേട്ടാ." സുമതി കണ്ണീരോടെ രാഘവന്റെ കവിളിൽ മൃദുവായി സ്പർശിച്ച് ധൃതിയിൽ ഒപി ടിക്കറ്റ് കൗണ്ടർ ലക്ഷ്യമാക്കി നീങ്ങി.

"എന്താ പറ്റിയത്?" ഡ്യൂട്ടി ഡോക്ടർ അനൂപിനോട് ആരാഞ്ഞു.

"നെഞ്ചുവേദന അനുഭവപ്പെട്ടതാണ് ഡോക്ടർ."

"എത്ര നേരമായി തുടങ്ങിയിട്ട്?"

"ഒന്നൊന്നര മണിക്കൂറായിക്കാണും."

"വേറെ എന്തെങ്കിലും സിംപ്റ്റംസ് ഉണ്ടായിരുന്നോ, ശ്വാസം മുട്ടൽ അനുഭവപ്പെട്ടിരുന്നോ?"

"ഞാൻ സുഹൃത്തിനോട് സംസാരിച്ചിരിക്ക്യായിരുന്നു. അപ്പോഴാ ഒരു നെഞ്ച്‌വേദനപോലെ തോന്നിയത്." രാഘവൻ ആയാസപ്പെട്ട് കാര്യങ്ങൾ വിശദീകരിക്കാൻ ശ്രമിച്ചു. "കൂടെ ശരീരം വല്ലാതെ വിയർക്കാനും തുടങ്ങി. ഇടയ്ക്ക് ശ്വാസംമുട്ടും വന്നു."

ഡോക്ടർ രാഘവന്റെ പൾസ് പരിശോധിച്ചു.

"വോളിയം തീരെ കുറവാണല്ലോ." അയാൾ കൂടെയുള്ള ജൂനിയർ ഡോക്ടറോട് പറഞ്ഞു. ശേഷം സ്റ്റെതസ്കോപ് ഉപയോഗിച്ച് ഹൃദയമിടിപ്പ് പരിശോധിച്ചു.

മരണമൊഴി

"**വേ**ഗം ബിപ്പിയും SpO2വും എടുക്കണം. അത് കഴിഞ്ഞ് ഇസിജി എടുപ്പിക്കണം. മിക്കവാറും പേഷ്യന്റിനെ റെഡ് ഏരിയയിലേക്ക് മാറ്റേണ്ടി വരും" ഡ്യൂട്ടി ഡോക്ടർ തന്റെ ജൂനിയർ ഡോക്ടർമാർക്ക് വേണ്ട നിർദേശങ്ങൾ നൽകി.

ഇതിനിടെ രാഘവൻ കിടന്നുകൊണ്ട് തന്റെ അരികിൽ നിൽക്കുകയായിരുന്ന അനൂപിന്റെ കൈയിൽ സ്പർശിച്ചു. രാഘവന് തന്നോട് എന്തോ പറയാനുണ്ടെന്ന് അനൂപ് ഊഹിച്ചു. അയാൾ കുനിഞ്ഞ് തന്റെ മുഖം രാഘവന്റെ മുഖത്തിന് സമീപത്തേക്ക് അടുപ്പിച്ചു.

"അനൂപേ.." അയാൾ പതിയെ സംസാരിക്കാൻ ആരംഭിച്ചു, "എനിക്ക് എന്തോ സംഭവിക്കാൻ പോവുന്നപോലെ ഒരു തോന്നൽ. മരണം ഇങ്ങെത്തിയതുപോലെ."

എന്തോ പറയാൻ തുനിഞ്ഞ അനൂപിനെ തന്റെ കൈകൊണ്ട് വിലക്കി രാഘവൻ തുടർന്നു, "ഇനി ഞാൻ പറയാൻ പോവുന്ന കാര്യം ആരോടും പറയരുത്." അയാൾ ശബ്ദം ഒന്നുകൂടി താഴ്ത്തി. "നമ്മൾ പരിചയപ്പെടാൻ കാരണം നമ്മളുടെ ജയിൽവാസമല്ലേ. പക്ഷേ നീ വിശ്വസിക്കണം, ആ കുറ്റം ഞാൻ ചെയ്തിട്ടില്ല. കത്തിഗിരിയെ ഞാൻ കുത്തിയിട്ടില്ല."

"ഏഹ്... പിന്നെങ്ങനെ? പിന്നെങ്ങനെ ആ കുറ്റം രാഘവേട്ടന്റെ മേൽ വന്നു? എന്നോട് മുമ്പ് പറഞ്ഞത് അയാളെ കുത്തിയെന്ന് തന്നെയാണല്ലോ. അന്ന് രാത്രി, ആ വഴിയിൽ വെച്ച്. ന്യൂ ഇയറിന്റെ തലേദിവസം."

"അങ്ങനെയൊക്കെ പറയേണ്ടി വന്നു അനൂപേ. എല്ലാം നിന്നോട് തുറന്ന് പറയമെന്നുണ്ട് എനിക്ക്. പക്ഷേ എന്റെ മനസ്സ് പറയുന്നു എന്റെ ആയുസ്സ് ഒടുങ്ങാറായെന്ന്." അയാൾ സംസാരിക്കാൻ വല്ലാതെ ബുദ്ധിമുട്ടി. കൂടുതൽ വാക്കുകൾ അയാളിൽനിന്ന് വെളിയിൽ വന്നില്ല. കടുത്ത നെഞ്ചുവേദന അയാൾക്ക് അനുഭവപ്പെടാൻ തുടങ്ങി. ഒരു ഞരക്കത്തോടെ അയാൾ നിശ്ചലനായി.

ചുറ്റുമുള്ള ഡോക്ടർമാരും നഴ്സുമാരും എന്തൊക്കെയോ ഉച്ചത്തിൽ സംസാരിക്കുന്നത് അവ്യക്തമായി മാത്രമേ അനൂപിന് കേൾക്കാൻ സാധിച്ചുള്ളൂ. അയാളുടെ ഉള്ളിൽ ഒരു ഞെട്ടൽ മാത്രം അവശേഷിച്ചു. വിഫലമായ രക്ഷാപ്രവർത്തനത്തിനിടെ ഡോക്ടർ തന്നെ ഒരു വശത്തേക്ക് തള്ളി മാറ്റിയതുപോലും അയാൾ അറിഞ്ഞില്ല. അത്രയ്ക്ക് വലിയ രണ്ടു ഞെട്ടലാണ് അനൂപിന് കഴിഞ്ഞ ഏതാനും നിമിഷങ്ങൾക്കുള്ളിൽ നേരിടേണ്ടി വന്നത്.

ഒന്ന്, തന്റെ പിതൃതുല്യനായ രാഘവേട്ടന്റെ മരണം, രണ്ട്, അദ്ദേഹം ചെയ്യാത്ത കുറ്റത്തിനാണ് ജയിലിൽ കിടന്നതെന്ന വെളിപ്പെടുത്തൽ. ഒന്നാമത്തെതാണ് തന്നെയാണ് അയാളെ കൂടുതൽ തകർത്തത്. ജയിലിൽ നിന്നിറങ്ങി ആരോരുമില്ലാത്തവനായി പലരിൽനിന്നും മർദനവുമേറ്റ് നടന്ന തന്നെ ഇല്ലിമലയിൽ കൂട്ടിക്കൊണ്ട് വന്ന് ഒരുപാട് സ്നേഹവും കരുതലും നൽകിയ, അധ്വാനിച്ച് സമ്പാദിച്ച സമ്പാദ്യത്തിന്റെ ഒരു പങ്ക് തനിക്കുവേണ്ടി ചെലവാക്കാൻ

തയ്യാറായ, സമൂഹത്തിൽ മാന്യമായ ഒരു വിലാസം നേടിത്തന്ന പിതൃതുല്യനായ ആ മനുഷ്യൻ ഈ ലോകംവിട്ട് പോയിരിക്കുന്നു! സുമതിച്ചേച്ചി ഈ നിമിഷംവരെയും ഒന്നും അറിഞ്ഞിട്ടുണ്ടാവില്ല. അവർ ഏത് നിമിഷവും ഒപി ടിക്കറ്റെടുത്ത് തിരിച്ചു വരും. അവരോട് താനെന്ത് പറയും? അവർ വരുന്നുണ്ടോ? അവൻ വാതിൽക്കലേക്ക് നോക്കി.

ധൃതിയിൽ ഉള്ളിലേക്ക് ഓടി വരുന്ന ഒരു സ്ത്രീരൂപം അയാൾ കണ്ടു. അതവർ തന്നെ. അവർ ഓടി രാഘവനരികിലേക്കെത്തി. കാര്യം മനസ്സിലാവാതെ ഞെട്ടലോടെ തല വെട്ടിച്ച് അനൂപിനെ നോക്കി. അപ്പോഴേക്കും അനൂപ് നിയന്ത്രണം വിട്ട് പോയിരുന്നു. പതിഞ്ഞ ശബ്ദത്തിലുള്ള കരച്ചിൽ അയാളിൽ നിന്നുയർന്നു. നിമിഷങ്ങൾക്കുള്ളിൽ അതൊരു അലർച്ചയായി മാറി. ഉച്ചത്തിലുള്ള അയാളുടെ കരച്ചിൽ സുമതിക്കുള്ള ഉത്തരം നൽകി. തന്റെ രാഘവേട്ടൻ തന്നെ വിട്ട് പോയിരിക്കുന്നു, ഇനിയൊരിക്കലും തിരിച്ചുവരാൻ സാധിക്കാത്ത ലോകത്തേക്ക്. അവർക്ക് തലകറക്കം അനുഭവപ്പെട്ടു. കാലുകൾ തളർന്നുവീഴാൻപോയ അവരെ ചുറ്റുമുണ്ടായിരുന്ന ആശുപത്രി ജീവനക്കാർ താങ്ങിപ്പിടിച്ച് ഒരു കസേരയിലിരുത്തി.

തകർന്നു നിൽക്കുന്ന രണ്ടുപേർക്കിടയിലേക്ക് സെക്യൂരിറ്റി ജീവനക്കാരിൽ ഒരാൾ പറഞ്ഞറിഞ്ഞ് സണ്ണിച്ചൻ ഓടിയെത്തി. അയാൾ കൈയിൽ ദൃഢമായി പിടിച്ചപ്പോൾ മാത്രമാണ് അനൂപിന് സ്ഥലകാലബോധം തിരികെ ലഭിച്ചത്.

"പോയി സണ്ണിച്ചേട്ടാ." രണ്ട് വാക്കിൽ അനൂപ് പറഞ്ഞവസാനിപ്പിച്ചു.

സുമതിയുടെ ഉച്ചത്തിലുള്ള കരച്ചിൽ ആ കെട്ടിടത്തിന്റെ ഭിത്തികളിൽ തട്ടി അലയടിച്ചു. ആത്മാവ് വിട്ടുപോയ രാഘവന്റെയൊഴിച്ച് ഏവരുടേയും കർണ്ണപുടത്തിലേക്ക് കൂർത്ത ചാട്ടുളി കണക്കെ ആ ശബ്ദം തറച്ചുകയറിക്കൊണ്ടിരുന്നു.

മരണമൊഴിയുടെ പൊരുൾ തേടി

പതിനാറ് ദിനരാത്രങ്ങൾ കടന്നുപോയി. രാഘവന്റെ മരണാനന്തര ചടങ്ങുകൾ കഴിഞ്ഞു. സുമതിയുടെ ആഗ്രഹപ്രകാരം അനൂപാണ് കർമ്മങ്ങളെല്ലാം ചെയ്തത്. ചില ബന്ധുക്കൾക്ക് അതിൽ എതിർപ്പുണ്ടായിരുന്നെങ്കിലും ഭൂരിപക്ഷം നാട്ടുകാരും സുമതിയെയാണ് പിന്തുണച്ചത്. ജനഹിതം മനസ്സിലാക്കിയതിനാലാവാം, എതിർപ്പുണ്ടായിരുന്ന ബന്ധുക്കളാരും തന്നെ അത് പരസ്യമായി പ്രകടിപ്പിച്ചില്ല.

ചടങ്ങുകൾ കഴിഞ്ഞപ്പോൾ ആ വീട്ടിൽ ആളുകൾ ഒഴിഞ്ഞു തുടങ്ങി. രാഘവൻ ഐശ്വര്യം തുളുമ്പുന്ന ഒരു ഫോട്ടോയായി വീടിന്റെ ചുമരിലും സ്നേഹത്തിന്റെ പര്യായമായി സുമതിയുടെയും അനൂപിന്റെയും മനസ്സിലും അവശേഷിച്ചു.

പാറപ്പുറത്ത് രാഘവൻ ഇല്ലിമലയിലെ ആദരണീയരായ വ്യക്തികളിൽ ഒരാളായിരുന്നു. കഠിനാധ്വാനിയായിരുന്നു. സഹായമനസ്കനായിരുന്നു. ആരോഗ്യവാനായിരുന്നു. മാതൃകാപരമായ ദാമ്പത്യജീവിതം നയിച്ചയാളായിരുന്നു. തെറ്റായ കാര്യങ്ങളിൽ ഏർപ്പെടാത്ത ആളായിരുന്നു. ഇല്ലിമലയിലെ ശരികളിൽപ്പെട്ട, എന്നാൽ ഇന്ത്യാ രാജ്യത്തെ നിയമംമൂലം കുറ്റങ്ങളായ ചില പ്രവൃത്തികളായ ലൈസൻസ് ഇല്ലാത്ത തോക്ക് കൈവശം വെക്കൽ, നാട്ടിലിറങ്ങി കൃഷി നശിപ്പിക്കുന്ന വന്യമൃഗങ്ങളെ ഉന്മൂലനം ചെയ്യൽ, കാടിനോടും കാലാവസ്ഥയോടും മല്ലിടുവാനുള്ള ഊർജ്ജത്തിനുവേണ്ടി സ്വയം മദ്യം നിർമ്മിക്കൽ തുടങ്ങിയ കാര്യങ്ങളൊഴിച്ചാൽ പറയത്തക്ക തെറ്റുകളൊന്നും ചെയ്തുകൂട്ടാത്തയാൾ, അതായിരുന്നു പാറപ്പുറത്ത് രാഘവൻ.

രാഘവൻ കത്തിഗിരിയെ കുത്തിയെന്നറിഞ്ഞപ്പോൾ ആരും അയാളെ വെറുത്തില്ല. നടുറോഡിൽ കത്തിക്കുത്തുമായി നടക്കുന്നവനെന്ന് ഇല്ലിമലയിലെ ഒരാൾപോലും അഭിപ്രായം പറഞ്ഞില്ല. കത്തിഗിരിയെ ഇല്ലിമലയിലെ ഭൂരിപക്ഷം പേർക്കുമറിയാം. അവനൊരു മോശപ്പെട്ട വ്യക്തിയാണ്. കള്ളും കഞ്ചാവും കത്തിക്കുത്തുമായി നടക്കുന്നവൻ. ഒരു സാമൂഹികദ്രോഹി. അത്തരത്തിൽ ഒരുവനുമായി രാഘവൻ കോർത്തിട്ടുണ്ടെങ്കിൽ അത് നൂറുശതമാനവും ഗിരിയുടെ ഭാഗത്തുനിന്നുള്ള ഏതെങ്കിലും തരത്തിലുള്ള തെമ്മാടിത്തരത്തിന്റെ ഫലമായിട്ടായിരിക്കുമെന്ന് ഇല്ലിമലക്കാർ ഒന്നടങ്കം വിശ്വസിച്ചു. ചില ആളുകൾക്കിടയിൽ ഈ സംഭവം രാഘവന് ഒരു നായകപരിവേഷം ചാർത്തിക്കൊടുക്കുകപോലും ചെയ്തു. കാരണം ലളിതം. കത്തിഗിരിയെപ്പോലെ എന്തും ചെയ്യാൻ ധൈര്യമുള്ള ഒരാളെ കുത്തിവീഴ്ത്തുകയെന്നത് ഒരു സാധാരണ മനുഷ്യന് സാധിക്കുന്ന കാര്യമല്ല. അതിന് അസാമാന്യമായ കൈക്കരുത്തും ചങ്കുറപ്പും കൂടിയേ തീരൂ. അതിനാൽ രാഘവൻ ബഹുമാനത്തിന് അർഹനായിരുന്നു.

ജനങ്ങൾക്കിടയിൽ രാഘവന്റെ ഇമേജ് മരണശേഷവും അപ്രകാരംതന്നെ തുടർന്നു, കാരണം കത്തിക്കുത്ത് വിഷയത്തിലെ ആശയക്കുഴപ്പം അനൂപിൽ മാത്രമേ നിലനിൽക്കുന്നുള്ളൂ എന്നതുതന്നെ.

രാഘവന്റെ മരണമൊഴി വിശ്വസിക്കാതെ തരമില്ല. മരണം മുന്നിൽക്കണ്ട ഒരു മനുഷ്യൻ വേദന കടിച്ചമർത്തി ഒരു കള്ളം

അനൂപിനോട് പറയേണ്ട യാതൊരു കാര്യവുമില്ല. അതുകൊണ്ട് ഗിരിയെ കുത്തിയത് രാഘവൻ ആയിരിക്കില്ലെന്ന യാഥാർത്ഥ്യം അനൂപ് ഉൾക്കൊണ്ടു.

രാഘവൻ കള്ളക്കേസിൽ കുടുങ്ങി അകത്ത് പോയതായിരിക്കാൻ യാതൊരു സാധ്യതയുമില്ല. എന്തെന്നാൽ ആ ദിവസം താൻ ഗിരിയെ എന്തിന്, എങ്ങനെ എവിടെ വെച്ച് കുത്തിയെന്ന് രാഘവൻ അനൂപിനോട് വിശദീകരണം നടത്തില്ലല്ലോ, വിശദീകരണം കള്ളമായിരുന്നെങ്കിൽപോലും. ആയതിനാൽ നടന്നതെല്ലാം രാഘവന്റെ സമ്മതത്തോടെ തന്നെ! നൂറുശതമാനം ഉറപ്പ്.

അങ്ങനെയെങ്കിൽ ആർക്ക് വേണ്ടിയായിരിക്കും രാഘവൻ ആ കുറ്റം ഏറ്റെടുത്തിട്ടുണ്ടാവുക? ആരെ രക്ഷിക്കാൻ? എന്തിനു വേണ്ടി? ഈ ചോദ്യങ്ങൾ അനൂപിന്റെയുള്ളിൽ അലയടിച്ചുകൊണ്ടിരുന്നു.

മറ്റൊരാൾക്കുവേണ്ടി ഒരു ക്രിമിനൽ കേസ് രാഘവൻ ഏറ്റെടുക്കണമെങ്കിൽ അതിന് രണ്ടു സാധ്യതകളെയുള്ളൂ. ഒന്ന് രാഘവൻ പറഞ്ഞിട്ടാവാം യഥാർത്ഥ കുറ്റവാളി ഗിരിയെ കുത്തിയത്. രണ്ട് യഥാർത്ഥ കുറ്റവാളി രാഘവന് വളരെ വേണ്ടപ്പെട്ട ഒരാളാവാം.

ഇത്തരം ചിന്തകൾ സത്യാന്വേഷണത്തിനുള്ള ഒരു ത്വര അനൂപിന്റെ ഉള്ളിന്റെയുള്ളിൽ രൂപപ്പെടാൻ കാരണമായി. രാഘവൻ ആ കുറ്റം ചെയ്തിട്ടില്ലെങ്കിൽ അതിന് പിന്നിലുള്ള സത്യം കണ്ടുപിടിക്കണം.

തന്റെ മനസ്സിലേക്ക് വന്ന സാധ്യതകളിലൊന്ന്, രാഘവൻ പറഞ്ഞിട്ട് മറ്റാരെങ്കിലും ഗിരിയെ കുത്തിയതാണെങ്കിൽ, ആ കേസിൽ നിന്ന് പൂർണ്ണമായി അകന്നു നിൽക്കാൻ രാഘവൻ ശ്രദ്ധിക്കുമായിരുന്നില്ലേ? ഒരു ഗുണ്ടയെ നടുറോഡിൽ വെച്ച് കുത്തി മലർത്തിയെന്ന് സമൂഹത്തോട് വിളിച്ചു പറയാൻ അയാൾ തയ്യാറാവുമായിരുന്നോ? അയാൾ അത്രയും കാലം പരിരക്ഷിച്ച തന്റെ മാന്യത തകർന്നുവീഴാൻ അയാൾ ഇടയാക്കുമായിരുന്നോ?

രാഘവന്റെ മരണത്തോടെ അനൂപിന്റെ ഉത്തരവാദിത്തം മൂന്നായി ഉയർന്നു. സുമതിയെ വേണ്ടപോലെ ശുശ്രൂഷിക്കണം, കൃഷിയും മറ്റും ഏറ്റെടുത്ത് ചെയ്യണം, പിന്നെ ഗിരിയുമായി നടന്നതിന് പിന്നിലെ യാഥാർത്ഥ്യം കണ്ടെത്തണം. ആ കേസിന്റെ പിന്നാലെ പോവാൻ അവന് പല കാരണങ്ങളുമുണ്ട്. ഒന്ന്, ജയിലിൽ വെച്ച് കണ്ടുമുട്ടിയ നാൾ മുതൽ ഇഹലോകവാസം വെടിഞ്ഞ നാൾവരെ അനൂപിന്റെ കാഴ്ചപ്പാടിൽ, രാഘവൻ ഒരു നല്ല മനുഷ്യനായിരുന്നു, അധ്വാനിയായിരുന്നു, സ്നേഹനിധിയായ ഭർത്താവായിരുന്നുവെന്നതുപോലെ തന്നെ അയാളുടെ ജീവിതം ഒരു തുറന്ന പുസ്തകം കണക്കെയായിരുന്നു. പ്രത്യേകിച്ച് യാതൊരു രഹസ്യവുമില്ലാത്ത

മനുഷ്യൻ. നേർരേഖ കണക്കെയുള്ള ജീവിതപാത. എങ്ങനെയാണ് അയാൾക്ക് ജീവിതത്തിൽ ഇത്രയും 'സിമ്പിൾ ആൻഡ് ഓപ്പൺ' ആവാൻ സാധിക്കുന്നതെന്ന് മുമ്പ് അനൂപ് തന്നെ രാഘവനോട് ആരാഞ്ഞിട്ടുണ്ട്. അതിന്റെ മറുപടി ഒരു തുറന്ന ചിരിയായിരുന്നു.

അന്ന് അനൂപിന് തോന്നിയത് രാഘവനെന്ന മനുഷ്യന്റെ മനസ്സിന്റെ കളങ്കമില്ലായ്മ ഒരു ചിരിയായി പുറത്തു വന്നുവെന്നായിരുന്നു. പക്ഷേ, ഇപ്പോൾ അവനറിയുന്നു, ആ ചിരിയിൽ താനടങ്ങുന്ന ഈ ലോകത്തിൽനിന്നും അയാൾ ഒളിപ്പിച്ചുവെച്ചത് വലിയ എന്തോ ഒരു രഹസ്യമായിരുന്നെന്നത്. ആ ചിരിയും മരണത്തിന് മുൻപുള്ള അയാളുടെ ഏറ്റു പറച്ചിലും അനൂപിന്റെ മനസ്സിലേക്ക് മാറി മാറി കടന്നു വന്നു. താൻ രാഘവനോട് മുമ്പു ചോദിച്ച ചോദ്യം ഇപ്പോൾ അല്പം വ്യത്യാസത്തോടെ അവൻ സ്വയം ചോദിച്ചു, "എങ്ങനെയാണ് മനസ്സിൽ രഹസ്യം പേറി നടന്ന ഒരാൾക്ക് ഇത്രയും 'സിമ്പിൾ ആൻഡ് ഓപ്പൺ' ആയി അഭിനയിക്കാൻ സാധിക്കുന്നത്? താൻ അത്രനാളും ബഹുമാനിച്ച, സ്നേഹിച്ച ആ വലിയ മനുഷ്യൻ യഥാർത്ഥത്തിൽ നല്ലൊരു വ്യക്തിയല്ലേ? അയാളുടെ പൊയ്മുഖമാണോ താൻ ഇത്രയും കാലം കണ്ടത്? അതോ താൻ കരുതുന്നതിനേക്കാളും ശ്രേഷ്ഠനായ വ്യക്തിയായിരുന്നോ അദ്ദേഹം?'

യാമങ്ങൾ കഴിയുന്തോറും തലകീഴായി മറിയുന്ന മണൽ ഘടികാരത്തിലെ അർദ്ധഗോളങ്ങൾ കണക്കെ അനൂപിന്റെ ചിന്തകൾ മാറിമറിഞ്ഞു. അതവന്റെ മനസ്സമാധാനം കെടുത്തിത്തുടങ്ങി. കണ്ണടച്ചാൽ രാഘവന്റെ തുറന്ന ചിരിയും, തൊട്ടുപിന്നാലെ അയാൾ തന്നോട് വെളിപ്പെടുത്തിയ മരണമൊഴിയും മാറി മാറി കടന്നു വന്നു. ആശയക്കുഴപ്പത്തിന്റെയും അശാന്തിയുടെയുമിടയിൽ അവന് നഷ്ടമായത് ഏതൊരു മനുഷ്യനും വളരെ വിലപ്പെട്ട ഒന്നായിരുന്ന ഉറക്കമായിരുന്നു. സ്വസ്ഥമായ ഉറക്കം. ഇല്ലിമലയിലെത്തി ജീവിതം പച്ചപിടിച്ചത് മുതൽ അവന്റെ ഏറ്റവും വലിയ ആഡംബരങ്ങളിൽ ഒന്നായിരുന്നു അല്ലലില്ലാത്ത സുഖനിദ്ര. പക്ഷേ, ഇപ്പോൾ ആ സുഖനിദ്രയെ ഒരു വശത്തുനിന്ന് രാഘവന്റെ പൊട്ടിച്ചിരിയും മറുവശത്തുനിന്ന് അയാളുടെ മരണമൊഴിയും കാർന്നു തിന്നുന്നു.

ഈ അവസ്ഥയിൽനിന്ന് തനിക്ക് മോചനം വേണമെങ്കിൽ അതിന് ഒരേയൊരു വഴിയേയുള്ളൂ. കത്തിഗിരിയുമായി നടന്ന സംഭവത്തിന്റെ യാഥാർത്ഥ്യം കണ്ടെത്തണം. മറ്റൊരു തരത്തിൽ പറഞ്ഞാൽ രാഘവന്റെ മരണമൊഴിയുടെ പൊരുൾ കണ്ടെത്തണം!

പക്ഷേ, അതെങ്ങനെ സാധിക്കും? നേരെ പോയി പോലീസിൽ അറിയിക്കണോ? അയാൾ സാധ്യതകൾ മനസ്സിൽ കൂട്ടിക്കിഴിച്ചു. അവർ താനാരാണെന്ന് ചോദിച്ചാൽ? ഇല്ലിമലയ്ക്ക് വരത്തനാണ്

താൻ. തന്റെ നാടും വീടും എവിടെയാണെന്ന് ചോദിച്ചാൽ? എങ്ങനെയൊക്കെ ഒളിക്കാൻ ശ്രമിച്ചാലും താനൊരു കേസിൽപ്പെട്ട് ജയിലിൽ കിടന്നവനാണെന്ന് ചികഞ്ഞെടുക്കാൻ പോലീസിന് വളരെ എളുപ്പമാണ്. ഒരു കുത്ത്കേസിൽ ജയിലിൽപോയ താൻ മറ്റൊരു കുത്തുകേസ്, അതിലെ പ്രതി മരിച്ചശേഷം കുത്തിപ്പൊക്കാൻ ശ്രമിക്കുന്നത് തീരെ ഔചിത്യമാവില്ല. ഒടുവിൽ എല്ലാംകൂടി തനിക്കെതിരെ വന്നു ഭവിക്കാനും സാധ്യതയേറെ. മാത്രവുമല്ല അങ്ങനെയെങ്കിൽ താനൊരു ജയിൽപ്പുള്ളിയായിരുന്നുവെന്ന കാര്യം ഇല്ലിമലക്കാരും അറിയും. നിലവിൽ ഈ വിവരം ഇല്ലിമലയിൽ അറിയാവുന്നതത് സുമതിക്ക് മാത്രമാണ്. രാഘവൻ മരിച്ചുകഴിഞ്ഞു. ഇനി മൂന്നാമതൊരാൾ വഴി, അതായത് പോലീസോ പോലീസുമായി ബന്ധമുള്ള മാറ്റാരോ വഴി ഈ വിവരം ഇല്ലിമലയിൽ അറിയാൻ ഇടയായാൽ പിന്നെ തനിക്ക് ഇവിടെ സ്വസ്ഥമായി ജീവിക്കാൻ സാധിക്കില്ല. ഇപ്പോൾ തനിക്കുള്ള നല്ലപേര് ഒറ്റ ദിവസം കൊണ്ട് ഇല്ലാതാവും. പ്രേമനൈരാശ്യം കാരണം നാടുവിട്ട് വന്ന ബുദ്ധിയും വിവേകവുമില്ലാത്ത പയ്യനിൽനിന്നും ഇല്ലിമല കേന്ദ്രമായി കേരളത്തിലും തമിഴ്നാട്ടിലും സാമാന്യം നല്ല രീതിയിൽ ചോളം കച്ചവടം ചെയ്യുന്ന യുവവ്യാപാരിയായുള്ള തന്റെ വളർച്ചയെ ഇരുകൈയും നീട്ടി സ്വാഗതം ചെയ്തവരാണ് ഇല്ലിമലക്കാർ. അദ്ധ്വാനത്തെ വില കല്പിക്കുന്ന ജനത. അവർ തന്നെ കല്ലെറിഞ്ഞ് ഓടിക്കാൻ ഒരിക്കലും ഇടവരുത്തരുത്. തന്നെ സംരക്ഷിക്കാൻ പാറപ്പുറത്ത് രാഘവൻ എന്ന വന്മരം ഇപ്പോൾ ഇല്ല.

പോലീസിൽ പറയുന്നത് സ്വയം കുഴി കുത്തലാവുമെന്ന് ബോധ്യമായതിനാൽ അത് വേണ്ടെന്നുവെച്ചു.

മറ്റൊരു മാർഗം രാഘവനോട് ഏറ്റവും അടുപ്പമുള്ളവരോട് ചോദിക്കുകയെന്നതാണ്. അങ്ങനെയെങ്കിൽ ആരൊക്കെ ആ ലിസ്റ്റിൽ വരും? സുമതി. ജോർജ്ജ്. സണ്ണിച്ചൻ... ഇനിയാരെങ്കിലും? ഇവരിലുപരി ആരോടും രാഘവൻ ആ രഹസ്യം പറയാൻ സാധ്യതയില്ല. ജോർജിനും സണ്ണിച്ചനുംവേണ്ടി കുറ്റം ഏറ്റെടുക്കാനും സാധ്യതയില്ല. രാഘവന് ഏതാനും ബന്ധുക്കൾ ഇല്ലിമലയിൽ ഉണ്ടെങ്കിൽക്കൂടി അവരോടും ഇങ്ങനെയൊരു കാര്യത്തിനെക്കുറിച്ച് ചോദിക്കുന്നത് ഉചിതമാവില്ല. അവരിൽ ചിലർക്ക് തന്നോട് നീരസവുമുണ്ട്. സുമതിയോട് ഇപ്പോഴൊന്നും ചോദിക്കാനുള്ള അവസ്ഥയുമല്ല.

ഇനിയാര്? അനൂപ് മറ്റു വഴികൾ തേടി. തന്റെ കടയിലെ കസേരയിൽ പിന്നോട്ട് ചാഞ്ഞിരുന്ന് കൈകൾ കഴുത്തിന് പിന്നിൽ കെട്ടി അയാൾ ആലോചിച്ചു.

ഒരാളെ താൻ വിട്ടുപോയിരിക്കുന്നു. എല്ലാ സത്യവുമറിയാൻ സാധ്യതയുള്ള ഒരാൾ. ഗിരി. കത്തിഗിരി. തന്നെ ആര് കുത്തിയെന്ന്

അയാൾക്കറിയാതെ തരമില്ലല്ലോ. അയാളെക്കൊണ്ട് എങ്ങനെയെങ്കിലും സത്യം പറയിച്ചേ പറ്റൂ. പക്ഷേ അതെങ്ങനെ സാധിക്കും? അടിയും വഴക്കുമായി എന്തിനും തയ്യാറായി നടക്കുന്ന വീണ്ടുവിചാരമില്ലാത്ത വാടകഗുണ്ട. കൂടെ അതേ മാനസികനിലയുള്ള കൂട്ടുകാരും ഉണ്ടായേക്കാം. താൻ നിലവിൽ ഇല്ലിമലക്കാർക്ക് പ്രിയപ്പെട്ടവനാണെങ്കിൽകൂടി ഈ ഉദ്യമത്തിൽ താൻ ഒറ്റയ്ക്കായിരിക്കും. ഒരിക്കലും ഒരു പോലീസ്കേസ് ആവാനും പാടില്ല. ആലോചിച്ചു നോക്കിയിട്ട് അനൂപിന് എത്തുംപിടിയും കിട്ടിയില്ല.

അനൂപ് കുനിഞ്ഞ് മേശയുടെ താഴത്തെ അറയിൽനിന്നും ഒരു ചില്ലുകുപ്പി പുറത്തെടുത്തു. അതിൽ ഏതാണ്ട് മുക്കാൽ ഭാഗം പച്ചവെള്ളം കണക്കെയുള്ള ഒരു ദ്രാവകമുണ്ട്. നാടൻ വാറ്റാണ്. രാഘവൻ വാറ്റിയ അവസാന കുപ്പി മദ്യം. അനൂപ് കുപ്പിയുടെ അടപ്പ് തുറന്ന് ഒരു നിമിഷം കടയുടെ പുറത്തേക്ക് നോക്കി ആരും തന്നെ ശ്രദ്ധിക്കുന്നില്ലെന്ന് ഉറപ്പ് വരുത്തി. ശേഷം ഒരു കവിൾ ചാരായം വായിലൊഴിച്ചു. പതിയെ ഇറക്കി. ദ്രാവകം ഒഴുകിയ വഴിയെല്ലാം ഒരു കത്തൽ അനൂപിന് അനുഭവപ്പെട്ടു. കുപ്പി മേശമേൽ വെച്ച് അനൂപ് കസേരയിൽ ചാരിയിരുന്ന് വീണ്ടും ചിന്തകളിൽ ലയിച്ചു.

രാഘവൻ കുറ്റം ചെയ്തിട്ടില്ല എന്ന അറിവാണ് ഇപ്പോൾ തന്നെ കൂടുതലായി ബാധിക്കുന്നത്. സാധാരണഗതിയിൽ തനിക്ക് വേണ്ടപ്പെട്ട ഒരാൾ നിരപരാധിയാണെന്ന് അറിയുമ്പോൾ സന്തോഷമാണ് തോന്നേണ്ടത്. പക്ഷേ ഇവിടെ താൻ ആ സത്യം മനസ്സിലാക്കിയ നിമിഷം മുതൽ ആശയക്കുഴപ്പങ്ങളുടെ പടുകുഴിയിലേക്ക് വീണ അവസ്ഥയാണെന്ന് അനൂപിന് തോന്നി. ഏതുവിധേനയും വല്ല വള്ളിപ്പടർപ്പിലും പിടിച്ച് കയറി വന്നേ പറ്റൂ. അതിന് രാഘവൻ തന്നോട് പങ്കുവെച്ച രഹസ്യത്തിന്റെ പൂർണ്ണരൂപം കണ്ടുപിടിക്കണം. വലിയ മഞ്ഞുമലയുടെ ഒരറ്റം മാത്രമേ തന്റെ മുന്നിൽ വെളിപ്പെട്ടിട്ടുള്ളൂ.

അനൂപ് മേശപ്പുറത്തുനിന്നും കുപ്പിയെടുത്ത് ഒരു കവിൾ കൂടി മദ്യം അകത്താക്കി. ഇത്തവണ ആരെങ്കിലും കാണുന്നുണ്ടോയെന്നൊന്നും അയാൾ ശ്രദ്ധിച്ചതേയില്ല. ശേഷം കുപ്പിയുടെ വായ അടപ്പിട്ട് മുറുക്കി മേശപ്പുറത്ത് വെച്ചു. അയാളുടെ ചിന്തകളിൽ വീണ്ടും രാഘവൻ കടന്നുവന്നു. രാഘവനുമായി ഇരുന്ന് വല്ലപ്പോഴും വാറ്റുചാരായവും വെടിയിറച്ചിയും തങ്ങളുടെ വീടിന് സമീപമുള്ള അരുവിക്കരയിലിരുന്ന് കഴിക്കുന്നത് അയാൾ ഓർത്തു. അയാളുടെ മിഴികൾ നനഞ്ഞു. പൊടുന്നനെ അയാൾ കണ്ണ് തുടച്ചു ഫോണെടുത്തു. ലോക്ക് തുറന്ന് കോൺടാക്ട്സിൽനിന്നും ഉമേഷിന്റെ നമ്പർ ഡയൽ ചെയ്തു. ഇല്ലിമലയിലെ അനൂപിന്റെ ചുരുക്കം കൂട്ടുകാരിൽ ഒരാളാണ് ഉമേഷ്. പ്ലസ് ടു വരെ പഠിച്ചു. ആ സമയത്ത് അച്ഛൻ

മരിച്ചു. ഇല്ലിമലയിൽ കോളേജുകളൊന്നുമില്ല. മലയിറങ്ങി താഴെ പോയി വേണം കോളേജിലെത്താൻ. പിതാവിന്റെ മരണവും അതിനു ശേഷം വന്ന സാമ്പത്തികപ്രശ്നങ്ങളും കാരണം ഉമേഷ് ഡിഗ്രി മോഹം ഉപേക്ഷിച്ച് ഒരു ഓട്ടോമൊബൈൽ വർക്ക്ഷോപ്പിൽ പണിക്കാരനായി ചേർന്നു. കഴിഞ്ഞ രണ്ടു വർഷമായി അടിവാരത്ത് സ്വന്തമായി വർക്ക്ഷോപ്പ് നടത്തുന്നു. വീട്ടിലെ സാമ്പത്തികബുദ്ധിമുട്ടുകൾ മാറിവരുന്നു. അനിയത്തിയെ അടിവാരത്തെ ആർട്സ് കോളേജിലയച്ച് ഡിഗ്രിക്ക് പഠിപ്പിക്കുന്നു.

"ആഹ്, പറ അനൂപേ." ഉമേഷ് ഫോണെടുത്തു. അകമ്പടിയായി വർക്ക്ഷോപ്പ് ജോലിക്കാരൻ വെൽഡിങ്ങോ മറ്റോ ചെയ്യുന്നതിന്റെ ശബ്ദം.

"വർക്ക് ഷോപ്പിലാ, അല്ലേ?"

"അതേടാ, നീയോ? ഷോപ്പിലാ?"

"ഉം. നീയെപ്പോഴാ മലയിലേക്ക്?"

"ഞാനൊരു ഏഴുമണിയാവും. മാക്സിമം ഏഴര. എന്താടാ?"

"ഒന്ന് കാണാനായിരുന്നു."

"എന്നാ ഞാൻ എത്തിയിട്ട് വിളിക്കാം."

"ഓക്കേ."

ഫോൺ കട്ടായി.

ഉമേഷിനെ കാണണമെന്ന് പറഞ്ഞതിന്റെ ഉദ്ദേശ്യം കത്തിഗിരിയെക്കുറിച്ച് അറിയുകയെന്നതാണ്. മുമ്പ് എപ്പോഴോ അയാളെക്കുറിച്ച് ഉമേഷും അനൂപും സംസാരിച്ചിട്ടുണ്ട്. പക്ഷേ അന്നത്തെ നിലയ്ക്ക് കത്തിഗിരിയെന്നത് ഒരു അടഞ്ഞ അദ്ധ്യായമായിരുന്നു. അയാൾ കുപ്രസിദ്ധ ഗുണ്ടയായിരിക്കാം. പക്ഷേ, ഇല്ലിമലയിൽ വന്ന് പാറപ്പുറത്ത് രാഘവനോട് പക വീട്ടാനായി അയാൾ മുതിരുന്നതിന് യാതൊരു സാധ്യതയുമില്ലായിരുന്നു. മാത്രവുമല്ല പണത്തിന് വേണ്ടിയായിരുന്നു ഗിരി അടിക്കാനും കുത്താനും പോയിരുന്നത്. അങ്ങനെയൊരാൾ തന്റെ ഈഗോയുടെ സംതൃപ്തിക്കുവേണ്ടി മാത്രം പ്രതികാരം ചെയ്യാൻ അനൂപ് സാധ്യത കണ്ടിരുന്നില്ല. അന്ന് നടന്ന സംഭവമാകട്ടെ ഇരുവർക്കും പെട്ടെന്നുണ്ടായ ദേഷ്യത്തിൽ ചെയ്തുപോയതായാണ് രാഘവൻ എല്ലാവരോടും പറഞ്ഞതും.

പക്ഷേ ഇപ്പോൾ അനൂപിന് കത്തിഗിരിയെക്കുറിച്ച് അറിഞ്ഞേ തീരൂ.

രാത്രി എട്ടര. കുന്നിൻപുറത്തെ പാറക്കൂട്ടം.

"അവനെക്കുറിച്ച് അറിഞ്ഞിട്ട് എന്തിനാ? അതൊരു ക്ലോസ്ഡ് ചാപ്റ്റർ അല്ലേ?" ഉമേഷ് നെറ്റി ചുളിച്ചു.

തന്റെ ഉദ്ദേശ്യം നടക്കണമെങ്കിൽ സാധുവായ ഒരു കാരണം പറഞ്ഞേ തീരൂവെന്ന് അനൂപിന് ഉമേഷിന്റെ ശരീരഭാഷയിൽനിന്ന് വ്യക്തമായി. ഒരു കാര്യവുമില്ലാതെ ഗിരിയെപ്പോലെ ഇടംവലം നോക്കാതെ കത്തിയെടുക്കുന്ന ഒരാളുടെ പിന്നാലെ പോയി തന്റെ സുഹൃത്ത് അപകടം ക്ഷണിച്ചു വരുത്തേണ്ട എന്ന സദുദ്ദേശ്യവും ഉമേഷിനുണ്ടായിരുന്നു.

അനൂപിന് വേണമെങ്കിൽ എല്ലാ കാര്യവും ഉമേഷിനോട് പങ്കു വെക്കാം. നല്ലൊരു മനുഷ്യനായി തന്നെയാണ് ഉമേഷിനെ അനൂപ് മനസ്സിലാക്കിയിട്ടുള്ളതും. പക്ഷേ, ഇവിടെ വിഷയമതല്ല. ആരോടും പങ്കുവെക്കാത്ത ഒരു രഹസ്യമാണ് രാഘവൻ അവസാനമായി അനൂപിന്റെ കാതുകളിൽ മന്ത്രിച്ചത്. രാഘവന്റെ മരണമൊഴി. ആയതിനാൽ ആ വാക്കുകൾക്ക് അവ അർഹിക്കുന്ന പ്രാധാന്യവും രഹസ്യാത്മകതയും കൊടുക്കാതെ തരമില്ല. അനൂപ് തെല്ലു നേരം ചിന്തയിലാണ്ടു.

“പറയെടാ, എന്താ അതിന്റെ ആവശ്യം?”

“അതുണ്ടല്ലോ...” അനൂപ് വളരെ ആലോചിച്ചാണ് സംസാരിച്ചത്, “രണ്ടു ദിവസം മുമ്പ് രാത്രിയിൽ വീടിന്റെ പിന്നിൽ ആരോ നടക്കുന്ന ശബ്ദം കേട്ട് ഞാൻ നോക്കിയപ്പോ ഒരു ചെറുപ്പക്കാരൻ ഓടിപ്പോവുന്നത് കണ്ടു. അവന്റെ മുഖം ഞാൻ കണ്ടിരുന്നു. ശരീരപ്രകൃതവും എനിക്ക് മനസ്സിലായി. അത് കത്തിഗിരി ആണോയെന്ന് വെറുതെ ഒരു സംശയം. ആവാൻ സാധ്യതയില്ല. പക്ഷേ ഒന്നുറപ്പിക്കാൻ വേണ്ടിയാ.” പച്ചക്കള്ളമാണെങ്കിലും പറ്റാവുന്നത്രയും കുറ്റമറ്റ രീതിയിൽ അനൂപ് പറഞ്ഞുതീർത്തു.

ഉച്ചത്തിലുള്ള പൊട്ടിച്ചിരിയായിരുന്നു ഉമേഷിൽ നിന്നും അനൂപിന് ലഭിച്ച മറുപടി. എന്തൊരു മണ്ടത്തരമാണ് നീ സംസാരിക്കുന്നതെന്ന മുഖഭാവവും.

“ഇതിലെന്താ ഇത്രയ്ക്ക് ചിരിക്കാൻ?” അനൂപ് അരിശം വരുന്നതായി ഭാവിച്ചു. യഥാർത്ഥത്തിൽ അനൂപ് പ്രതീക്ഷിച്ച രീതിയിൽ തന്നെയാണ് ഉമേഷ് പ്രതികരിച്ചത്.

“നീ പറഞ്ഞത് മണ്ടത്തരം ആയതുകൊണ്ടുതന്നെ. എടാ, അങ്ങനെ ഒളിച്ചും പാത്തും വരുന്ന ഒരുവനല്ല ഗിരി. നിന്നെ കണ്ട് ഓടിപ്പോവുകയുമില്ല. മാത്രമല്ല രാഘവേട്ടനെ അറിയുന്ന ഒരുപാട് പേര് അടിവാരത്തുണ്ട്. രാഘവേട്ടന്റെ മരണവിവരം അവിടെയും ഒരു സംസാരവിഷയമായിരുന്നു. അതുകൊണ്ടുതന്നെ രാഘവേട്ടൻ മരിച്ച കാര്യം ഉറപ്പായും അവൻ അറിഞ്ഞുകാണും. അപ്പൊ പിന്നെ അവനെന്തിനാ നിങ്ങളുടെ വീടിന്റെ പിന്നിൽ വരുന്നത്? അവൻ കാശിനുവേണ്ടി മാത്രം തല്ലാനും കുത്താനും നടക്കുന്ന ഒരുത്തനാണ്.” ഒന്ന് നിർത്തിയശേഷം ഉമേഷ് തുടർന്നു,

"നിനക്കറിയാലോ ഈയിടെയായി കുറേ ആളുകൾ ട്രക്കിങ്, ക്യാംപിങ്, സൺറൈസ് വ്യൂ എന്നൊക്കെ പറഞ്ഞ് ഇല്ലിമലയിൽ വരുന്നുണ്ട്. അവരിൽ പലരും കള്ളും കഞ്ചാവുമടിച്ച് രാത്രി പല സ്ഥലത്തും കറങ്ങി നടക്കാറുമുണ്ട്. അങ്ങനെ ഏതെങ്കിലും ഒരുത്തനെയാവും നീ കണ്ടത്."

"നീ പറയുന്നത് സത്യമാണ്. നീ എന്റെ ഭാഗത്ത് നിന്നൊന്ന് ചിന്തിച്ചു നോക്ക്. എനിക്ക് ഗിരിയുടെ മുഖം ആകെ അറിയാവുന്നത് അങ്ങാടിയിൽ വെച്ച് ആരോ അയാളുടെ മൊബൈലിലുണ്ടായിരുന്ന ഗിരിയുടെ ഫോട്ടോ കാണിച്ചുതന്നതിന്റെ ബെയ്സിലാണ്. രണ്ടുദിവസം മുമ്പ് കണ്ട ആൾക്കും അതേ മുഖഛായയാണെന്ന് തോന്നി. എന്റെ തോന്നൽ തെറ്റാനിരിക്കാം. പക്ഷെ ഒരു പ്രാവശ്യം നേരിട്ട് അയാളുടെ നടത്തവും ചേഷ്ടകളും കണ്ടാൽ എനിക്ക് എന്റെ സംശയം കൺഫേം ചെയ്യാൻ പറ്റും. അതിനുവേണ്ടി മാത്രമാണ്. ഞാൻ കണ്ടത് വേറെ ആരെയോ ആണെന്ന് തെളിഞ്ഞാൽ പ്രശ്നം കഴിഞ്ഞല്ലോ. മിക്കവാറും ഞാൻ കണ്ടത് നീ പറഞ്ഞത് പോലെ ടൂറ് വന്ന ആരെയോ ഒരാളെ ആയിരിക്കും."

നാട്ടുകാരിൽ ആരോ ഒരാൾ ഗിരിയുടെ ഫോട്ടോ അനൂപിന് കാണിച്ചു കൊടുത്തുവെന്നത് സത്യം തന്നെയായിരുന്നു. സത്യവും അർധസത്യവും അസത്യവും കൂട്ടിക്കുഴച്ച് അനൂപ് പടച്ചുവിട്ട വാചകങ്ങളിൽ ഇക്കുറി ഉമേഷ് വീണു.

"ഉം, ഓക്കേ. ഞാനെങ്ങനെയാ ഈ കാര്യത്തിൽ നിന്നെ സഹായിക്കേണ്ടത്?"

"അവനെ എവിടെ എപ്പോൾ പോയാൽ കാണാൻ പറ്റുമെന്ന് നീയെന്നെ അറിയിക്കണം. നീ അടിവാരത്തല്ലേ. നിനക്കാവുമ്പോ എന്നേക്കാൾ കൂടുതൽ ആളുകളുമായി കോൺടാക്റ്റും ഉണ്ടല്ലോ."

"ഉം.." ഉമേഷ് അമർത്തിയൊന്ന് മൂളി. തന്റെ പ്ലാനിന്റെ ആദ്യ ഘട്ടം വിജയം കണ്ടുവെന്ന് അനൂപിന് മനസ്സിലായി.

"പിന്നൊരു കാര്യം. ഞാനീ കാര്യം ആരോടും പറഞ്ഞിട്ടില്ല. സുമതിച്ചേച്ചിയോടുപോലും. അതുകൊണ്ട് നീയും ഇത് ആരോടും പറയരുത്."

"ഹഹ. അത് നീ പേടിക്കേണ്ട. ഇങ്ങനെയൊരു മണ്ടത്തരം കാണിക്കാൻ ഞാൻ കൂട്ട് നിന്നെങ്ങാനും ആരെങ്കിലും അറിഞ്ഞാൽ നാണക്കേട് എനിക്കാ. നീയായിട്ട് ആരോടും പറയാതിരുന്നാൽ മതി." ഉമേഷ് ചിരി നിർത്തി ഗൗരവഭാവത്തിൽ തുടർന്നു, "പിന്നൊരു കാര്യം, ഗിരിയെ കാണാനുള്ള സാഹചര്യം ഞാൻ ഒരുക്കിത്തരാം. പക്ഷേ അവനോട് സംസാരിക്കാനൊന്നും നിൽക്കരുത്. നീ പറഞ്ഞതുപോലെ അവനെ ജസ്റ്റ് കണ്ട് നിന്റെ സംശയം

ക്ലിയർ ചെയ്യണം. ആർക്കും സംശയം തോന്നാതെ തിരിച്ചു പോന്നോണം, കേട്ടല്ലോ?"

"അത്രയേ എനിക്കും വേണ്ടൂ." അനൂപ് സമ്മതമേകി.

"ഓക്കേ. അവനെക്കുറിച്ച് എന്തെങ്കിലും വിവരം കിട്ടുകയാണെ ങ്കിൽ ഞാൻ നിന്നെ അറിയിക്കാം. അതുവരെ നിന്റെ ഭാഗത്ത് നിന്ന് അന്വേഷണമൊന്നും വേണ്ട."

അനൂപ് തല കുലുക്കി സമ്മതിച്ചു.

"എന്നാ വാ. പോവാം. വീട്ടിൽനിന്ന് രണ്ടു തവണ വിളിച്ചു. അല്ലറ പലചരക്കും പച്ചക്കറിയും വാങ്ങാനുണ്ട്."

അവർ അന്നത്തേക്ക് പിരിഞ്ഞു.

* * *

ഏതാനും ദിവസങ്ങൾ കടന്നു പോയി. സുമതി തന്റെ പ്രിയഭർ ത്താവിന്റെ നിര്യാണത്തിന്റെ ദുഃഖത്തിൽ നിന്നും ഇനിയും കര കയറിയിട്ടില്ല. അവർ തമ്മിലുള്ള ബന്ധം വളരെ ദൃഢമായിരുന്നു. വളരെ സ്നേഹത്തോടെ ജീവിച്ചവരായിരുന്നു.

"ശരീരം നോക്കാതെ നടക്കുന്നവർക്കാണ് ഹാർട്ട് അറ്റാക്ക് വരാൻ കൂടുതൽ സാധ്യതയെന്നാണ് ഞാൻ കരുതിയിരുന്നത്." ഒരു ദിവസം രാത്രി അത്താഴം കഴിക്കുമ്പോൾ സുമതി അനൂപിനോട് പറഞ്ഞു. രാഘവന്റെ മരണശേഷം സുമതി ഭക്ഷണത്തിന്റെ കാര്യത്തിൽ തീരെ ശ്രദ്ധിക്കാറില്ല. അനൂപിന്റെ നിർബന്ധം കാരണം എന്തെങ്കിലും കഴിച്ചെന്ന് വരുത്തും. അത്ര മാത്രം.

"മുപ്പത് വയസ്സുപോലും തികയാത്ത ആൾ ഹാർട്ട് അറ്റാക്ക് ആയി മരിച്ചത് എനിക്കറിയാം ചേച്ചീ."

"ആദ്യം ഞാനാ മരിക്കുകയെന്നാണ് ഞാൻ കരുതിയിരുന്നത്. ചേട്ടന് ഒരു പനി വന്നിട്ടുതന്നെ എത്ര കാലമായെന്ന് അറിയോ? നീ വന്നതിൽ പിന്നെ ഒരിക്കലെങ്കിലും ചേട്ടൻ പനി പിടിച്ച് കിട ന്നിട്ടുണ്ടോ?"

അനൂപ് ഇല്ലെന്ന അർത്ഥത്തിൽ തലയാട്ടി.

"ചേട്ടൻ പൂർണ്ണ ആരോഗ്യവാനായിരുന്നു. എല്ലാ അർത്ഥത്തിലും."

"എല്ലാ അർത്ഥത്തിലുമെന്ന് പറഞ്ഞാൽ?"

"ഞങ്ങൾക്ക് കുഞ്ഞുങ്ങൾ ഇല്ലാത്തത് എന്തുകൊണ്ടാണെന്നാ നിന്റെ വിചാരം?" യാതൊരു മുഖവുരയുമില്ലാതെയാണ് സുമതി ആ ചോദ്യം ഉന്നയിച്ചത്. ഒരു നിമിഷം അമ്പരന്ന അനൂപ് തനിക്കറി യില്ലെന്ന് മറുപടി നൽകി.

“ബന്ധുക്കളിൽ ചിലർ നിർബന്ധിച്ചു ചോദിച്ചപ്പോൾ ഞങ്ങൾ പറഞ്ഞത് രാഘവേട്ടന്റെ കുഴപ്പംകൊണ്ടാണ് കുട്ടികൾ ഉണ്ടാവാത്തതെന്നാണ്. പക്ഷേ ശരിക്കും ചെറിയൊരു കുഴപ്പം എനിക്കായിരുന്നു ഉണ്ടായിരുന്നത്. പക്ഷേ നിനക്കറിയാലോ നമ്മുടെ നാട്ടിലെ ബന്ധുക്കളുടെ സ്വഭാവം. എനിക്കാണ് കുഴപ്പമെന്നറിഞ്ഞാൽപ്പിന്നെ എനിക്ക് കുത്തുവാക്കുകൾ കേൾക്കാനേ നേരമുണ്ടാവൂ. അതറിയാവുന്നതുകൊണ്ട് രാഘവേട്ടന്റെ നിർബന്ധപ്രകാരം ചേട്ടനാണ് പ്രശ്നമുള്ളതെന്ന് ഞങ്ങൾ ബന്ധുക്കളോട് പറഞ്ഞത്. എനിക്ക് തീരെ ഇഷ്ടമുണ്ടായിരുന്നില്ല. പക്ഷേ സത്യം പറയാൻ ചേട്ടൻ സമ്മതിച്ചില്ല. ചേട്ടനോടാവുമ്പോ ആരും കുത്തുവാക്കുകളുമായി ചെല്ലാൻ ധൈര്യപ്പെടില്ലപോലും. എന്റെ കാര്യത്തിൽ അത്രയ്ക്ക് ശ്രദ്ധയായിരുന്നു.”

അനൂപിന് അതൊരു ആശ്ചര്യജനകമായ വിവരമായിരുന്നു. മുൻപൊരിക്കൽ ജോർജ്ജിൽനിന്നും സുമതി പറഞ്ഞതുപോലെ രാഘവന്റെ കുഴപ്പം കാരണമാണ് അവർക്ക് കുട്ടികൾ ഉണ്ടാവാത്തതെന്ന് അനൂപ് കേൾക്കാൻ ഇടയായിരുന്നു. ജോർജ്ജിനോടും അത്തരത്തിലായിരിക്കും രാഘവൻ പറഞ്ഞിട്ടുണ്ടാവുക. ഈ വിവരം തനിക്കറിയാമായിരുന്നെന്ന് പക്ഷേ അനൂപ് സുമതിയോട് പറഞ്ഞില്ലെന്ന് മാത്രം. അവരുടെ ദാമ്പത്യവുമായി ബന്ധപ്പെട്ട കാര്യങ്ങൾ താൻ മൂന്നാമതൊരാളിൽനിന്ന് നേരത്തെ കേട്ടിരുന്നുവെന്ന് പറയുന്നതിലെ ഔചിത്യമില്ലായ്മ ഓർത്തിട്ടാണ് അനൂപ് അങ്ങനെ ചെയ്തത്.

“അതൊക്കെ ഇനി പറഞ്ഞിട്ടെന്തിനാ ചേച്ചീ. ചേച്ചി അല്പം കൂടി ഭക്ഷണം കഴിക്ക്.” അനൂപ് സുമതിയുടെ പാത്രത്തിലേക്ക് അല്പംകൂടി ചോറ് വിളമ്പിക്കൊണ്ട് പറഞ്ഞു.

ഓരോ ദിവസം കഴിയുന്തോറും സുമതി ക്ഷീണിച്ചു വരികയാണ്. അവരെ വാർദ്ധക്യം കൂടുതലായി ബാധിച്ചതുപോലെ കാണപ്പെട്ടു. മനസ്സിലെ അടങ്ങാത്ത സങ്കടമാണ് പ്രധാന കാരണം. ഭക്ഷണം ഇല്ലാത്തതാകട്ടെ മറ്റൊരു കാരണവും. കഴിഞ്ഞ രണ്ടുമൂന്ന് ദിവസമായി അല്പം പുരോഗതിയുണ്ട് ഭക്ഷണകാര്യത്തിൽ. അതോ, അനൂപ് അത്രയ്ക്ക് നിർബന്ധം പിടിക്കുന്നതിനാൽ.

“കുഞ്ഞുങ്ങൾ ഇല്ലാത്തതിനാൽ എനിക്കിപ്പോ സങ്കടമൊന്നും ഇല്ല കേട്ടോ. എനിക്ക് നീയുണ്ടല്ലോ.” ഒരു ഉരുള ചോറ് ഇറക്കിക്കൊണ്ട് അവർ പറഞ്ഞു.

“ഞാനുണ്ട് ചേച്ചീ.” അവൻ സൗമ്യമായി ചിരിച്ചു. വിളിക്കുന്നത് ചേച്ചിയെന്നാണെങ്കിലും മനസ്സിൽ സുമതി അവന് അമ്മ തന്നെയാണ്. അത് സുമതിക്കുമറിയാം.

കത്തി ഗിരിയിലേക്ക്

"അവനെക്കുറിച്ച് ഒരു ഇൻഫർമേഷൻ കിട്ടിയിട്ടുണ്ട്." കടയിൽ ലോഡ് ഇറക്കുന്നതിനിടെ അനൂപിന് ഉമേഷിന്റെ ഫോൺ വന്നു.

"എവിടെയാണ് അവനുള്ളത്?" ചുറ്റുമുള്ള പണിക്കാരും മറ്റും കേൾക്കാതിരിക്കാൻ അല്പം ദൂരേക്ക് മാറിനിന്നുകൊണ്ട് അനൂപ് ചോദിച്ചു. അവന്റെ വാക്കുകളിലെ ആകാംക്ഷ അങ്ങേതലയ്ക്കൽ ഉമേഷിന് മനസ്സിലാക്കാമായിരുന്നു.

"എന്റെ വർക്ക്ഷോപ്പിൽനിന്നും ടൗണിലേക്ക് പോവുന്ന റൂട്ടിൽ ചോലക്കാട് എന്നൊരു അങ്ങാടിയുണ്ട്. അറിയുമോ?"

"ചോലക്കാട് എനിക്കറിയാം."

"ആഹ്, ഇപ്പോ കുറച്ചു ദിവസമായി അവൻ അവിടെ അടുത്തൊരു വീട്ടിലാ താമസം. അവിടെ ഭർത്താവിനോട് പിണങ്ങി ഒരു സ്ത്രീ ഒറ്റയ്ക്ക് താമസിക്കുന്നു. അവളുടെ കൂടെയാ." ഉമേഷ് ചിരിച്ചു.

"അവൻ അവിടെത്തന്നെ ഉണ്ടാവുമോ?"

"കൊട്ടേഷൻ ഉണ്ടെങ്കിൽ അതിന് പോവും. അത് കഴിഞ്ഞാൽ കുറച്ച് മദ്യവും ചിക്കനുമൊക്കെ വാങ്ങി ആ പെണ്ണിന്റെ വീട്ടിലേക്ക് മടങ്ങും. കുറച്ചായിട്ട് അതാണവന്റെ രീതി."

"കൂടെ ആരെങ്കിലും ഉണ്ടാവാറുണ്ടോ യാത്രയിൽ?"

"വീട്ടിലേക്ക് അവൻ ഒറ്റയ്ക്കാണ് പോവാറ്. അങ്ങാടി വരെ കൂട്ടാളികൾ ആരെങ്കിലുമൊക്കെ ഉണ്ടാവും."

"ഓക്കേ. താങ്ക്സ് ഡാ. ഇന്നു തന്നെ ഞാൻ എന്റെ ഡൗട്ട് ക്ലിയർ ചെയ്തേക്കാം."

"നീ ഒറ്റയ്ക്ക് പോണ്ട. ഞാനും വരാം."

"അത് സാരമില്ലെടാ. ഞാൻ സംസാരിക്കാനൊന്നും പോണില്ലല്ലോ."

"നിനക്ക് ആളെ കണ്ടാൽ മനസ്സിലാവുമോ?"

"ഫോട്ടോ കണ്ടിട്ടുണ്ട്."

"സംശയിക്കാനൊന്നുമില്ല. ചോലക്കാട് നിന്നും വലത്തോട്ട് തിരിയണം. സുമാർ അരക്കിലോമീറ്റർ പോയാൽ ഒരു ഇടവഴി കാണാം. അവിടെ മോട്ടോർസൈക്കിൾ നിർത്തി ഇടവഴിയിലൂടെ നടന്നാൽ ആ പെണ്ണിന്റെ വീടെത്തി. വേറെ അധികം വീടുകളൊന്നും ആ ഭാഗത്ത് ഇല്ല."

"അവന്റെ ടൈമിംഗ് എങ്ങനെയാ?"

"അത് പറയാൻ പറ്റില്ല. കൊട്ടേഷനൊന്നും ഇല്ലെങ്കിൽ രാത്രി ഒൻപത് മണിയോടെ വീട്ടിൽ കയറും."

"ഓക്കേ. ബാക്കി ഞാനേറ്റു."

"ശ്രദ്ധിക്കണം കേട്ടോ." ഉമേഷിന് നല്ല ഭയമുണ്ട്.

"ഓക്കേ ടാ. ഞാൻ നോക്കിക്കൊള്ളാം. വെക്കട്ടെ."

ഫോൺ കട്ടായി.

* * *

ഉച്ചകഴിഞ്ഞ് മൂന്ന് മണിയായപ്പോൾ അനൂപ് കട പൂട്ടിയിറങ്ങി. രാത്രി എപ്പോൾ തിരിച്ചുവരുമെന്ന് അറിയില്ല. തിരിച്ചുവരുമോയെന്ന് പോലുമറിയില്ല. [illegible] പിടിച്ച ഒരു [illegible]ത്തിനാണ അനൂപ് ഇറങ്ങിത്തിരിച്ചിരിക്കുന്നത്. കൂട്ടിന് ആരുമില്ല, ഒറ്റയ്ക്ക്. പക്ഷേ പോയേ തീരൂ. ആ രഹസ്യം മനസ്സിലാക്കിയേ തീരൂ. അനൂപിന് ഭയമൊന്നും തോന്നിയില്ല. ഒരു അദൃശ്യശക്തിയായി രാഘവേട്ടൻ തന്റെ കൂടെയുണ്ടെന്ന് അയാൾക്ക് തോന്നി. ആ തോന്നൽ അയാൾക്ക് ധൈര്യം നൽകി.

വീട്ടിലേക്ക് വേണ്ട അത്യാവശ്യം പച്ചക്കറിയും പല വ്യഞ്ജനങ്ങളും വാങ്ങി അനൂപ് വീട്ടിലെത്തി.

"ആഹ്, നീ നേരത്തെ വന്നോ?" സുമതി സന്തോഷം പ്രകടിപ്പിച്ചു.

"എനിക്ക് കുറച്ച് ചരക്കെടുക്കാൻ അടിവാരത്ത് പോണം. അവിടെ ലോറിയിൽ ഇറക്കിവെച്ചിട്ടുണ്ട്."

"നീ പോവുകയാണോ?"

"അതെ. ഇപ്പോ പോയാലെ രാത്രിയെങ്കിലും തിരിച്ച് ഇങ്ങെത്താൻ പറ്റൂ." ബൈക്കിന്റെ താക്കോൽ ചുമരിലെ കൊളുത്തിൽ തൂക്കി പകരം ജീപ്പിന്റെ താക്കോൽ കരസ്ഥമാക്കിക്കൊണ്ട് അയാൾ പറഞ്ഞു.

"എന്നാ വൈകണ്ട. വേഗം പോയി വാ."

"ചേച്ചി ഭക്ഷണം കഴിക്കണേ. ഞാനില്ലെന്ന് കരുതി പട്ടിണി കിടക്കരുത്."

"ഇല്ലെടാ. നീ പോയിട്ട് വാ"

അനൂപ് പേഴ്സും മൊബൈൽ ഫോണുമെല്ലാം എടുത്തിട്ടുണ്ടെന്ന് ഉറപ്പ് വരുത്തി. മുറ്റത്തിറങ്ങി ജീപ്പിൽ കയറി. ഇരുവശത്തെയും പ്ലാസ്റ്റിക് കർട്ടൻ ഉയർത്തിവെച്ചു. ശേഷം സുമതിയോട് യാത്ര പറഞ്ഞ് ജീപ്പ് ഓടിച്ചു പോയി. അനൂപിന്റെ പെരുമാറ്റത്തിൽ എന്തോ ഒരു അസ്വാഭാവികത സുമതിക്ക് അനുഭവപ്പെട്ടിരുന്നു.

കച്ചവടവുമായി ബന്ധപ്പെട്ട വല്ല മാനസികപിരിമുറുക്കവുമായിരിക്കുമെന്ന് അവർ കരുതി. ഏതാനും നിമിഷം വഴിക്കണ്ണുമായി വീടിന്റെ കോലായിൽനിന്നശേഷം അവർ വീടിന്റെ അകത്തളങ്ങളിലേക്ക് മടങ്ങി.

ആദ്യത്തെ ബ്രേക്ക്ത്രൂ

ചോലക്കാട് ജംഗ്ഷൻ. സമയം രാത്രി എട്ട് മണിയോട് അടുപ്പിച്ച്. ജീപ്പ് അകലെ നിർത്തിയിട്ട് അനൂപ് അങ്ങാടിയുടെ പരിസരങ്ങളിൽ ചുറ്റിപ്പറ്റിനിന്നു. ഭാഗ്യവശാൽ പരിചയക്കാരെയൊന്നും കണ്ടുമുട്ടേണ്ടി വന്നില്ല. കച്ചവടം തുടങ്ങിയതിൽ പിന്നെ പല ദിക്കിലും പരിചയക്കാരുണ്ട്. ഒരുപക്ഷേ അത്തരത്തിൽ ആരെയെങ്കിലും കാണേണ്ടി വന്നാലും അവരോട് പറയാനുള്ള ഒന്നുരണ്ട് കള്ളക്കഥകൾ അയാൾ ഹൃദിസ്ഥമാക്കി വെച്ചിട്ടുണ്ട്. പക്ഷേ അവയൊന്നും ആവശ്യം വന്നില്ല.

അധിക നേരം കാത്തിരിക്കേണ്ടി വന്നില്ല. അനൂപ് പ്രതീക്ഷിച്ചിരുന്ന ആളെത്തി. ഗിരി. കത്തിഗിരി എത്തിക്കഴിഞ്ഞു.

“ദേ, നോക്കെടാ. കത്തിഗിരി വരുന്നു.” അങ്ങാടിയിലെ ഏതോ രണ്ടുപേർ പരസ്പരം പിറുപിറുക്കുന്നത് തൊട്ടടുത്തു നിൽക്കുകയായിരുന്ന അനൂപിന് കേൾക്കാൻ സാധിച്ചതിനാൽ സംശയ നിവാരണത്തിന് ആരെയും ആശ്രയിക്കേണ്ടി വന്നില്ല.

മുന്നിലെ ബൈക്കിൽ ഗിരി. പിന്നാലെ രണ്ടു മൂന്ന് ബൈക്കുകൾ വേറെയുമുണ്ട്. ആരും ഹെൽമെറ്റ് ധരിച്ചിട്ടില്ല. വണ്ടി നിർത്തി അവർ പരസ്പരം അല്പനേരം സംസാരിച്ചു. കൂട്ടത്തിലെ നേതാവാരെന്നും അനുയായികൾ ആരെന്നും അവരുടെ ശരീരഭാഷയിൽനിന്ന് വ്യക്തം. അദ്ധ്യാപകനെ അനുസരിക്കുന്ന വിദ്യാർത്ഥികളെപ്പോലെ അനുയായികൾ ഗിരിയുടെ നിർദ്ദേശങ്ങൾ തല കുലുക്കി സമ്മതിച്ചു. ശേഷം അവർ പലവഴിക്ക് പിരിഞ്ഞു. അനൂപ് ഒട്ടും വൈകാതെ പത്തൻപത് മീറ്റർ ദൂരെ നിർത്തിയിട്ടിരുന്ന ജീപ്പ് ലക്ഷ്യമാക്കി പരമാവധി വേഗത്തിൽ നടന്നു. ഗിരി ബൈക്കിൽ യാത്ര തുടർന്നപ്പോൾ അല്പം പിന്നിലായി അനൂപ് അയാളെ പിന്തുടർന്നു.

ഗിരിയുടെ വാഹനം ആളും തിരക്കുമൊഴിഞ്ഞ സ്ഥലത്തെത്തി. ആ പരിസരത്ത് വീടുകൾ തീരെയില്ല. ആളൊഴിഞ്ഞ കൃഷി സ്ഥലങ്ങളാണ് റോഡിനിരുവശവും. ആ അവസരം അനൂപ് ഉപയോഗപ്പെടുത്തി. ജീപ്പെടുത്ത് ബൈക്കിനെ ഓവർടേക്ക് ചെയ്ത് വഴി തടസ്സപ്പെടുത്തി നിർത്തി.

“ഏത് നായിന്റെ മോനാടാ അത്?” ഗിരി കയർത്തു. ആ വാക്കുകളിൽ ഭയത്തിന്റെ ഒരു കണികപോലുമില്ല.

അനൂപ് ജീപ്പ് ഓഫ് ചെയ്ത് പുറത്തിറങ്ങി ഗിരിക്ക് അരികിലേക്ക് നടന്നു.

“എന്താടാ നിന്റെ ഉദ്ദേശ്യം?” ഗിരി മോട്ടോർസൈക്കിൾ സൈഡ് സ്റ്റാൻഡിലിട്ട് ഇറങ്ങി. നീല ജീൻസും കറുത്ത ഫുൾകൈ ഷർട്ടുമാണ് വേഷം. ഷർട്ടിന്റെ കൈ മുട്ടിനു മുകളിൽവരെ തെറുത്ത് വച്ചിട്ടുണ്ട്. അധികം വണ്ണമില്ലാത്ത ശരീരം. ചുരുണ്ടമുടി. സുമാർ മുപ്പത്തഞ്ചു വയസ്സ് പ്രായം കാണും.

“എനിക്കൊരു കാര്യം അറിയാനുണ്ട് ഗിരീ. നിനക്കുമാത്രം അറിയാൻ സാധ്യതയുള്ള ഒരു കാര്യം. അതറിഞ്ഞാൽ ഞാൻ പൊയ്ക്കൊള്ളാം.”

“വണ്ടി വട്ടം വെച്ചിട്ടാണോടാ നീ കാര്യം ഉണ്ടാക്കാൻ നടക്കുന്നത്?”

“ഗിരിയെ ഒറ്റയ്ക്ക് കിട്ടാൻ ഞാൻ നോക്കിയിട്ട് വേറെ വഴി കണ്ടില്ല.”

“പണ്ടാരടങ്ങാൻ... എന്ത് കോപ്പാണ് നിനക്ക് അറിയേണ്ടത്?”

“നമുക്കൊന്ന് സ്വസ്ഥമായി ഇരുന്ന് സംസാരിച്ചൂടെ?”

“ഇവിടെ കിട്ടുന്ന സ്വസ്ഥത മതി. നീ കാര്യം പറ.” ഗിരി ഉറഞ്ഞു തുള്ളാൻ തുടങ്ങി.

“ഓക്കെ. ഞാൻ പറയാം. നിനക്കൊരു രാഘവനെ അറിയുമോ?”

“ഏത് രാഘവൻ?”

“പാറപ്പുറത്ത് രാഘവൻ. ഇല്ലിമലയിലാണ് വീട്. ഒന്നുകൂടി തെളിച്ചു പറയാം, നിന്നെ കുത്തിയിട്ട് ജയിലിൽ പോയ രാഘവൻ.” കണ്ണിൽ നോക്കി ആ പേര് പറഞ്ഞപ്പോൾ ഗിരി ഒന്ന് ഞെട്ടിയത് അനൂപ് കണ്ടു. ശാന്തമായി അനൂപ് തുടർന്നു, “നിനക്ക് രാഘവനെ അറിയാമെന്നുള്ളത് ഒരു രഹസ്യമൊന്നുമല്ല. ഇല്ലിമലയിലെ മുഴുവൻ പേർക്കും നിന്നെ അറിയാം, രാഘവവേട്ടനെ അറിയാം, നിങ്ങൾ തമ്മിലുള്ള കേസും അറിയാം.”

“കേസും കൂട്ടവുമൊക്കെ അവിടെ നിൽക്കട്ടെ. നീ എന്നെ തേടി ഇവിടെ വരെ വന്നതിന്റെ കാരണം മാത്രം ഇതുവരെ പറഞ്ഞില്ല.”

“രാഘവവേട്ടൻ മരിച്ചു. നീ അറിഞ്ഞിരുന്നോ?” അനൂപ് ചോദ്യം തൊടുത്തുവിട്ടു. ഗിരിയുടെ മുഖത്ത് നിഴലിച്ച അമ്പരപ്പ് നിലാവിന്റെ വെളിച്ചത്തിൽ അനൂപ് കണ്ടു. രാഘവവന്റെ മരണവിവരം ഗിരി അറിഞ്ഞിരുന്നില്ലെന്ന് അനൂപ് അനുമാനിച്ചു.

"ഓഹ്, അങ്ങേര് മരിച്ചോ? എന്റെ കൈകൊണ്ട് തീരേണ്ട ആളായിരുന്നു. ഞാൻ വിട്ടുകളഞ്ഞതാ." ഗിരിയുടെ മറുപടി പക്ഷേ പരുഷമായിരുന്നു.

ഏതാനും നിമിഷങ്ങൾ അനൂപ് മറുത്തൊന്നും പറഞ്ഞില്ല. ഗിരിയിൽനിന്നും തനിക്ക് ആവശ്യമായ വിവരം ചോർത്തിയെടുക്കണം. വളച്ചുകെട്ടില്ലാതെ അനൂപ് കാര്യത്തിലേക്ക് കടന്നു, "ഗിരീ. നിന്റെ അഭിനയം വിട്. രാഘവേട്ടൻ ജീവിതത്തിൽ അവസാനമായി സംസാരിച്ചത് ഈ എന്നോടാണ്. അദ്ദേഹത്തിന്റെ മരണമൊഴി കേട്ട ആളാണ് ഞാൻ. ഒരേയൊരാൾ. രാഘവേട്ടൻ അവസാനമായി എന്നോട് പറഞ്ഞത് നിന്നെ കുത്തിയത് രാഘവവേട്ടനല്ല എന്നാണ്. ആ മരണമൊഴി എനിക്ക് വിശ്വസിക്കാതെ തരമില്ല. നീ എനിക്ക് ഒരു കാര്യം മാത്രം പറഞ്ഞുതന്നാൽ മതി. പാറപ്പുറത്ത് രാഘവൻ അല്ലെങ്കിൽ പിന്നെ ആരാണ് നിന്നെ ആ രാത്രി കുത്തിയത്?"

"നിനക്ക് വട്ടാണോടാ? എന്നാ പിന്നെ അങ്ങേരോട് അതും കൂടി ചോദിച്ചാൽ പോരായിരുന്നോ? വെറുതെ ആളെ മെനക്കെടുത്താൻ. ഞാൻ പോവുന്നു. എനിക്ക് വേറെ പണിയുണ്ട്." ഗിരി സഹകരിക്കാൻ തയ്യാറായില്ല. അയാൾ തിരിഞ്ഞ് തന്റെ മോട്ടോർ സൈക്കിളിന് നേരെ നടന്നു. വാഹനത്തിന്റെ സീറ്റിലിരുന്ന് ഇഗ്നിഷൻ ഓൺ ചെയ്യാൻ ഗിരി ശ്രമിക്കുമെന്നതിന് മുമ്പ് പക്ഷേ അനൂപ് താക്കോൽ ഊരിയെടുത്തു.

"താക്കോൽ താടാ." ഗിരി അലറി.

"ഞാൻ ചോദിച്ച കാര്യം പറയാതെ നിനക്ക് എന്റെ കൈയിൽ നിന്ന് ഈ താക്കോൽ കിട്ടില്ല."

അവൻ താക്കോൽ ഭദ്രമായി തന്റെ ജീൻസ് പാന്റിന്റെ കീശയിലിട്ടു. അടുത്ത നിമിഷം ബൈക്കിൽ നിന്നുമിറങ്ങിയ ഗിരി അപ്രതീക്ഷിതമായി അനൂപിന്റെ മുഖം ലക്ഷ്യമാക്കി തന്റെ ചുരുട്ടിയ മുഷ്ടി കൊണ്ട് ശക്തമായ ഒരു പ്രഹരം തൊടുത്തുവിട്ടു. അനൂപിന് ആ നീക്കം തടയാനോ അതിൽനിന്ന് ഒഴിഞ്ഞുമാറാനോ സാധിച്ചില്ല. ഇടത് കവിളിലാണ് ഇടിയേറ്റത്. ആക്രമണത്തിന്റെ ആഘാതത്തിൽ അയാൾ ഒരു നിമിഷം പതറി. ആ അവസരം മുതലാക്കിയ ഗിരി ഒരിക്കൽകൂടി അനൂപിന് നേരെ മുഷ്ടികൊണ്ട് ഇടിക്കാൻ ശ്രമിച്ചു. പക്ഷേ ആദ്യത്തെ ശ്രമത്തിലെ വിജയം ഇത്തവണ നേടാൻ ഗിരിക്ക് സാധിച്ചില്ല. കാരണം ഞൊടിയിടെ അനൂപ് ഗിരിയുടെ മുഷ്ടിയെ തന്റെ കൈകൾക്കുള്ളിൽ ബന്ധനസ്ഥനാക്കിയിരുന്നു. കുതറിമാറി വീണ്ടും ആക്രമിക്കാൻ ശ്രമിച്ച ഗിരിയെ അനൂപ് ആഞ്ഞുതള്ളി. ശക്തമായ തള്ളലിൽ ഗിരി ഏതാനും ദൂരം പിന്നോട്ട് നീങ്ങി. അയാൾക്ക് എന്തെങ്കിലും ചെയ്യാൻ സാധിക്കുന്നതിന് മുമ്പ് അനൂപ് അയാളുടെ നെഞ്ചത്ത് ആഞ്ഞുചവിട്ടി. പിന്നോക്കം തെറിച്ചുപോയ

ഗിരി തന്റെ മോട്ടോർ സൈക്കിളിൽ ഇടിക്കുകയും അയാളും മോട്ടോർ സൈക്കിളും ഒരുമിച്ച് തറയിൽ വീഴുകയും ചെയ്തു.

മുമ്പ് സ്വന്തം നാട്ടിൽ വെച്ച് പലരോടും അടി വാങ്ങി തോറ്റ് മടങ്ങിയ പഴയ അനൂപിൽനിന്നും അയാളിപ്പോൾ ഒരുപാട് മാറിയിരിക്കുന്നു. സ്ഥിരമായി കിലോക്കണക്കിന് ഭാരമുള്ള ചോളം നിറച്ച ചാക്കുകൾ കൈകാര്യം ചെയ്യുന്നതിലൂടെയും ചിട്ടയായ ജീവിതക്രമങ്ങളിലൂടെയും അയാൾ ശാരീരികമായി വളരെയധികം മെച്ചപ്പെട്ടു കഴിഞ്ഞു. മാത്രമല്ല രാഘവൻ മുഴുമിക്കാതെ പോയ മരണമൊഴിയുടെ പൊരുൾ ഏത് വിധേനയും കണ്ടെത്തിയേ തീരുവെന്ന ദൃഢനിശ്ചയം അയാളുടെ മനസ്സിനെയും കൂടുതൽ കരുത്തുറ്റതാക്കിയിരിക്കുന്നു. ആ അവസരത്തിൽ അനൂപ് ഗിരിയെ കൂടുതൽ മർദ്ദിക്കാൻ ശ്രമിച്ചില്ല. അയാൾ ചെയ്തത് മറ്റൊന്നാണ്. ഒട്ടും സമയം കളയാതെ ജീപ്പിനടുത്തേക്ക് ഓടിച്ചെന്ന് അതിൽ നേരത്തെ സൂക്ഷിച്ചു വെച്ചിരുന്ന തോക്ക് കൈയിൽലെടുത്തു. രാഘവൻ ഉപയോഗിച്ചിരുന്ന അതേ നാടൻതോക്ക്. തിര നിറച്ച ആ ആയുധം അയാൾ നിലത്തുനിന്നും എഴുന്നേൽക്കാൻ ശ്രമിക്കുകയായിരുന്ന ഗിരിയുടെ ഇടനെഞ്ച് ലക്ഷ്യമാക്കി ഉന്നംപിടിച്ചു.

“ഗിരീ എനിക്കീ ചൂണ്ടുവിരൽ മതി നിന്നെ ഇപ്പൊ കൊല്ലാൻ. നിനക്ക് ചാകണോ വേണ്ടയോ എന്ന് ഇപ്പോ തീരുമാനിക്കാം. ഒറ്റ വാക്കിൽ നിനക്ക് ഉത്തരം പറഞ്ഞ് ജീവൻ രക്ഷിക്കാം. ഒരൊറ്റ പേര്. ആരാണ് നിന്നെ കുത്തിയത്?”

ഗിരിയുടെ മുഖത്തും ശരീരഭാഷയിലും ആദ്യമായി മരണഭയം നിഴലിച്ചു. ഓടിമാറാനോ തിരിച്ച് ആക്രമിക്കാനോ യാതൊരു മാർഗവും അയാൾ കണ്ടില്ല. പോയന്റ് ബ്ലാങ്കിലാണ് തന്റെ നിൽപ്പ്. അനൂപ് തോക്ക് പിടിക്കുന്ന രീതി അയാൾ നിരീക്ഷിച്ചു. തോക്ക് ഉപയോഗിക്കാൻ അറിയുന്ന ഒരാളാണ് അനൂപെന്ന് വ്യക്തം. അലറിവിളിച്ചാൽ ആരും ഓടിവന്ന് തന്നെ രക്ഷിക്കില്ല. വിജനമായ പ്രദേശമാണ്. ഒരുപക്ഷേ ആരെങ്കിലും വന്നാൽപോലും തോക്കിൻകുഴലിൽനിന്നും തന്നെ ആര് രക്ഷിക്കാൻ? ഇനി സ്വന്തം ജീവൻ രക്ഷിക്കാൻ ഒരേയൊരു മാർഗമേ തന്റെ മുന്നിലുള്ളൂ. അനൂപിന്റെ ചോദ്യത്തിന് ഉത്തരം നൽകുക.

“പറയില്ലേ നീ?” തോക്കിൻകുഴൽ ഗിരിക്ക് നേരെ നീട്ടിപ്പിടിച്ച് അനൂപ് ചോദ്യം ആവർത്തിച്ചു.

“ഞാൻ പറയാം” ഗിരി താഴ്ന്ന ശബ്ദത്തിൽ പറഞ്ഞു, “നീ പറഞ്ഞത് ശരിയാണ്. എന്നെ രാഘവൻ കുത്തിയിട്ടില്ല.”

ഒന്ന് നിർത്തിയശേഷം അയാൾ ആ രഹസ്യം അനൂപിനോട് വെളിപ്പെടുത്തി.

“എന്നെ കുത്തിയത് ഞാൻ തന്നെയാണ്.”

“ഏഹ്, എന്താ നീ പറഞ്ഞത്? കളിക്കല്ലേ നീ. സത്യം പറയെടാ ആരാ നിന്നെ കുത്തിയത്?” അനൂപിന് കാതുകളെ വിശ്വസിക്കാൻ സാധിച്ചില്ല. യഥാർത്ഥത്തിൽ തന്നെ കുത്തിയ ആൾ ആരെന്ന് വെളിപ്പെടുത്താതിരിക്കാനുള്ള ഗിരിയുടെ മറ്റൊരു ശ്രമമായി മാത്രമേ അയാൾക്കതിനെ കാണാൻ സാധിച്ചുള്ളൂ. പക്ഷേ തോക്കിൻകുഴലിന്റെ മുന്നിൽനിന്ന് ഒരാൾക്ക് അത്തരമൊരു കള്ളം പറയാൻ സാധിക്കുമോ?

“ഞാൻ സത്യമാണ് പറയുന്നത്. നീ വേണമെങ്കിൽ വിശ്വസിക്ക്. എന്നെ ആരും കുത്തിയിട്ടില്ല. ഞാൻ തന്നെയാണ് എന്റെ സ്വന്തം കത്തികൊണ്ട് എന്റെ കാലിൽ കുത്തിയത്. ദേ ഇങ്ങനെ.” ഗിരി തന്റെ കൈയിൽ ഒരു കത്തിയുണ്ടെന്ന് സങ്കൽപ്പിച്ച് ഇടതുകാൽ അല്പം ഉയർത്തി തുടയിൽ കുത്തുന്നതായി ആംഗ്യം കാണിച്ചു.

“എന്തിനാ രാഘവേട്ടൻ അങ്ങനെ ചെയ്തത്?” അനൂപിന് അപ്പോഴും പൂർണ്ണമായി വിശ്വാസം വന്നില്ല.

“ഞാൻ ചോദിച്ചിരുന്നു. പക്ഷേ പുള്ളി അതെന്നോട് പറഞ്ഞില്ല. ഒരു ആവശ്യമുണ്ടെന്നുമാത്രം പറഞ്ഞു.”

“നിനക്ക് കാശ് കിട്ടിയാൽ മതിയല്ലോ അല്ലേ?”

ഗിരി മറുപടിയൊന്നും പറഞ്ഞില്ല.

“അന്ന് നടന്ന കാര്യങ്ങൾ കൃത്യമായി വള്ളി പുള്ളി വിടാതെ എന്നോട് പറഞ്ഞാൽ ഞാൻ നിന്നെ കൊല്ലാതെ വിടാം.” അനൂപ് നിറതോക്കുമായി ഒരടികൂടി മുൻപിലേക്ക് നീങ്ങി. ഇപ്പോൾ തോക്കിൻകുഴലും ഗിരിയുടെ ഇടനെഞ്ചുമായുള്ള അകലം ഒന്നുകൂടി കുറഞ്ഞു.

രക്ഷപ്പെടാൻ മറ്റ് മാർഗമൊന്നും തന്റെ മുന്നിലില്ല, എല്ലാം വിവരിക്കുകയെന്നതല്ലാതെ. അയാൾ അന്ന് നടന്ന കാര്യങ്ങൾ പറഞ്ഞു തുടങ്ങി.

* * *

“**ഗി**രിയല്ലേ?” ആ ചോദ്യം കേട്ട് ഗിരി തിരിഞ്ഞു നോക്കി.

“അതേ, ആരാ?”

“എന്റെ പേര് രാഘവൻ. ഇല്ലിമലയിലാണ് സ്വദേശം.”

“എന്താ കാര്യം?” ഗിരി ഒഴുക്കൻമട്ടിൽ ചോദിച്ചു. പല കൊട്ടേഷനുകളും ഇത്തരത്തിലാണ് അയാൾക്ക് കിട്ടാറുള്ളത്. രാഘവനും അത്തരമൊരു ഉദ്ദേശ്യവുമായി വന്നതാണെന്ന് ഗിരി ഊഹിച്ചു.

“ഒരു കാര്യമുണ്ടായിരുന്നു. നമുക്കൊന്ന് മാറിനിന്ന് സംസാരിച്ചുകൂടെ? ഒരു വാടകഗുണ്ടയോട് ആദ്യമായി ഇടപെടേണ്ടി വന്നതിന്റെ

ജാള്യത അല്പമെങ്കിലും രാഘവന്റെ ശരീരഭാഷയിൽ പ്രകടമായി രുന്നു. പക്ഷേ ഗിരി അതൊന്നും കാര്യമാക്കിയില്ല. അയാൾക്ക് പണ മാണ് മുഖ്യം. അവർ അധികം ആളുകൾ ശ്രദ്ധിക്കാത്ത രീതിയിൽ അല്പ ദൂരത്തേക്ക് മാറി നിന്നു.

"കാര്യം പറയൂ. ആരെയാ തല്ലേണ്ടത്? അതോ വാടകക്കാരെ ഒഴിപ്പിക്കാനാണോ? വിരട്ടിയാൽ മതിയോ?"

"അയ്യോ... ഇത് അങ്ങനത്തെ ഒരു കേസല്ല."

"പിന്നെന്ത് കേസാണ്? ചുറ്റി വളയാതെ കാര്യം പറയൂ."

"പറയാം. ഗിരി സ്വന്തം ദേഹത്ത് ചെറിയൊരു മുറിവുണ്ടാക്കണം. എന്നിട്ട് അത് ഞാൻ ചെയ്തതാണെന്ന് പറയണം." ആരും കേൾ ക്കുന്നില്ലെന്ന് ഉറപ്പ് വരുത്തിക്കൊണ്ട് രാഘവൻ പറഞ്ഞൊപ്പിച്ചു. താൻ പറയുന്നത് സാമാന്യബുദ്ധിക്ക് നിരക്കാത്ത കാര്യമാണെന്ന് അയാൾക്ക് ബോധ്യമുണ്ട്. ഗിരി ഈ വിഷയം ഏത് രീതിയിൽ ഉൾ ക്കൊള്ളുമെന്ന ആശങ്കയും അയാൾക്കുണ്ട്.

"ശരി. എന്റെ റേറ്റ് അൻപതിനായിരം. റേറ്റ് ഓക്കെ ആണെ ങ്കിൽ ബാക്കി ഡീറ്റെയിൽസ് പറയൂ." യാതൊരു എതിർപ്പുമില്ലാ തെ ഗിരി കൊട്ടേഷൻ ഏറ്റെടുത്തുകഴിഞ്ഞു. ആ മറുപടി കേട്ട് രാ ഘവൻ ആശ്ചര്യപ്പെട്ടു പോയി. അത്തരത്തിൽ ഒരു കൊട്ടേഷൻ ഗി രിക്ക് ആദ്യമായാണ് ലഭിക്കുന്നത്. പക്ഷേ അയാളെ സംബന്ധിച്ച് പണമായിരുന്നു എല്ലാം.

"അമ്പതിനായിരം ഓക്കേ ആണ്. ഇല്ലിമലയുടെ അപ്പുറം തമിഴ് നാടാണ്. അറിയാലോ അല്ലേ? ആ റോഡിൽ വെച്ച് വേണം ഇത് ചെയ്യാൻ. ഇടത് തുടയിൽ കുത്തിയാൽ മതി. ആ കത്തിയിൽ ആദ്യമേ എന്റെ വിരലടയാളം പതിപ്പിക്കണം. അത് മാഞ്ഞു പോവാത്ത രീതിയിൽ വേണം ഗിരി കത്തി കൈകാര്യം ചെയ്യാൻ. അല്പം ചോരത്തുള്ളികൾ റോഡിൽ വീണാൽ നല്ലത്." രാഘവൻ ഒന്ന് നിർത്തി, "ഇതുവരെ ഓക്കേ ആണോ?"

അതെയെന്ന അർത്ഥത്തിൽ അയാൾ തലകുലുക്കി. രാഘവൻ തുടർന്നു, "പുതുവർഷത്തലേന്ന് രാത്രി വേണം ഇതുചെയ്യാൻ. അടുത്ത ദിവസം രാവിലെ ഗിരി അടിവാരം പോലീസ്സ്റ്റേഷനിൽ പോയി എനിക്കെതിരെ കംപ്ലയിന്റ് കൊടുക്കണം."

"പോലീസ് ഇടപെടൽ ഉള്ള കേസാണെങ്കിൽ റേറ്റ് കൂടും. എഴു പത്തയ്യായിരം കിട്ടണം. എങ്കിലേ നടക്കൂ." രാഘവന്റെ സംസാ രത്തെ തടസ്സപ്പെടുത്തിക്കൊണ്ട് ഗിരി ഇടയ്ക്ക് കയറി.

"ഓക്കേ എഴുപത്തഞ്ച്. ഇനി മാറരുത്." രാഘവൻ രണ്ടും കല്പിച്ചു തന്നെയാണ്. ഒരു തരത്തിലുള്ള വിലപേശലിനും മുതിർ ന്നില്ല. അയാൾ തുടർന്നു, "പോലീസ് സ്റ്റേഷനിൽപോയി ഗിരീഷ്

എനിക്കെതിരെ കംപ്ലയിന്റ് ചെയ്യണം. സംഭവം നടന്ന സമയവും സ്ഥലവുമെല്ലാം അവരോട് പങ്കുവെക്കണം. കത്തി തലേന്നുതന്നെ സംഭവം നടന്ന സ്ഥലത്ത് ഞാൻ എറിഞ്ഞുകളഞ്ഞതെന്ന തരത്തിൽ വെച്ചിരിക്കണം."

കാര്യമോ കാരണമോ തിരക്കാതെ ഗിരി അതെല്ലാം മൂളിക്കേട്ടു.

"ഗിരീ, ഒരു ബാർഗെയ്നിങ്ങും നടത്താതെ ഞാൻ നിങ്ങൾ പറഞ്ഞ എമൗണ്ട് തരാമെന്ന് പറഞ്ഞത് എല്ലാ കാര്യങ്ങളും ഞാനിപ്പോൾ പറഞ്ഞ പ്രകാരം നടക്കുമെന്ന വിശ്വാസത്തിലാണ്. പണം വാങ്ങി എന്നെ ചതിക്കരുത്. ചതിക്കില്ലെന്ന് ഞാൻ വിശ്വസിക്കുന്നു."

"ഈ കൊട്ടേഷൻ ഞാൻ ഏറ്റെടുത്താൽ അത് നടത്തിയെടുക്കാനും എനിക്കറിയാം." നിശ്ചയദാർഢ്യത്തോടെ ഗിരി വാക്ക് കൊടുത്തു.

* * *

ഗിരി അടിക്കാനും കുത്താനുമാണ് സാധാരണയായി കൊട്ടേഷൻ ഏറ്റ് പണം വാങ്ങാറ്. രാഘവനെ കണ്ടനാൾ ആദ്യമായി കുത്ത് കൊള്ളാനും പണം വാങ്ങി. ഇന്നിതാ ജീവിതത്തിൽ ആദ്യമായി സത്യം വെളിപ്പെടുത്തിയതിന് പണം ലഭിച്ചിരിക്കുന്നു. ഇരുപത്തിഅയ്യായിരം രൂപ എല്ലാ കാര്യങ്ങളും തന്നോട് വെളിപ്പെടുത്തിയതിന്റെ പ്രതിഫലമായി അനൂപ് നൽകുകയുണ്ടായി. തങ്ങൾ തമ്മിലുള്ള എല്ലാ ഇടപാടുകളും ഇതോടെ അവസാനിച്ചുവെന്നും ഇതിന്റെ പേരിൽ തന്നെ തേടി വരരുത് എന്നും അയാൾ ഗിരിയോട് പറഞ്ഞു. ആ വാക്കുകൾ തോക്കിൻകുഴലിൽ നിർത്തിയുള്ള ഭീഷണി മാത്രമായിരുന്നില്ല, മറിച്ച് ഗുണ്ടായിസവുമായി തന്റെ പിന്നാലെ വന്ന് തനിക്ക് അലോസരം സൃഷ്ടിക്കരുതെന്ന അഭ്യർത്ഥന കൂടിയായിരുന്നു. പണം ജീവിതലക്ഷ്യമാക്കിയ ഗിരിക്കാവട്ടെ അനൂപ് മറ്റൊരു കസ്റ്റമർ, അത്രമാത്രം!

* * *

അനൂപ് ജീപ്പിൽ ഇല്ലിമല കയറുകയാണ്. അയാളുടെ ചിന്ത കൂടുതൽ കലുഷിതമായി. ഇത്തരമൊരു വഴിത്തിരിവ് സ്വപ്നത്തിൽ പോലും അയാൾ ചിന്തിച്ചിരുന്നില്ല. മറ്റാരോ ചെയ്ത കുറ്റം അജ്ഞാതമായ എന്തോ കാരണത്താൽ രാഘവൻ ഏറ്റെടുത്തു എന്നായിരുന്നു അതുവരെയും അയാൾ വിശ്വസിച്ചത്. പക്ഷേ ഇതിപ്പോൾ...

ഉരുളൻകല്ലുകൾക്ക് മുകളിലൂടെ ശ്രദ്ധാപൂർവ്വം ജീപ്പിന് വഴി തെളിച്ചുകൊണ്ട് അനൂപ് ആ കേസിലെ മറ്റ് സാധ്യതകൾ ആലോചിച്ചു. യാതൊന്നും അവന്റെ മനസ്സിലേക്ക് ഓടിയെത്തിയില്ല. 'ജൂനിയർ മാൻഡ്രേക്ക്' എന്ന സിനിമയിൽ ജഗതി ശ്രീകുമാറിന്റെ

കഥാപാത്രം രത്നം ഒളിപ്പിച്ചുവെച്ച വീട് പിന്നീട് പോലീസ് സ്റ്റേഷനാവുകയും അവിടെ കയറിപ്പറ്റാൻ മനഃപൂർവ്വം കേസിൽ പെടുകയും ചെയ്തതുപോലൊന്നും യഥാർത്ഥ ജീവിതത്തിൽ നടക്കില്ലല്ലോ. ആയതിനാൽ പോലീസ് സ്റ്റേഷനിൽ കയറാനോ മറ്റോ വേണ്ടിയാണ് രാഘവൻ ആ നാടകം കളിച്ചതെന്ന് കരുതാൻ വയ്യ.

ഓരോ സാധ്യതകൾ തേടി വാഹനം ഓടിക്കുന്നതിനിടെ ഉമേഷിന്റെ കാൾ വന്നു.

"ഹലോ..." അനൂപ് വാഹനമോടിച്ചുകൊണ്ട് ഫോണെടുത്തു.

"നീ എവിടെയാ, അവനെ കണ്ടോ?"

"അവനെ കണ്ടെടാ. അവനല്ല അത് എനിക്ക് തോന്നിയതാ."

"ഹഹ, എനിക്ക് ഉറപ്പായിരുന്നു. ഇപ്പോ ടെൻഷൻ മാറിയില്ലേ?"

"ഉം..."

"തിരിച്ചെത്തിയോ?"

"ഇല്ലെടാ, മല കയറുന്നേയുള്ളൂ."

"ഓക്കേ ടാ."

"ഓക്കേ"

കാൾ കട്ടായി. ഉമേഷിന് അപ്പോൾ മാത്രമാണ് മനസ്സമാധാനം ലഭിച്ചത്. കത്തിഗിരിയുമായി അനൂപ് പ്രശ്നങ്ങളൊന്നും ഉണ്ടാക്കിയില്ലല്ലോ, ആശ്വാസം.

* * *

രാഘവന്റെ ജീവിതത്തെ ഇഴ കീറി പരിശോധന നടത്താൻതന്നെയാണ് അനൂപിന്റെ തീരുമാനം. അയാൾ രാഘവനെക്കുറിച്ച് തനിക്ക് അറിയാവുന്നതെല്ലാം മനസ്സിൽ നിന്നെടുത്ത് തികട്ടി അരച്ചുകൊണ്ടിരുന്നു:

രാഘവന്റെ ജീവിതത്തെ രണ്ടായി വിഭജിക്കാം. ഒന്ന് വിവാഹം വരെയുള്ള കാലം, രണ്ട് സുമതിയുള്ള ദാമ്പത്യകാലം. ഇരുപത്തിമൂന്നാമത്തെ വിവാഹ വാർഷികം കഴിഞ്ഞ് ഏതാനും നാളുകൾക്കുശേഷമാണ് രാഘവന്റെ മരണം നടക്കുന്നത്. അപ്പോൾ മുപ്പത്തിഏഴാം വയസ്സിലാണ് അയാൾ വിവാഹിതനായിരിക്കുക. അതിൽ ഒരു അസ്വാഭാവികത ഉണ്ടോ? യൗവ്വനത്തിൽ അദ്ദേഹത്തിന് സാമ്പത്തികമായി പ്രശ്നങ്ങൾ ഒന്നുമുണ്ടാവാൻ സാധ്യതയില്ല. അങ്ങനെയെങ്കിൽ വിവാഹം കഴിക്കാൻ മുപ്പത്തേഴ് വയസ്സുവരെ കാത്തിരുന്നത് എന്തിനായിരിക്കും? അതോ ജാതകം പോലത്തെ വല്ല കാരണംകൊണ്ട് വൈകിയതാവുമോ? രാഘവനുമായി താരതമ്യം ചെയ്താൽ സുമതിക്ക് പ്രായം കുറവാണ്. ആയതിനാൽ അവരുടെ കാര്യത്തിൽ 'ലേറ്റ് മാര്യേജ്' അല്ലെന്ന് പറയാം.

വിവാഹത്തിനുശേഷം സംഭവിച്ച പ്രധാന കാര്യങ്ങളെക്കുറിച്ച്, പ്രത്യേകിച്ച് കേസ്സിനാസ്പദമായ സംഭവം നടന്ന കാലഘട്ടത്തെക്കുറിച്ച് പറ്റാവുന്ന പോലെയൊക്കെ സുമതിയോട് അനൂപ് സംസാരിച്ചു. അവരിൽനിന്ന് ലഭിച്ച വിവരങ്ങളിൽ കേസിനാസ്പദമായ സംഭവവുമായി ബന്ധിപ്പിക്കാൻ പോന്ന യാതൊന്നുമുണ്ടായിരുന്നില്ല. കൂടുതൽ ചോദിച്ചാൽ സുമതിക്ക് എന്തെങ്കിലും സംശയം തോന്നാൻ സാധ്യതയുണ്ടെന്നതിനാൽ ആ വഴിക്കുള്ള അന്വേഷണം അനൂപ് അവിടംകൊണ്ട് അവസാനിപ്പിച്ചു.

രാഘവന്റെ ജീവിതപാത

"**അ**വനൊരു പ്രണയമുണ്ടായിരുന്നു. അവളുടെ പേര് ഞാൻ മറന്നുപോയി." ജോർജ്ജ് പറഞ്ഞു.

രാഘവന്റെ ജീവിതത്തിന്റെ ഒന്നാംഘട്ടമായ വിവാഹപൂർവ്വ ജീവിതത്തെക്കുറിച്ചുള്ള അന്വേഷണത്തിലാണ് അനൂപ്. സണ്ണിച്ചനിലൂടെയാണ് അന്വേഷണം തുടങ്ങിയത്. പക്ഷേ അതുകൊണ്ട് പ്രയോജനമൊന്നുമുണ്ടായില്ല. കാരണം സണ്ണിച്ചന് രാഘവനേക്കാൾ എട്ടുപത്ത് വയസ്സ് കുറവാണ്. രാഘവന്റെ യൗവന കാലഘട്ടത്തെക്കുറിച്ച് അയാൾക്ക് നിശ്ചയം പോരാ. അപ്പോൾ ആരെന്ന് ആലോചിച്ചു നോക്കിയപ്പോഴാണ് ജോർജ്ജിന്റെ കാര്യം ഓർമ്മ വന്നത്. അങ്ങനെ ഒരു ഞായറാഴ്ച വൈകുന്നേരം തിരക്കൊഴിഞ്ഞ സമയം ജോർജ്ജിനെയും കൂട്ടി കാട്ടരുവിയുടെ തീരത്ത് പോയി സംസാരിക്കുകയാണ് അനൂപ്. കൂട്ടിന് കഴിഞ്ഞ തവണ അടിവാരത്ത് പോയപ്പോൾ വാങ്ങിയ 'മാൻഷൻ ഹൗസ്' ബ്രാണ്ടിയുമുണ്ട്.

"പേര് ഓർക്കാൻ പറ്റുന്നില്ലേ?" ഒഴിഞ്ഞ ഗ്ലാസ് വീണ്ടും നിറച്ച് ജോർജ്ജിന് നേരെ നീട്ടിക്കൊണ്ട് അനൂപ് ചോദിച്ചു.

"ഓർമ്മ വരും. പെട്ടെന്നു ചോദിച്ചപ്പോ മറന്നുപോയതാ. ആട്ടെ, നിനക്കെന്തിനാ ഇപ്പൊ ഇതൊക്കെ അറിഞ്ഞിട്ട്?" ഒരു കവിൾ മദ്യം ഇറക്കിക്കൊണ്ട് ജോർജ്ജ് അനൂപിനെ നോക്കി.

"ഏയ്, ഒന്നൂല്ല. അറിയാലോ, എന്നെ ഇന്നത്തെ നിലയിലാക്കിയത് രാഘവേട്ടനാണ്. ജോർജ്ജേട്ടന്റെയും രാജീവേട്ടന്റെയും സണ്ണിച്ചേട്ടന്റെയും സഹായം ഞാൻ മറന്നതല്ല. എങ്കിലും പൊട്ടൻ കളിച്ചു നടന്ന എന്നെ ഇവിടെ കൊണ്ടു വന്ന് കാര്യപ്രാപ്തിയുള്ള ആളാക്കി മാറ്റിയത് രാഘവേട്ടനാണ്. എന്നെ സ്വന്തം മകനെപ്പോലെ കരുതിയ വലിയ മനുഷ്യൻ. അദ്ദേഹം ചെറുപ്പം മുതലേ അധ്വാനശീലനാണെന്ന് കേട്ടിട്ടുണ്ട്. സോ, രാഘവേട്ടന്റെ യൗവനകാലത്തെക്കുറിച്ച്

ഒന്ന് അറിഞ്ഞിരിക്കണമെന്ന് തോന്നി. വിവാഹത്തിന് മുൻപുള്ള കാര്യങ്ങളെക്കുറിച്ച് സുമതിച്ചേച്ചിക്ക് വലിയ പിടി കാണില്ലല്ലോ. അതുകൊണ്ടാണ് ജോർജ്ജേട്ടനോട് അന്വേഷിക്കാമെന്ന് തീരുമാനിച്ചത്." വളരെ സ്വാഭാവികമെന്ന തരത്തിലാണ് അനൂപ് മറുപടി നൽകിയത്.

പക്ഷേ ആ മറുപടിയിലെ ഓരോ വാക്കുകകളും അനൂപ് പല തവണ മനസ്സിൽ പറഞ്ഞ് പഠിച്ചതാണ്. യാതൊരു തരത്തിലുള്ള സംശയവും ജോർജ്ജിന് ഉണ്ടാവാൻ പാടില്ല. ജോർജ്ജിനെ തെല്ലൊന്ന് പുകഴ്ത്തുകയും വേണം. മനസ്സൊന്ന് അയയാൻ അല്പം മദ്യവും കൊടുക്കണം. ഒരു 'മോട്ടിവേഷണൽ സ്പീച്ച്' എന്ന കണക്കെ രാഘവൻ ചെറുപ്പംമുതലേ ചെയ്ത നല്ല കാര്യങ്ങൾ കേട്ടിരിക്കണം. അപ്പോൾ തന്റെ അന്വേഷണത്തിന് ഉപകാരപ്പെടുന്ന എന്തെങ്കിലും തുമ്പ് ലഭിച്ചാൽ അത് ഒരു മനുഷ്യന് സ്വാഭാവികമായി ഉണ്ടാവുന്ന ജിജ്ഞാസയെന്നകണക്കെ അതിനെക്കുറിച്ച് കൂടുതൽ കാര്യങ്ങൾ ചോദിച്ച് മനസ്സിലാക്കണം. അങ്ങനെ നീണ്ട സംസാരത്തിനിടെയാണ് വിവാഹത്തിന് മുമ്പ് രാഘവന് ഒരു പ്രണയബന്ധം ഉണ്ടായിരുന്നുവെന്ന വിവരം അനൂപിന് ലഭിച്ചത്. പക്ഷേ ഇപ്പോ അതുകൊണ്ട് പ്രയോജനം ഉണ്ടെന്ന് തോന്നുന്നില്ല. കഥയിലെ പ്രണയിനിയുടെ പേരുപോലും ജോർജ്ജിന് ഓർമ്മ കിട്ടുന്നില്ല.

"ആ പ്രണയം പിന്നെ എങ്ങനെയാ മുറിഞ്ഞുപോയത്?"

"അതൊക്കെ വലിയ കഥയാടാ."

"ജോർജ്ജേട്ടൻ പറയൂന്നേ. എനിക്ക് അറിയാൻ താല്പര്യമുണ്ട്. ഒന്നൂടി ഒഴിക്കട്ടെ?" അനൂപ് ബ്രാണ്ടിക്കുപ്പിയുടെ മൂടി തുറന്നു.

"ഇപ്പോ വേണ്ട. കുറച്ച് കഴിയട്ടെ. എന്നെ സൽക്കരിച്ച് ഇരുത്തിയിട്ട് നീയെന്താ തീരെ കഴിക്കാത്തത്?"

"ഞാൻ ഒരു ബ്രേക്ക് എടുക്കാന്ന് തീരുമാനിച്ചു."

"ബ്രേക്ക് എടുക്കാൻ മാത്രം നീ വലിയ കുടിയൊന്നും ഇല്ലല്ലോ."

"ഏയ് ഇല്ല. വല്ലപ്പോഴും രാഘവേട്ടന്റെ കൂടെ വാറ്റ് കഴിക്കുമായിരുന്നു. അതും വെടിയിറച്ചി വല്ലതും കിട്ടിയാൽ. ജോർജ്ജേട്ടനറിയാലോ." സംസാരം വിഷയത്തിൽനിന്നും തെന്നിമാറുന്നുവെന്ന് അനൂപിന് മനസ്സിലായി. അയാൾ തെല്ലൊന്ന് ആലോചിച്ച ശേഷം തുടർന്നു, "പണ്ടും രാഘവേട്ടൻ വാറ്റാറുണ്ടായിരുന്നോ?"

"വല്ലപ്പോഴും. അവൻ എല്ലാം മിതമായേ ചെയ്യൂ. ആക്രാന്തമൊന്നും കാണിക്കില്ല. ഇല്ലിമലക്കാർക്ക് ഒരു റോൾമോഡൽ ആയിരുന്നെന്ന് വേണമെങ്കിൽ പറയാം."

"അന്നൊക്കെ നല്ല ബോഡി ആയിരുന്നിരിക്കും അല്ലേ. അറുപതു വയസ്സിലും നല്ല കല്ലൻ ശരീരം ആയിരുന്നല്ലോ."

"അത് പിന്നെ പറയണോ? അന്നത്തെ പെൺപിള്ളേരുടെ രോമാഞ്ചമായിരുന്നു അവൻ." അത് പറയുമ്പോൾ ജോർജ്ജ് പ്രകടിപ്പിച്ച ചേഷ്ടകൾ അയാളുടെ തലച്ചോറിൽ മദ്യം തന്റെ ജോലി നിർവഹിച്ചു തുടങ്ങിയെന്നതിന് തെളിവായിരുന്നു. അനൂപിനും അത് മനസ്സിലായി.

"എന്നിട്ടും രാഘവേട്ടൻ തിരഞ്ഞെടുത്ത ആ സുന്ദരിയുടെ പേര് ചേട്ടൻ മറന്നു. അത് മോശായിപ്പോയി." അനൂപ് കൃത്രിമമായ പിണക്കം പ്രകടിപ്പിച്ചു.

"ഹാ, മറന്നതല്ലെടാ മോനേ. എന്റെ നാക്കിന്റെ തുമ്പിലുണ്ട്." അയാൾ കണ്ണടച്ച് വലതു മുഷ്ടി ചുരുട്ടി നെറ്റിയിൽ പതുക്കെ ഇടിച്ചുകൊണ്ട് ആ പേര് ഓർക്കാൻ കിണഞ്ഞു പരിശ്രമിച്ചു. അനൂപ് ക്ഷമയോടെ കാത്തിരുന്നു. ധൃതി പിടിച്ചിട്ട് പ്രയോജനമില്ലെന്ന് അനൂപിന് നന്നായറിയാം.

"ശിവകാമി. അതെ. ശിവകാമി." ആ പേര് ജോർജ്ജിന് ഒടുവിൽ ഓർമ്മ വന്നു.

"ശിവകാമിയോ? അങ്ങനെ പേരുള്ള സ്ത്രീകളുണ്ടോ ഇല്ലിമലയിൽ?"

"അവർ ശരിക്കും തമിഴ്നാട്ടുകാരാണ്. ഇവിടുന്ന് അധികം ദൂരമില്ലല്ലോ തമിഴ്നാട് ബോർഡറിലേക്ക്."

"അപ്പോ ഇന്റർസ്റ്റേറ്റ് അഫെയർ ആയിരുന്നോ?" അനൂപിന് ആകാംക്ഷ വർധിച്ചു.

"എന്നുവെച്ചാൽ എന്താ?" നിഷ്കളങ്കമായിരുന്നു ജോർജ്ജിന്റെ ചോദ്യം. അയാൾക്ക് ആ ഇംഗ്ലീഷ് വാക്കുകൾ മനസ്സിലായില്ല.

"എന്നു വെച്ചാൽ അന്തർസംസ്ഥാനപ്രണയം ആയിരുന്നോ എന്ന്?" അനൂപ് ചിരിച്ചുകൊണ്ട് തിരിച്ചു ചോദിച്ചു.

"ഏയ്, അങ്ങനെ പറയാൻ പറ്റില്ല."

"അതെന്താ?"

"പറയാം. നീ കുറേ നേരമായല്ലോ ചോദ്യം ചോദിക്കുന്നു. ഇനി ഞാനൊരു ചോദ്യം ചോദിക്കട്ടെ. ഇല്ലിമലയ്ക്ക് ആ പേര് വരാൻ എന്താ കാരണം? അറിയോ നിനക്ക്?"

"ഓഹ്, അറിയാമല്ലോ. ഇല്ലിമരങ്ങൾ, എന്നുവെച്ചാൽ വണ്ണം കുറഞ്ഞ മുളകൾ ധാരാളം ഉള്ളതുകൊണ്ടുതന്നെ."

"ഓഹ്, നിനക്ക് അറിയാമായിരുന്നല്ലേ. ഞാൻ കരുതി നിനക്ക് അറിയാൻ വഴിയില്ലെന്ന്. ഈ നാട്ടിൽ ജനിച്ചു വളർന്ന പല ചെറുപ്പക്കാർക്കും ഇതൊന്നും അറിയില്ല. അതുകൊണ്ട് ചോദിച്ചെന്നേയുള്ളൂ."

രാഘവനുമായുള്ള സമ്പർക്കംമൂലം അത്തരത്തിലുള്ള പല കാര്യങ്ങളിലും അനൂപിന് അറിവുണ്ട്.

“മുമ്പൊക്കെ ഈ ഇല്ലിയായിരുന്നു പറമ്പിന്റെ അതിർത്തി നിർമ്മിക്കാൻ ഉപയോഗിച്ചിരുന്നത്. ഇപ്പോഴുമുണ്ട്. നിനക്കറിയാലോ. നിങ്ങളുടെ പറമ്പിന്റെ ഒരുവശം ഇപ്പോഴും ഇല്ലിയുടെ വേലിയല്ലേ. നന്നായി നിർമ്മിച്ചാൽ കാട്ടുപന്നിപോലെയുള്ള മൃഗങ്ങൾക്ക് ഇല്ലി വേലി തകർക്കാൻ സാധിക്കില്ല. ആ കാലത്ത് ഇവിടെ നിന്നും ധാരാളം ഇല്ലിമരങ്ങൾ വെട്ടി തമിഴ്നാട്ടിലും മറ്റും കൊണ്ടുപോയി വേലി കെട്ടിക്കൊടുക്കുന്ന കുറേ ആളുകൾ ഇവിടെ ഉണ്ടായിരുന്നു. അത്തരത്തിൽ ഒരു കുടുംബമായിരുന്നു ശിവകാമിയുടേത്. അതുകൊണ്ട് കുറെ കാലം അവരിവിടെ ഇല്ലിമലയിൽ താമസിച്ചിരുന്നു. അതാ ഞാൻ പറഞ്ഞത് അവരുടെ പ്രേമം നീ പറഞ്ഞ ആ സാധനമല്ലേ, ഇന്റർസ്റ്റേറ്റ്, അതല്ലെന്ന്.” ജോർജ്ജിന്റെ നാക്ക് ചെറുതായി കുഴഞ്ഞുതുടങ്ങിയിരിക്കുന്നു. ശരീരം പതിയെ ആടുന്നുമുണ്ട്. പക്ഷേ ഓർമ്മയ്ക്ക് തകരാറൊന്നുമില്ല.

“ഒന്നൂടി ഒഴിക്കട്ടെ?” അനൂപ് കുപ്പി കൈയിലെടുത്തു.

“ഒരു ചെറുത് കൂടി ഒഴിക്ക്. വിദേശം എനിക്ക് ശീലമില്ല. എന്നാലും നീ തന്നാൽ എങ്ങനെയാ വേണ്ടെന്ന് പറയുക?” ജോർജ്ജ് തന്റെ കാലിഗ്ലാസ് അനൂപിന് നേരെ നീട്ടി. അനൂപ് അത് വാങ്ങി അല്പം മദ്യമൊഴിച്ചു, പിന്നാലെ ഗ്ലാസ് നിറയുന്നതുവരെ വെള്ളവും. ശേഷം നിറഗ്ലാസ് ജോർജ്ജിന് കൈമാറി.

“ശിവകാമിക്ക് അത്യാവശ്യം മലയാളമൊക്കെ അറിയായിരുന്നു. കാണാനും കൊള്ളാം. ഞങ്ങളുടെ പ്രായമുള്ള അന്നത്തെ ചെറുപ്പക്കാരിൽ പലർക്കും അവളുടെ മേൽ ഒരു കണ്ണുണ്ടായിരുന്നു. അവളുടെ ശ്രദ്ധ പിടിച്ചെടുക്കാൻവേണ്ടി പലരും പല കോപ്രായങ്ങളും കാണിക്കുമായിരുന്നു. അന്നത്തെ കാലമല്ലേ. തല്ലുണ്ടാക്കി ഹീറോയിസം കാണിക്കാൻ ശ്രമിച്ചവർ പോലുമുണ്ട് ഈ ഇല്ലിമലയിൽ. ഇപ്പോൾ വല്യ മാന്യൻ ചമയുന്നവൻപോലും ആ കൂട്ടത്തിൽ ഉണ്ടായിരുന്നു.” ജോർജ്ജ് ഒറ്റവലിക്ക് ഗ്ലാസ് കാലിയാക്കി ജീപ്പിന്റെ ബോണറ്റിൽ വെച്ചു.

“പക്ഷേ അവൾ വീണത് രാഘവന്റെ മുന്നിലാ.” കുഴഞ്ഞ നാക്കും ആടുന്ന ശരീരവുമായി ജോർജ്ജ് തുടർന്നു.

അനൂപ് അയാൾ പറയുന്നത് ശ്രദ്ധാപൂർവ്വം കേട്ടുകൊണ്ടിരുന്നു.

“ഈ ജീപ്പ് വാങ്ങുന്നതിന് മുമ്പ് രാഘവനൊരു പഴയ ജീപ്പുണ്ടായിരുന്നു. നന്നേ പഴയത്. പക്ഷേ ശരിക്കും പുലി. ആ ജീപ്പിലെ ഒരു സവാരിയാണ് അവരെ അടുപ്പിച്ചത്. ഈ പറഞ്ഞ ശിവകാമിയുടെ അച്ഛന്, അവരുടെ ഭാഷയിൽ പറഞ്ഞാൽ അപ്പാ, പേര് മുരുഗൻ,

അയാൾക്ക് പെട്ടെന്ന് സുഖമില്ലാതായി. പൊള്ളുന്ന പനി. അതോ, പേമാരി നിലയ്ക്കാതെ പെയ്യുന്ന ഇടവപ്പാതി സമയത്ത്. അന്ന് അവരെ കുത്തിയൊഴുകുന്ന അരുവി മുറിച്ചുകടത്തി ജീപ്പിൽ കയറ്റി മലയിറങ്ങി അടിവാരത്ത് കൊണ്ടുപോയത് രാഘവനാ. അവന്റെ പഴയ ജീപ്പിൽ. രണ്ടു ദിവസം കഴിഞ്ഞ് പനി കുറഞ്ഞ അവരെ വിളവ് വിൽക്കാൻ പോയി തിരിച്ചുവരുമ്പോൾ ഇല്ലിമലയിലേക്ക് തിരികെ കൂട്ടിയതും രാഘവൻ തന്നെയാ."

"ആ യാത്രയിൽ പ്രേമം പൂവിട്ടു. അല്ലേ?" അനൂപ് ചിരിച്ചു. അവൻ അന്നത്തെ അവരുടെ മടക്കയാത്ര മനസ്സിൽ കാണുകയാണ്. ശിവകാമി ജീപ്പിന്റെ പിൻസീറ്റിൽ ആയിരിക്കും ഇരുന്നത്. ഡ്രൈവിംഗ് സീറ്റിലിരുന്ന് യൗവനം തുളുമ്പി നിൽക്കുന്ന രാഘവൻ തമിഴ് സുന്ദരി ശിവകാമിയെ ഇടയ്ക്കിടെ ജീപ്പിനുള്ളിലെ റിയർവ്യൂ മിററിലൂടെ നോക്കുന്നു. ആരും ശ്രദ്ധിക്കാത്ത തരത്തിൽ ശിവകാമിയെ വ്യക്തമായി കാണുന്ന രീതിയിൽ കണ്ണാടി തിരിച്ചുവെക്കുന്നു. അതേ കണ്ണാടിയിലൂടെ അവൾ രാഘവനേയും ഇടയ്ക്ക് നോക്കുന്നുണ്ട്. ഒടുവിൽ അവരുടെ കണ്ണുകൾ ഉടക്കുന്നു. രണ്ടുപേരും അറിയാതെ പുഞ്ചിരിക്കുന്നു. അനൂപ് മനസ്സിൽ ഒരു സെറ്റിട്ട് അന്നത്തെ അവരുടെ ജീപ്പ് യാത്ര കാണുകയാണ്.

"അതെ. അവർ തമ്മിൽ ഇഷ്ടത്തിലായി. കുറേക്കാലം രഹസ്യമായിരുന്നു. ഞങ്ങളാരും അറിഞ്ഞിരുന്നില്ല. ഈ ജീപ്പ് സംഭവം തന്നെ അവൻ എന്നോട് കുറച്ചുകാലം കഴിഞ്ഞ് പറഞ്ഞിട്ടാ ഞാൻ അറിയുന്നത്. അവളുടെ അച്ഛനെ ആശുപത്രിയിൽ കൊണ്ടുപോയതും തിരിച്ചു കൊണ്ടുവന്നതും മാത്രമേ നാട്ടുകാർക്ക് അറിയുമായിരുന്നുള്ളൂ."

അപ്പോഴേക്കും സമയം സന്ധ്യ കഴിഞ്ഞു. തണുപ്പ് അരിച്ചിറങ്ങിത്തുടങ്ങി. തണുപ്പിനെ ചെറുക്കാൻ അനൂപ് ഷർട്ടിന്റെ മടക്കിവെച്ച കൈകൾ മുഴുവനായി നിവർത്തി. മദ്യം അകത്തുചെന്നതുകൊണ്ടാവാം ജോർജ്ജിനെ തണുപ്പ് ബാധിച്ച ലക്ഷണമില്ല.

"തണുക്കുന്നുണ്ടേൽ ഒന്നൊഴിച്ച് അടിക്കെടാ." ജോർജ്ജ് ബ്രാണ്ടിക്കുപ്പിക്ക് നേരെ വിരൽ ചൂണ്ടി.

"ഏയ്, വേണ്ട ചേട്ടാ. ഞാൻ പറഞ്ഞല്ലോ ഒരു ബ്രേക്ക് ഇട്ടതാ. ആഹ്, എന്നിട്ട് അവരുടെ കാര്യം എന്തായി. അവർ എന്തുകൊണ്ട് കല്യാണം കഴിച്ചില്ല?"

"കുറച്ച് കാലം അവർ പ്രണയിച്ച് നടന്നു. രണ്ടുമൂന്ന് വർഷം."

"അപ്പോ രാഘവേട്ടന്റെ പ്രായം?"

"മുപ്പത്തിമൂന്ന്-മുപ്പത്തിനാലൊക്കെ ആയിക്കാണും അവരുടെ ബന്ധം തകർന്നപ്പോൾ."

"അതെങ്ങനെയാ തകർന്നത്?"

"എങ്ങനെയൊക്കെ രഹസ്യമാക്കി വെക്കാൻ നോക്കിയിട്ടും ചില ആളുകൾ അറിഞ്ഞുതുടങ്ങി. എന്നാ പിന്നെ ഇനി വൈകിക്കേണ്ടെന്ന തീരുമാനത്തിൽ കല്യാണം നടത്താൻ രാഘവൻ തീരുമാനിച്ചു. ഞങ്ങൾ കുറച്ചു പേരോട് അതിനെക്കുറിച്ച് അവൻ സംസാരിച്ചിരുന്നു. ഞങ്ങൾ എന്തിനും കൂടെ ഉണ്ടാവുമെന്ന് ഉറപ്പ് നൽകി. അന്നത്തെ കാലമല്ലേ. അവളാണെങ്കിൽ വേറെ സംസ്ഥാനത്ത് നിന്നുള്ള പെണ്ണും. അവളുടെ വീട്ടിൽ അവൾ സംഗതി അവതരിപ്പിച്ചു. അതോടെ കാര്യങ്ങൾ കുഴഞ്ഞുമറിഞ്ഞു. ഒരു തരത്തിലും അവർ സമ്മതിക്കില്ലെന്നുതന്നെ. അവൾക്ക് കുറേ അടിയും തൊഴിയും കിട്ടുകയും ചെയ്തു. രാഘവന്റെ വീട്ടിൽനിന്നും ചെറിയ എതിർപ്പൊക്കെ ഉണ്ടായിരുന്നെങ്കിൽപോലും അതെല്ലാം തരണം ചെയ്യാൻ രാഘവന് സാധിച്ചിരുന്നു. പക്ഷേ അവളുടെ വീട്ടുകാർ അമ്പിനുംവില്ലിനും അടുത്തില്ല. ഒടുവിൽ അവളെ വീട്ടിൽനിന്ന് വിളിച്ചിറക്കി കൊണ്ടുവരാൻ രാഘവൻ തീരുമാനിച്ചു. കൂടെ ഞങ്ങൾ മൂന്നാലുപേരും."

"അവർ അപ്പോൾ ഇല്ലിമലയിൽതന്നെ ആയിരുന്നില്ലേ?"

"അല്ല. ഈ പ്രശ്നമൊക്കെ ഉണ്ടായതോടെ അവർ നാട്ടിലേക്ക് തിരിച്ചുപോയി."

"എത്ര ദൂരം വരും ഇവിടെ നിന്ന്?"

"അധികമില്ല. ബോർഡർ കടന്ന് നേരെ പോയാൽ രണ്ടാമത്തെ കവലയിൽ നിന്ന് ഇടത്തോട്ട് പോണം. അവിടെ ഒരു മാരിയമ്മൻ കോവിലുണ്ട്. അതിന്റെ നേരെ പിന്നിലുള്ള വീടാണ്. ഒരു മുപ്പത് മുപ്പത്തഞ്ച് കിലോമീറ്റർ കാണുമായിരിക്കും."

"വിളിച്ചിറക്കാൻ പോയിട്ട് എന്ത് സംഭവിച്ചു?"

"ഞങ്ങൾ എന്ത് വില കൊടുത്തും അവളെ കൂട്ടിക്കൊണ്ട് വരുമെന്ന് തീരുമാനിച്ചാണ് ഇറങ്ങിയത്. നിറതോക്കുപോലും രണ്ടെണ്ണം ജീപ്പിലുണ്ടായിരുന്നു. എന്തിനും പോന്ന മാനസികാവസ്ഥയിൽ ഞങ്ങൾ രണ്ടുമൂന്ന് പേരും അവന്റെ കൂടെ പോയി."

"ഒരു വീട്ടിലേക്ക് പോവുമ്പോൾ തോക്കൊക്കെ?"

"അതിന് വേറെ കാരണമുണ്ട്. അവളുടെ നാട്ടുകാരും ഈ വിഷയത്തിൽ ഇടപെട്ട് തുടങ്ങിയിരുന്നു. ഒരു മലയാളി വന്ന് തങ്ങളുടെ നാട്ടിലെ കുട്ടിയെ അങ്ങനെയിപ്പോ കൊണ്ടുപോവണ്ടാ എന്ന ലൈനിലായിരുന്നു അവർ. വല്ല ആക്രമണവും ഞങ്ങൾക്ക് നേരെ ഉണ്ടായാൽ സ്വയരക്ഷയ്ക്ക് വേണ്ടിയാണ് തോക്ക് കൈയ്യിൽ കരുതിയത്."

"എന്നിട്ട് അതിന്റെ ആവശ്യം വന്നോ?"

"സത്യം പറഞ്ഞാൽ തോക്കിന്റെ ആവശ്യം വന്നില്ല. അവിടുത്തെ ചില ആളുകൾക്ക് ഞങ്ങളെ പരിചയം ഉണ്ടായിരുന്നു. അതു കൊണ്ടുതന്നെ അടിയും വഴക്കുമൊന്നും ഉണ്ടായില്ല. അത് മാത്ര മല്ല, ഞങ്ങൾ പെണ്ണിനെ ബലമായി പിടിച്ചിറക്കി കൊണ്ടു വന്നാ ലല്ലേ നാട്ടുകാർ ഇടപെടൂ. അതുണ്ടായില്ല."

അനൂപ് ചോദ്യഭാവത്തിൽ ജോർജ്ജിനെ നോക്കി.

"എന്തുപറ്റിയെന്നല്ലേ? പറയാം. നീ ഒന്നുകൂടി ഒഴിക്ക്." ജീപ്പിന്റെ ബോണറ്റിൽനിന്നും ഗ്ലാസ്സെടുത്ത് അതിൽ മദ്യവും വെള്ളവും നിറച്ച് അനൂപ് ജോർജ്ജിന് നൽകി. ഒരു കവിൾ മദ്യം അകത്താക്കിയ ശേഷം അയാൾ തുടർന്നു, "ആ പെണ്ണ് പറയാ, അവൾക്കീ കല്യാണം വേണ്ടെന്ന്, എല്ലാവരോടും തിരിച്ചുപൊയ്ക്കൊള്ളാൻ. ഇത്രയും പറഞ്ഞ് കരച്ചിലോട് കരച്ചിൽ."

"അതെന്താ കാര്യം?"

"ആദ്യം ഞങ്ങൾക്കും മനസ്സിലായില്ല. പിന്നെ ഞങ്ങൾക്ക് പരി ചയമുള്ള ഒരു അണ്ണൻ പറഞ്ഞു അവളുടെ തള്ള ആത്മഹത്യ ഭീഷണി മുഴക്കിയെന്ന്. രാഘവനെ കല്യാണം കഴിക്കാനും പാടില്ല, അടുത്ത ആഴ്ചതന്നെ ആ തള്ളയുടെ അനിയനെ കെട്ടുകയും വേണം. അവരുടെ നാട്ടിൽ മുറൈ മാമനെ കല്യാണം കഴിക്കുമല്ലോ." ജോർജ്ജ് മുഴുവനായി മദ്യത്തിന്റെ പിടിയിലായി കഴിഞ്ഞു.

"എന്നിട്ടെന്ത് സംഭവിച്ചു?"

"പിന്നെ ഞങ്ങൾക്കൊന്നും അവിടെ യാതൊരു റോളുമില്ലല്ലോ. രാഘവനെ വേണ്ടെന്ന് പെണ്ണുതന്നെ പറഞ്ഞുകഴിഞ്ഞില്ലേ. ഞങ്ങൾക്ക് വെറുംകയ്യോടെ നാണംകെട്ട് തിരിച്ചു പോരേണ്ടി വന്നു. ആ തള്ള ചത്താലും വേണ്ടില്ല, രാഘവനെ വേണമെന്ന് പറഞ്ഞ് ഇറങ്ങാനുള്ള മനസ്സ് ആ പെണ്ണിന് ഉണ്ടായിക്കാണില്ല. അന്നത്തെ കാലവും അതാണല്ലോ. കഷ്ടകാലത്തിന് തള്ള ആത്മഹത്യയെ ങ്ങാനും ചെയ്താൽ പിന്നെ അവൾക്ക് ആ ജന്മം സൈ്വര്യം കിട്ടി ല്ലല്ലോ." നാലാമത്തെ പെഗ്ഗിലും അയാളുടെ മനസ്സും ചിന്തയും ലവലേശം ചാഞ്ചാടിയില്ല. ഓർമ്മയും കിറുകൃത്യം.

"അതിനുശേഷം പിന്നെന്ത് സംഭവിച്ചു?"

"പിന്നെന്ത് സംഭവിക്കാൻ. എല്ലാ നിരാശാകാമുകന്റെയും പോലെ രാഘവനും കുറച്ചുകാലം വെള്ളമടിച്ച് നടന്നു. പിന്നെ അതങ്ങ് മറന്നു. കൃഷിയും മറ്റുമായി സ്വയം ബിസിയായി. പിന്നെ രണ്ടുമൂന്ന് വർഷം കഴിഞ്ഞ് കല്യാണമൊക്കെ നോക്കിത്തുടങ്ങി. ഒടുവിൽ സുമതിയെ കെട്ടി. അതോടെ അവന്റെ ജീവിതം രക്ഷപ്പെട്ടു. കാരണം അത്ര നല്ല സ്ത്രീയാണ് അവൾ. എനിക്ക് ആദ്യമേ അവളെ അറിയാം."

“ശിവകാമി ഒരു ക്ലോസ്ഡ് ചാപ്റ്റർ ആണെന്ന് ചേട്ടന് ഉറപ്പാണോ?”

“അതെന്താ നീ അങ്ങനെ ചോദിച്ചത്? സുമതിയെ കെട്ടിക്കഴിഞ്ഞും അവൻ അവളുടെ പിന്നാലെ പോവാനോ? അവൻ അത്തരക്കാരനല്ല. അത് നിനക്കും അറിയുന്ന കാര്യമല്ലേ. ശിവകാമിയും ഉടനെ കല്യാണം കഴിച്ച് കുട്ടിയൊക്കെ ആയി.” ആ ചോദ്യത്തിലുള്ള നീരസം ജോർജിന്റെ മുഖത്ത് വ്യക്തമായിരുന്നു. ശിവകാമിയുമായുള്ള ബന്ധം അന്നത്തോടെ അവസാനിച്ചുവെന്ന് ഉറപ്പ് വരുത്തുക മാത്രമായിരുന്നു അനൂപിന്റെ ഉദ്ദേശം.

“ശിവകാമിയെ രാഘവൻ അതിനുശേഷവും കണ്ടിട്ടുണ്ട്. ഞാൻ കൂടെ ഉണ്ടായിരുന്നു. ശിവകാമിയെ മാത്രമല്ല അവളുടെ മോളെയും കണ്ടിട്ടുണ്ട്. യാദൃച്ഛികമായി. അപ്പോഴെല്ലാം മാന്യതയുടെ അതിർവരമ്പ് ഭേദിക്കാതെയേ അവൻ അവരോട് സംസാരിച്ചിട്ടുള്ളൂ. തന്നെ വിവാഹം കഴിക്കാത്തതിന് അവരോട് കയർത്തിട്ടില്ല. മാത്രമല്ല പഴയ കാമുകിയെന്ന് പറഞ്ഞ് ശൃംഗരിക്കാനും പോയിട്ടില്ല. എനിക്ക് നല്ല ഓർമ്മയുണ്ട്. ആദ്യമായി കണ്ടപ്പോൾ ശിവകാമിയുടെ മകൾക്ക് രണ്ടോ രണ്ടരയോ വയസ്സായിരുന്നു. ഞാനും കൂടെയുണ്ട്. അടിവാരത്തെ ആശുപത്രിയിൽവെച്ച്. അവളോട് അവൻ പേര് ചോദിച്ചു. അവൾ കൊഞ്ചിക്കൊണ്ട് രത്നവല്ലിയെന്ന് പറഞ്ഞു. അവൾക്ക് ഒരു മിട്ടായിയും വാങ്ങിക്കൊടുത്ത് ഞങ്ങൾ പിരിഞ്ഞു. പിന്നെയും അവൻ പലതവണ കണ്ടിട്ടുണ്ടാവും. പക്ഷേ സദാചാര ലംഘനം അവൻ നടത്തിയിട്ടുണ്ടാവില്ല. എനിക്കുറപ്പുണ്ട്.”

“അതെനിക്കറിയാം ചേട്ടാ. ഞാൻ ആ അർത്ഥത്തിൽ ചോദിച്ചതല്ല.”

“ഉം... സാരമില്ല.” ജോർജിന്റെ മനസ്സിലെ നീരസം മാറിയിട്ടില്ല. ഇത്തവണ ചോദിക്കാതെതന്നെ ഒരു പെഗ് കൂടി അനൂപ് ഒഴിച്ചുകൊടുത്തു. ആദ്യം വേണ്ടെന്ന് പറഞ്ഞെങ്കിലും നിർബന്ധിച്ചപ്പോൾ ജോർജ്ജ് ഗ്ലാസ് വാങ്ങി ഒരു കവിൾ മദ്യം കഴിച്ചു.

“സമയം വൈകി. നീയെന്നെ വീട്ടിൽ കൊണ്ടു വിട്.” ബാക്കിയുള്ള മദ്യം ഒറ്റയിറക്കിന് അകത്താക്കിയശേഷം അയാൾ പറഞ്ഞു. ഇനി കൂടുതലൊന്നും അയാളിൽനിന്ന് തനിക്ക് കിട്ടാനില്ലെന്ന് അനൂപിന് മനസ്സിലായി. ആൾ നല്ല ഫിറ്റാണ്. മാത്രമല്ല തന്നോട് അല്പം മുഷിഞ്ഞ മട്ടുമുണ്ട്. ബ്രാണ്ടിക്കുപ്പിയും ഗ്ലാസും ചിപ്സിന്റെ കവറും ജീപ്പിൽ വെച്ചു. ശേഷം ഡ്രൈവിംഗ് സീറ്റിലിരുന്ന് എൻജിൻ സ്റ്റാർട്ട് ചെയ്തു. അപ്പോഴേക്കും ജോർജ്ജ് ഇടതുവശത്തെ വാതിൽ തുറന്ന് അകത്തു കയറി.

“വിട്ടോ.” അയാൾ കൈയിലുണ്ടായിരുന്ന സിഗരറ്റ് കത്തിക്കാൻ തുടങ്ങി. അനൂപ് ജോർജിന്റെ വീട് ലക്ഷ്യമാക്കി വാഹനമോടിച്ചു.

* * *

ദിവസങ്ങൾ കടന്നുപോയി. കാര്യമായ ഒരു പുരോഗതിയും അനൂപിന്റെ അന്വേഷണത്തിൽ ഉണ്ടായില്ല. തന്റെ അന്വേഷണത്തിൽ അയാൾ നേരിടുന്ന ഏറ്റവും വലിയ വെല്ലുവിളി തനിക്ക് ഒരു കാര്യവും ആരോടും തുറന്ന് പറയാൻ സാധിക്കുന്നില്ല എന്നതായിരുന്നു.

ആയതിനാൽ തന്റെ സംശയങ്ങളോ അനുമാനങ്ങളോ കണ്ടെത്തലുകളോ അയാൾക്ക് ആരുമായും പങ്കുവെക്കാൻ സാധിച്ചില്ല. ആരെങ്കിലുമായി തുറന്ന് സംസാരിക്കാൻ സാധിച്ചിരുന്നെങ്കിൽ അവരുടെ അഭിപ്രായങ്ങളും നിർദേശങ്ങളും അയാളെ തന്റെ ഉദ്യമത്തിൽ സഹായിച്ചേനെ. പക്ഷേ നിലവിൽ അത്തരത്തിലൊരാൾ അയാളുടെ ജീവിതത്തിലില്ല. സ്വന്തമെന്ന് കരുതാൻ ഇപ്പോൾ സുമതിച്ചേച്ചിയുണ്ട്. അടുത്ത സുഹൃത്തായി ഉമേഷുണ്ട്. ചില നല്ല നാട്ടുകാരും സുഹൃത്തുക്കളായുണ്ട്. പക്ഷേ!

രാഘവനും ഗിരിയും തമ്മിൽ നടന്ന കൊട്ടേഷന്റെ മൂലകാരണം ഉണ്ടായത് ആ സംഭവത്തിന് ഏതാനും ദിവസങ്ങൾക്കുള്ളിലാവാനാണ് സാധ്യതയെന്ന് അയാൾക്ക് തോന്നി. സുമതിയോട് അതിനെക്കുറിച്ച് ചോദിച്ചിട്ട് പ്രയോജനമുണ്ടാവാൻ യാതൊരു സാധ്യതയുമില്ല. ആയതിനാൽ ഇല്ലിമല കേന്ദ്രീകരിച്ചുള്ള ഒരു അന്വേഷണത്തിനേ നിലവിൽ എന്തെങ്കിലും സാധ്യതയുള്ളൂ.

നാട്ടുകാർക്കിടയിലേക്ക് അത്തരം അന്വേഷണവുമായി ഇറങ്ങുന്നെങ്കിൽ അത് വളരെ ശ്രദ്ധയോടെ വേണം. അവരുടെ അറിവിൽ തന്നെ ആക്രമിക്കാൻ വന്ന ഗിരിയെ രാഘവൻ കുത്തി. കേസ് അവിടെ തീർന്നു. അതിനപ്പുറം മറ്റൊരു സാധ്യതയുമില്ല ദുരൂഹതയുമില്ല.

വളരെ ആലോചിച്ചശേഷം അനൂപ് ഒരു പ്ലാൻ മനസ്സിൽ രൂപപ്പെടുത്തി. കത്തിഗിരി പണത്തിനു വേണ്ടി തല്ലാനും കുത്താനും പോവുന്ന ഒരാളാണ്. കൃത്യമായി പറഞ്ഞാൽ പണത്തിനുവേണ്ടി മാത്രം തല്ലാനും കുത്താനും പോവുന്ന ഒരാളാണ്. അതിൽ ഇല്ലിമലക്കാർക്കോ താഴെ അടിവാരത്തുകാർക്കോ യാതൊരു എതിരഭിപ്രായവും ഉണ്ടാവില്ല. യാഥാർത്ഥ്യം അതാണെന്നിരിക്കെ കത്തിഗിരി റോഡിൽ ജീപ്പ് നിർത്തിയെന്ന കാരണത്താൽ ഒരാളോട് വഴക്കിനും കത്തിക്കുത്തിനും മുതിരുമോ? ഒരു സാധ്യതയുമില്ല. ഈയൊരു ചിന്ത ജനങ്ങൾക്കിടയിൽ പതിയെ കുത്തിവെയ്ക്കണം. അങ്ങനെയൊരു ചിന്ത താനുമായി അടുത്തറിയുന്ന ഇല്ലിമല നിവാസികൾക്കിടയിൽ ഉൾത്തിരിഞ്ഞാൽ ആ രാത്രി നടന്ന സംഭവം ഒരു

ക്വട്ടേഷൻതന്നെയായിരുന്നുവെന്ന് അനൂപിന് സമർത്ഥിക്കാൻ സാധിക്കും. അതിന്റെ പിന്തുടർച്ചയായി ആരാണ് ഗിരിക്ക് ആ ക്വട്ടേഷൻ കൊടുത്തതെന്ന് അന്വേഷിക്കാനുള്ള സാധ്യതയും അയാൾക്ക് മുന്നിൽ തുറക്കും.

ഇതിനിടെ ഗിരിക്ക് ക്വട്ടേഷൻ കൊടുത്തത് ആരാണെന്ന് തനിക്ക് നേരിട്ട് അയാളോടുതന്നെ ചോദിച്ചാൽ പോരേയെന്ന് പലരും ചോദിച്ചേക്കാം. അതിനുള്ള മറുപടിയും അനൂപിന്റെ കൈവശമുണ്ട്. കത്തിഗിരിയെപ്പോലെ ഒരാളോട് നേരിട്ട് പോയി ഇതൊന്നും ചോദിക്കാൻ തനിക്ക് ധൈര്യമില്ല, അത്രതന്നെ. അപ്പോൾ നല്ലവരായ നാട്ടുകാരിൽനിന്ന് ലഭ്യമായ വിവരങ്ങൾ ശേഖരിക്കുകയെന്നതാണ് തന്റെ മുന്നിലുള്ള ഏകമാർഗം.

അത്തരത്തിൽ, ഇല്ലാത്ത ഒരു ക്വട്ടേഷനെക്കുറിച്ച് അന്വേഷിക്കുമ്പോൾ അയാൾക്ക് സധൈര്യം തനിക്ക് വിശ്വസിക്കാവുന്ന നാട്ടുകാരോട് ആ സംഭവം നടക്കുന്നതിന് ഏതാനും ദിവസങ്ങൾ മുമ്പ് ഏതെങ്കിലും തരത്തിലുള്ള വഴക്കിലോ പ്രശ്നങ്ങളിലോ ആരെങ്കിലുമായി രാഘവൻ സംബന്ധിക്കുന്നത് ശ്രദ്ധയിൽപെട്ടിരുന്നോയെന്ന് ചോദിക്കാം. കാരണം, അങ്ങനെ ഒരു സംഭവം ഉണ്ടായതായി ആർക്കെങ്കിലും അറിവുണ്ടെങ്കിൽ ആ ആളായിരിക്കാം ഗിരിക്ക് ക്വട്ടേഷൻ കൊടുത്തിരിക്കുന്നതെന്ന തരത്തിൽ നാട്ടുകാരെ ധരിപ്പിക്കാം.

ഭാഗ്യം തുണച്ചാൽ അത്തരമൊരന്വേഷണ പ്രക്രിയയിലൂടെ അനൂപിന് ലഭിക്കുക രാഘവനുമായി അസാധാരണമായി ആരെങ്കിലും ആ കാലത്ത് സംസാരിക്കുകയോ പെരുമാറുകയോ ചെയ്തതിന്റെ തെളിവാണ്. ഒരുപക്ഷേ അത്തരത്തിൽ ഒരു അസാധാരണ സംഭവമാവാം ഗിരിയെ കാണാനും സ്വയം കേസിൽ പ്രതിയാവാനും രാഘവനെ പ്രേരിപ്പിച്ച ഘടകം.

അനൂപിന്റെ പ്ലാനിൽ ഉൾപ്പെട്ട മറ്റൊരു ഘടകമായിരുന്നു തന്റെ അന്വേഷണം കഴിയുന്നത്ര രഹസ്യസ്വഭാവമുള്ളത് ആവുകയെന്നത്. ആയതിനാൽ വളരെ സാവധാനമേ തനിക്ക് തന്റെ ഉദ്യമത്തിൽ മുന്നോട്ട് പോവാൻ കഴിയൂവെന്ന് അയാൾക്ക് ഉത്തമ ബോധ്യമുണ്ടായിരുന്നു.

പുതിയ പ്ലാൻ പ്രകാരം ആരംഭിച്ച അന്വേഷണം ദിവസങ്ങൾ പിന്നിട്ടിരിക്കുന്നു. യാതൊരു പുരോഗതിയും പക്ഷേ ഉണ്ടായില്ല. എങ്കിലും തന്റെ ഉദ്യമത്തിൽനിന്നും ഒരടി പിന്നോട്ടില്ലെന്ന് അയാൾ എപ്പോഴേ മനസ്സുകൊണ്ട് തീരുമാനിച്ചുകഴിഞ്ഞു. വേണമെങ്കിൽ രാഘവൻ മരിച്ചുകഴിഞ്ഞു, ഇനിയെന്തിനാ അദ്ദേഹത്തിന്റെ മരണമൊഴി അന്വേഷിച്ചുപോയി അപകടങ്ങൾ വരുത്തിവെക്കുന്നതെന്ന് അയാൾക്ക് ചിന്തിക്കാം. പക്ഷേ സ്വന്തം നാട്ടുകാർ വെറുത്തിരുന്ന

കുത്തുകേസിലെ പ്രതിയെ മറ്റൊരു നാട്ടിലെ നാട്ടുകാർക്ക് പ്രിയങ്കരനായ യുവസംരംഭകനാക്കി മാറ്റിയ ഒരാളുടെ മരണമൊഴി കേൾക്കാത്തമട്ടിൽ വിട്ടുകളയാൻ അയാൾക്ക് സാധിക്കില്ല.

അങ്ങനെയിരിക്കെ ഒരു ദിവസം. സമയം ഉച്ചതിരിഞ്ഞ് മൂന്നു മണിയായിക്കാണും. തമിഴ്നാട്ടിലേക്കുള്ള ലോഡ് കയറ്റിവിട്ട് കടയുടെ ഷട്ടർ പകുതി താഴ്ത്തി അനൂപ് അങ്ങാടിയിലേക്കിറങ്ങി. സമാന്യം നല്ല വെയിലുണ്ട്. നല്ല ദാഹവും. അപ്പോഴാണ് ജംഗ്ഷനിലുള്ള കുമാരേട്ടന്റെ പെട്ടിക്കട അയാൾക്ക് ഓർമ്മവന്നത്. അവിടെ നല്ല സംഭാരമുണ്ടാവാറുണ്ട്. ചൂടിനും ദാഹത്തിനും ശമനം നൽകാൻ ഒരു ഗ്ലാസ് സംഭാരം ധാരാളം. അയാൾ കുമാരേട്ടന്റെ കട ലക്ഷ്യമാക്കി നടന്നു.

"കുമാരേട്ടാ, എന്തൊക്കെയുണ്ട്?" കടയ്ക്കരികിലെത്തി അനൂപ് കുശലമന്വേഷിച്ചു.

"ആഹ്, അങ്ങനെ പോകുന്നു മോനേ."

കുമാരൻ വിടർന്ന ചിരിയോടെ അനൂപിനെ സ്വാഗതം ചെയ്തു. അയാൾക്ക് അറുപത്തിയഞ്ചിനുമേൽ പ്രായം വരും. നരച്ച തലമുടി. കാവിമുണ്ടും കള്ളിഷർട്ടുമാണ് വേഷം. അതുതന്നെയാണ് അയാളുടെ സ്ഥിരമായ വേഷവിധാനം. കടയിൽ സംഭാരത്തിന് പുറമെ സോഡ, പലതരം മിഠായികൾ, സിഗരറ്റ്, സോപ്പ്, ചീപ്പ് തുടങ്ങിയ സാധനങ്ങളുമുണ്ട്. വർഷങ്ങൾ കുറേയായി അയാൾ ആ കട കൊണ്ട് ഉപജീവനം നടത്തിവരുന്നു.

"സംഭാരം ഇല്ലേ?"

"ഉണ്ടല്ലോ. വേനൽ തുടങ്ങിയാ പിന്നെ സംഭാരം വെക്കാതെ പറ്റില്ല." അയാൾ തന്റെ രുചിക്കൂട്ടുകൾ ചേർത്ത് സംഭാരം തയ്യാറാക്കാൻ ആരംഭിച്ചു. തത്സമയം തന്റെ അന്വേഷണത്തിന്റെ കൂട്ടുകൾ കുമാരനിൽ പരീക്ഷിച്ച് നോക്കാമെന്ന് അനൂപും തീരുമാനിച്ചു.

"ഗിരിയില്ലേ, കത്തിഗിരി, അയാൾ ഈ ഏരിയയിൽ വന്നതായി കേട്ടിരുന്നോ?"

"ഏയ്, ഇല്ലല്ലോ. എന്തുപറ്റി?" സംഭാരം അനൂപിന്റെ കൈയിൽ കൊടുത്തുകൊണ്ട് കുമാരൻ മറുപടി നൽകി.

"ഒന്നുല്ല. അടിവാരത്ത് പോയപ്പോ ആരോ പറയുന്നത് കേട്ടു, അവനും ടീമും ഇല്ലിമല റൂട്ടിൽ വരുന്നത് കണ്ടെന്ന്."

"ഇങ്ങോട്ട് വന്നതായി എനിക്ക് അറിയില്ല. നീയെന്തിനാ അവൻ വരുന്നതും പോവുന്നതും നോക്കി നിൽക്കുന്നത്? രാഘവനുമായി അവൻ കോർത്തതുകൊണ്ടാണോ? അതൊക്കെ കഴിഞ്ഞുപോയ കാര്യങ്ങളല്ലേ."

"അങ്ങനെ പറയാൻ പറ്റില്ല കുമാരേട്ടാ. ഒന്നാലോചിച്ചു നോക്കൂ, കാശിനു വേണ്ടിയല്ലാതെ ഗിരി കത്തിയെടുക്കുമോ?" ഒരുപാട് പേരോട് ചോദിച്ചു പഴകിയ ആ ചോദ്യം പുതുമയോടെ അനൂപ് ഒരിക്കൽകൂടി പ്രയോഗിച്ചു.

"അങ്ങനെ ചോദിച്ചാൽ..." കുമാരന് ഉത്തരം മുട്ടി.

"ഇല്ല എന്നാണല്ലോ ഉത്തരം. അതാ ഞാനും പറഞ്ഞത്. അപ്പൊ പിന്നെ ആരെങ്കിലും ക്വട്ടേഷൻ കൊടുത്തിട്ടാവില്ലേ ഗിരി അത് ചെയ്തിരിക്കുക."

"നീ പറയുന്നതിലും കാര്യമുണ്ട്. അങ്ങനെയാണ് നടന്നതെങ്കിൽ?"

"അങ്ങനെയാണ് നടന്നതെങ്കിൽ ആ സംഭവത്തിന് മുമ്പായി [illegible]ങ്കിലും രാഘവേട്ടനുമായി ശത്രുത ഉണ്ടായിരിക്കണം."

"രാഘവനാരാ ശത്രു?"

"അതെനിക്ക് അറിയില്ല. ചേട്ടന്റെ അറിവിൽ ആരെങ്കിലും ഉണ്ടോ?"

"എന്റെ അറിവിൽ അങ്ങനെ ആരുമില്ല മോനേ."

"ഒന്നോർത്ത് നോക്കൂ. ആരെങ്കിലുമായി വഴക്ക് കൂടുന്നതോ മറ്റോ കണ്ടതായി ഓർക്കുന്നുണ്ടോ?" അനൂപ് സംഭാരം കുടിച്ചു തീർത്ത് ഗ്ലാസ് തിരികെ നൽകി.

"പിന്നെ ഒരു കാര്യം എന്റെ ഓർമ്മയിലുള്ളത് എന്താണെന്ന് വെച്ചാൽ, ഒരു ദിവസം ഞാൻ മുമ്പ് ഇവിടെ കാണാത്ത ഒരാളുമായി രാഘവൻ കയർത്ത് സംസാരിക്കുന്നത് കണ്ടിട്ടുണ്ട്. എപ്പോഴായിരുന്നെന്ന് എനിക്ക് കൃത്യമായി ഓർമ്മ കിട്ടുന്നില്ല. ആ ഒരു സമയത്ത് തന്നെയാണെന്ന് തോന്നുന്നു."

"തെളിച്ചു പറയൂ കുമാരേട്ടാ. പ്ലീസ്..." അനൂപ് ആകാംക്ഷയോടെ പറഞ്ഞു.

"എനിക്ക് ചെറിയ ഓർമ്മയേ ഉള്ളൂ. ദേ അവിടെ വെച്ചായിരുന്നെന്നാണ് എന്റെ ഓർമ്മ." കുമാരൻ അല്പം ദൂരേയ്ക്ക് വിരൽ ചൂണ്ടി.

"അവർ എന്താണ് സംസാരിച്ചതെന്ന് ഓർമ്മയുണ്ടോ?" അനൂപിന്റെ ദൃഷ്ടി കുമാരന്റെ കൈവിരലിനെ പിന്തുടർന്നു. തന്റെ കടയുടെ പരിസരത്തുള്ള ഒരു ഒഴിഞ്ഞ ഭാഗത്തേക്കാണ് കുമാരൻ കൈ ചൂണ്ടിയത്.

"അവർ സംസാരിച്ചത് എനിക്ക് കേൾക്കാൻ സാധിച്ചില്ല. ശരീരഭാഷയിൽനിന്ന് എനിക്ക് അതൊരു വഴക്കായി തോന്നി."

"ആ ആളെ അതിനുശേഷം കണ്ടതായി ഓർക്കുന്നുണ്ടോ?"

"ഇല്ല. പിന്നെ അയാളെ ഞാൻ കണ്ടിട്ടില്ല."

"ആൾ കാണാൻ എങ്ങനെയിരിക്കും? എന്തെങ്കിലും ഓർമ്മയുണ്ടോ? പൊക്കം, നിറം... അങ്ങനെ എന്തെങ്കിലും ശ്രദ്ധിക്കത്തക്കതായി ഉണ്ടായിരുന്നോ?"

"അതൊന്നും എനിക്ക് ഓർമ്മയില്ല മോനേ. ഒരു ബുള്ളറ്റിലാണ് അവൻ പോയതെന്നുമാത്രം ഓർമ്മയുണ്ട്, അതിന്റെ ശബ്ദം കൊണ്ടാണ് അത് മറക്കാത്തത്."

"എത്ര നേരം അവർ സംസാരിച്ചു കാണും?"

"ഏറിപ്പോയാൽ അഞ്ച് മിനിറ്റ്."

"ആ സമയത്ത് അവർ രണ്ടുപേരുമല്ലാതെ വേറെ ആരെങ്കിലും ഉണ്ടായിരുന്നോ സമീപം?"

"വേറെ ആരും ഉണ്ടായിരുന്നതായി എനിക്ക് ഓർമ്മയില്ല."

കുമാരനിൽനിന്നും ലഭിക്കാവുന്നതിന്റെ പരമാവധി ലഭിച്ചു കഴിഞ്ഞെന്ന് അനൂപിന് ബോധ്യമായി. ഇനിയും ചൂഴ്ന്നു ചോദിച്ചാൽ അയാളുടെ അനിഷ്ടം സമ്പാദിക്കുകയല്ലാതെ ഗുണമൊന്നും ഉണ്ടാവാൻ പോവുന്നില്ല.

"എന്നാ ഞാൻ പോട്ടെ കുമാരേട്ടാ. എത്രയായി?"

"പത്തു രൂപ. ചില്ലറയില്ലെങ്കിൽ പിന്നെ തന്നാൽ മതി."

"ഏയ്, ചില്ലറയുണ്ട്." അനൂപ് പേഴ്സിൽനിന്നും പത്തു രൂപയുടെ നോട്ടെടുത്ത് കുമാരന് നേരെ നീട്ടി, "അയാളെ ഇനി കണ്ടാൽ എന്നെ വിവരമറിയിക്കണേ."

കുമാരൻ സമ്മതമെന്ന അർത്ഥത്തിൽ തല കുലുക്കി. അനൂപ് തിരികെ കടയിലേക്ക് തിരിച്ചു നടന്നു.

കടയിലെത്തിയ അനൂപ് തനിക്ക് കുമാരനിൽനിന്നും ലഭിച്ച തുമ്പിനെ അന്വേഷണത്തിൽ എങ്ങനെ പ്രയോജനപ്പെടുത്താമെന്ന് ആലോചിച്ചു. ജോർജ്ജിനോടോ സണ്ണിച്ചനോടോ ചോദിച്ചു നോക്കണോ? ചോദിച്ചുനോക്കുന്നതിൽ തെറ്റില്ല. പക്ഷേ എന്ത് വിവരമാണ് അയാളെക്കുറിച്ച് ചോദിക്കാൻ തന്റെ പക്കലുള്ളത്? കാഴ്ചയിലുള്ള സവിശേഷതകൾ അറിയില്ല, നാടറിയില്ല. ആകെ അറിയാവുന്നത് അയാൾ സഞ്ചരിച്ചത് ഒരു ബുള്ളറ്റ് മോട്ടോർ സൈക്കിളിൽ ആവാമെന്നതാണ്. പക്ഷേ അതൊരു വ്യക്തമായ അടയാളമല്ല. അയാൾ എപ്പോഴും ബുള്ളറ്റ് തന്നെ ഉപയോഗിച്ച് കൊള്ളണമെന്നില്ല. തലയും വാലുമില്ലാതെ ആരോടെങ്കിലും

ഇത്തരം ചോദ്യങ്ങളുമായി ചെന്നാൽ ഇല്ലിമലയിൽ താനൊരു പരിഹാസകഥാപാത്രമായി മാറാനുള്ള എല്ലാ സാധ്യതകളുമുണ്ട്. ഈ ലോകത്ത് വിരലിൽ എണ്ണാവുന്ന ആളുകൾക്ക് മാത്രമേ പാറപ്പുറത്ത് രാഘവന്റെ മരണം ഒരു തീരാനഷ്ടമായിട്ടുള്ളൂ. ആ നഷ്ടത്തിന്റെ തീരാവേദന അനുഭവിക്കുന്നുള്ളൂ. മറ്റുള്ളവരെ സംബന്ധിച്ച് രാഘവന്റെ മരണമെന്നാൽ ഒരു ബന്ധുവിന്റെ മരണമോ ഒരു സുഹൃത്തിന്റെ മരണമോ ഒരു നാട്ടുകാരന്റെ മരണമോ ഒക്കെയാണ്. ഏതാനും ദിവസങ്ങൾ കഴിഞ്ഞാൽ കാലം ഉണക്കുന്ന മുറിവുകളിൽ ഒന്നായി ആ സങ്കടവും വേദനയും അവരെ വിട്ടുപോവും. അതിനാൽതന്നെ അത്തരക്കാരുമായി രാഘവന്റെ പൂർവ്വകാലജീവിതത്തെപ്പറ്റി ഒരു പരിധിയിൽ കൂടുതൽ അന്വേഷണം നടത്തുന്നതും അനിഷ്ടം ഉളവാക്കും. മരിച്ചവർ മരിച്ചു. ഇനിയെന്തിന് അതിന്റെ പിന്നാലെ നടന്ന് സമയം കളയണമെന്ന ചോദ്യചിഹ്നം അത്തരക്കാരുടെ വാക്കുകളിലും ശരീരഭാഷയിലും പ്രകടമാവും. ആയതിനാൽ അന്നേവരേയ്ക്കും രാഘവനെക്കുറിച്ച് കണ്ടും മനസ്സിലാക്കിയതുമെല്ലാമായ നുറുങ്ങുവിവരങ്ങൾ അയാൾ തന്റെയുള്ളിൽ പ്രാഥമികനിർമാണം നടക്കുന്ന ഒരു കെട്ടിടം കണക്കെ മറ്റുള്ളവരിൽനിന്നും മറച്ചുവെച്ചു. ഭാവിയിൽ ലഭിക്കാനിടയുള്ള കൂടുതൽ വിവരങ്ങൾ ആ കെട്ടിടത്തിന്റെ തുടർപടവുകൾക്ക് പാത്രമാവുമെന്ന് അയാൾ കണക്ക് കൂട്ടി. അത്തരത്തിൽ ദിവസങ്ങളും ആഴ്ചകളും മാസങ്ങളും കടന്നുപോയി.

വഴിത്തിരിവ്

കടയിലെ ജോലി സന്ധ്യയ്ക്ക് ഏഴു മണിയോടെ അവസാനിപ്പിച്ച് അനൂപ് വീട്ടിലെത്തി. പതിവുപോലെ സുമതി അവനെയും കാത്ത് പൂമുഖത്തെ കസേരയിൽ ഇരിക്കുന്നുണ്ടായിരുന്നു. തന്റെ പ്രിയതമന്റെ മരണം അവരിലുണ്ടാക്കിയ നഷ്ടവും സങ്കടവും ഒരു മാത്രപോലും കുറയാതെ അവരുടെ മനസ്സിൽ അവശേഷിച്ചിരുന്നുവെങ്കിൽകൂടി ഈ ജീവിതം താൻ ജീവിച്ചുതീർക്കണമെന്ന പ്രായോഗികബുദ്ധി അവർ മാസങ്ങൾക്കിടെ നേടിയെടുത്തിരുന്നു. ആയതിനാൽ അവർ കൃഷിക്കാര്യങ്ങളിലെല്ലാം പഴയതുപോലെ സജീവമായി സജീവമാവാൻ തുടങ്ങി. ഇത് അനൂപിന് തെല്ലൊന്നുമല്ല ആശ്വാസമുണ്ടാക്കിയത്. അതുകൊണ്ടുതന്നെ അനൂപിനിപ്പോൾ ഏതാണ്ട് മുഴുവനായും തന്റെ ചോളം കച്ചവടത്തിൽ ശ്രദ്ധചെലുത്താൻ സാധിക്കുന്നുണ്ട്. കൃഷിയിലെ വിളവ് മാർക്കറ്റിൽ കൊണ്ടുപോയി വിൽക്കുക, വളം വാങ്ങുക തുടങ്ങിയ ഭാരിച്ച ജോലികളിൽ

മാത്രമേ അനൂപ് സുമതിയെ സഹായിക്കേണ്ടതായി വന്നുള്ളൂ. മറ്റ് ദൈനംദിന പ്രവൃത്തികൾ സുമതി തോട്ടംതൊഴിലാളികളെ വെച്ച് ചെയ്തു പോന്നു.

“നീ കുളിക്കാൻ പോവുകയല്ലേ?” അനൂപ് വീടിനകത്തേക്ക് പ്രവേശിച്ചപ്പോൾ സുമതി ചോദിച്ചു.

“അതെ ചേച്ചി. ലോഡ് ഇറക്കാനുണ്ടായിരുന്നു. മുഷിഞ്ഞു.”

കയറ്റിയിറക്കിന് ജോലിക്കാർ ഉണ്ടെങ്കിലും അനൂപ് അവരുടെ കൂടെ കൂടുന്നത് സാധാരണമാണ്. അങ്ങനെയുള്ള ദിവസങ്ങളിൽ വീട്ടിലെത്തിയാലുടൻ അനൂപ് കുളിച്ചു ഫ്രഷ് ആവാറാണ് പതിവ്.

ഭക്ഷണവും കഴിച്ച് സുമതിയുമായി അന്നത്തെ വിശേഷങ്ങൾ പങ്കുവെച്ച് അല്പനേരം ടെലിവിഷനും കണ്ടശേഷം അനൂപ് ഉറങ്ങുവാനായി തന്റെ മുറിയിലെത്തി. ഉറങ്ങുന്നതിന് മുമ്പായി ഇക്കാലത്തെ ഏതൊരാളെയുംപോലെ അല്പനേരം മൊബൈൽ ഫോണിൽ നോക്കിയിരിക്കുന്ന ശീലം അയാൾക്കുമുണ്ട്. യൂട്യൂബിൽ വീഡിയോ കാണുന്നതാണ് മുഖ്യം. കേസും കൂട്ടവുമായതിൽ പിന്നെ ഫേസ്ബുക്കും ഇൻസ്റ്റഗ്രാമുമൊന്നുമില്ല. യൂട്യൂബിൽ അയാൾ സ്ഥിരമായി പിന്തുടരുന്ന പംക്തികളിലൊന്നാണ് ‘വല്ലാത്തൊരു കഥ’. അന്നയാൾ യൂട്യൂബ് തുറന്നപ്പോൾ കണ്ടത് വല്ലാത്തൊരു കഥയിൽ പുതിയതായി വന്ന എപ്പിസോഡിന്റെ നോട്ടിഫിക്കേഷനാണ്. എപ്പിസോഡ് സ്വതന്ത്രഇന്ത്യയുടെ ആദ്യപ്രധാനമന്ത്രിയായ ജവഹർലാൽ നെഹ്റുവിന്റെ ജീവിതത്തെക്കുറിച്ചുള്ളതാണ്. അയാളത് കാണാൻ തീരുമാനിച്ചു. ഏതാനും നിമിഷത്തെ പരസ്യത്തിനുശേഷം വീഡിയോ ആരംഭിച്ചു. തന്റെ സ്വതസിദ്ധമായ അവതരണ ശൈലിയിലൂടെ അവതാരകൻ നെഹ്റുവിന്റെ ജീവിതത്തിലെ പ്രധാനപ്പെട്ട ഓരോ ഏടുകളും കാഴ്ചക്കാർക്ക് മുന്നിൽ അവതരിപ്പിക്കുകയാണ്. അതിനിടെ ഒരു വാചകം അയാളുടെ ശ്രദ്ധയെ ആഴത്തിൽ സ്പർശിച്ചു. മറ്റൊന്നുമല്ല ജവഹർ എന്ന പേരിന്റെ അർത്ഥം രത്നമെന്നാണെന്നതായിരുന്നു ആ വാചകം. ഇതുകേട്ട അനൂപിന്റെ ചിന്തയിലൂടെ ഒരു കൊള്ളിമീൻ പാഞ്ഞു.

രാഘവൻ തന്റെ വീടിന് എന്തുകൊണ്ടായിരിക്കും ആ പേര് നൽകിയത്? അത്രയും നാൾ അതിനെക്കുറിച്ച് അനൂപ് സത്യത്തിൽ ചിന്തിച്ചിരുന്നില്ലെന്നതാണ് യാഥാർത്ഥ്യം.

ഉടൻ സുമതിയോട് ഈ വിവരം അന്വേഷിക്കണം. അവൻ മുറി തുറന്ന് ഹാളിലേക്ക് പ്രവേശിച്ചു. ഭാഗ്യം അടുക്കളയിൽ ലൈറ്റുണ്ട്. സുമതി ഉറങ്ങാനായി മുറിയിലേക്ക് പോയിട്ടില്ലെന്ന് സാരം. അവൻ അടുക്കളയിലേക്ക് പ്രവേശിച്ചു.

“ചേച്ചീ?”

“എന്താ മോനേ, വെള്ളം വേണോ?”

“ആഹ് വേണം.” സാധാരണയായി കിടന്നു കഴിഞ്ഞാൽ അനൂപ് എഴുന്നേറ്റ് അടുക്കളയിലേക്ക് വരാറുള്ളത് വെള്ളം കുടിക്കാൻ മാത്രമാണ്. ആ ചിന്ത സുമതിയിൽ അങ്ങനെ തന്നെ കിടന്നോട്ടെയെന്ന് അനൂപും കരുതി.

“ദാ...” അവർ ഒരു സ്റ്റീൽ കപ്പിൽ തിളപ്പിച്ചാറിയ വെള്ളമെടുത്ത് അവന് നേരെ നീട്ടി.

“രാഘവേട്ടന് രാഷ്ട്രീയമൊന്നും ഇല്ലായിരുന്നോ?” ഒരു കവിൾ വെള്ളം കുടിച്ചിറക്കിക്കൊണ്ട് അനൂപ് ചോദിച്ചു.

“രാഷ്ട്രീയ കാര്യങ്ങൾ നന്നായി അറിയാമായിരുന്നു. അത് നിനക്കും അറിയാമല്ലോ. പക്ഷേ പ്രത്യേകിച്ച് ആരോടും ചായ്വൊന്നുമില്ലായിരുന്നു.”

“അപ്പൊ പിന്നെ വീടിന്റെ പേരെന്താ ഇങ്ങനെ, ഇനി ചേച്ചി കോൺഗ്രസാണോ? എനിക്കങ്ങനെ തോന്നിയിട്ടില്ല.”

“ഹഹ... അതാണോ? അത് രാഘവേട്ടൻ വല്ല അർത്ഥവും നോക്കി ഇട്ടതായിരിക്കും. ഒരു ദിവസം എന്നോട് ചോദിച്ചു വീടിന് ‘ജവഹർ’ എന്ന് പേരിട്ടാലോയെന്ന്. രത്നമെന്നോ വജ്രമെന്നോ മറ്റോ ആണുപോലും അതിന്റെ അർത്ഥം. ഞാൻ എതിർക്കാനൊന്നും പോയില്ല. അങ്ങനെയാ ആ പേര് വീണത്.”

“എപ്പോഴായിരുന്നു ഈ സംഭവം നടന്നത്?”

“കുറേ വർഷങ്ങളായി. കൃത്യമായി ഓർമ്മയില്ല.”

“ഉം... എന്നാ ശരി ചേച്ചീ. ഞാനുറങ്ങട്ടെ.” അനൂപ് സംസാരം അവസാനിപ്പിച്ചുകൊണ്ട് മുറിയിലേക്ക് നടന്നുനീങ്ങി.

“ചേച്ചീ, പറയാൻ മറന്നു. നാളെ സ്റ്റോക്കെടുക്കാൻ തമിഴ്നാട്ടിൽ പോണം. അതുകൊണ്ട് ഞാൻ ഉച്ചയ്ക്ക് കഴിക്കാൻ ഉണ്ടാവില്ല.” മുറിയിൽ പ്രവേശിച്ചശേഷം അനൂപ് തെല്ലുറക്കെ പറഞ്ഞു.

സുമതി തന്റെ വാക്കുകൾ കേട്ടുവെന്ന് ഉറപ്പ് വരുത്തിയശേഷം അവൻ മുറിയുടെ വാതിലടച്ച് കുറ്റിയിട്ടു.

അന്ന് രാത്രി അനൂപിന് ശരിക്ക് ഉറങ്ങാൻ സാധിച്ചില്ല. തന്റെ അന്വേഷണത്തിൽ ആശാവഹമായ ചില പുരോഗതികൾ ഉണ്ടാവാൻ പോവുന്നതായി അയാൾക്ക് തോന്നി. അതിന്റെ കാരണം മറ്റൊന്നുമല്ല, ജവഹറെന്ന വാക്കിന്റെ അർത്ഥം രത്നം എന്നാണെന്ന തിരിച്ചറിവുതന്നെ.

ശിവകാമിയുടെ മകളുടെ പേര് രത്നവല്ലിയെന്നാണ്. അങ്ങനെയിരിക്കെ സ്വന്തം മകളുടെ പേരായിരിക്കുമോ രാഘവൻ തന്റെ വീടിന് നൽകിയത്? അയാളുടെ ഉള്ളിൽ ഉൾത്തിരിഞ്ഞ ആ സംശയം മാറണമെങ്കിൽ ഒരേയൊരു വഴിയേ ഉള്ളൂ. ശിവകാമിയെ കണ്ടെത്തി നേരിട്ട് വിവരം തേടുകതന്നെ.

ശിവകാമിയിലേക്ക്

ജോർജ്ജിൽനിന്നും ശിവകാമിയുടെ വിലാസം നേടിയെടുക്കാൻ അനൂപ് അല്പം പാടുപെട്ടു. രണ്ട് തടസ്സങ്ങളായിരുന്നു അയാൾ നേരിട്ടത്, ഒന്ന്, വർഷങ്ങൾക്ക് മുൻപാണ് ജോർജ്ജ് ശിവകാമിയുടെ വീട്ടിൽ പോയത്. രണ്ടാമത്തേത്, എന്തിനു വേണ്ടിയാണ് താൻ ഇപ്പോൾ ശിവകാമിയുടെ വീട് അന്വേഷിക്കുന്നതെന്ന ജോർജിന്റെ ചോദ്യമായിരുന്നു. അയാളുടെ ചോദ്യം ന്യായമായിരുന്നു താനും.

"ഒന്നുമില്ല ചേട്ടാ, ഒരു കൗതുകത്തിന്റെ പുറത്ത് ചോദിച്ചതാ. പോയി കാണാനൊന്നുമല്ല. അല്ല, അവരെ പോയി കാണാൻ ഞാനാരാ?"

"അതുതന്നെയാ എനിക്കും മനസ്സിലാവാത്തത്. നിനക്ക് ഇല്ലി മലയിൽ മോശമല്ലാത്തൊരു പേരും മാന്യതയുമൊക്കെയുണ്ട്. ആവശ്യമില്ലാത്തതിന്റെ പിന്നാലെ പോയി അതൊന്നും കളഞ്ഞു കുളിക്കാൻ നിൽക്കണ്ട. അത്രയേ എനിക്ക് പറയാനുള്ളൂ."

"ഏയ്, ഒരിക്കലുമില്ല ചേട്ടാ. ചേട്ടനെന്നെ അറിയില്ലേ. ഞാൻ ഒരു മോശപ്പെട്ട കാര്യത്തിനും വേണ്ടി ചോദിച്ചതല്ല. ചേട്ടന് അങ്ങനെ യൊരു സംശയം ഉണ്ടെങ്കിൽ വിട്ടുകള. ഞാനൊന്നും ചോദിച്ചിട്ടേ യില്ല. പോരേ?"

"ഞാൻ അങ്ങനെയൊന്നും ഉദ്ദേശിച്ച് പറഞ്ഞതല്ലെടോ. എന്റെ ഓർമ്മവെച്ച് ഞാൻ പറഞ്ഞുതരാം. കുറേ വർഷങ്ങൾ ആയില്ലേ."

തന്റെ അവസാനത്തെ ട്രിക് ഏറ്റുവെന്ന് അനൂപിന് മനസ്സിലായി. അൽപനേരത്തെ ചിന്തയ്ക്കുശേഷം ജോർജ്ജ് ശിവകാമിയുടെ വീട്ടി ലേക്കുള്ള വഴി അനൂപിന് പറഞ്ഞുകൊടുത്തു.

"ഞാൻ എന്റെ ഓർമ്മയിൽനിന്ന് പറഞ്ഞതാണേ. ചിലപ്പോൾ തെറ്റാനും സാധ്യതയുണ്ട്."

"അതൊന്നും പ്രശ്നമില്ല. ഞാൻ അവിടെ പോയി നോക്കാ നൊന്നും പോകുന്നില്ലല്ലോ. ഒരു കൗതുകത്തിന്റെ പുറത്ത് ചോദി ച്ചെന്നേയുള്ളൂ. എന്നാൽ ശരി ചേട്ടാ. ഞാൻ പിന്നെ വിളിക്കാം."

തനിക്ക് ആവശ്യമായ വിവരങ്ങൾ ജോർജ്ജിന്റെ നാക്കിൽ നിന്നും ചൂണ്ടിയെടുത്തശേഷം അനൂപ് ഫോൺ സംഭാഷണം അവ സാനിപ്പിച്ചു. ജീപ്പ് റോഡരികിൽ നിർത്തി ഡ്രൈവിംഗ് സീറ്റിൽ ഇരിക്കുകയാണയാൾ. പിന്നീട് ഒട്ടും വൈകാതെ അയാൾ ജീപ്പ് സ്റ്റാർട്ട് ചെയ്ത് തമിഴ്നാട് അതിർത്തിയിലേക്ക് നയിക്കുന്ന റോഡി ലൂടെ യാത്ര തുടങ്ങി.

യാത്രയ്ക്കിടെ അയാളുടെ മനസ്സിലൂടെ പല ചിന്തകളും മാറി മറിഞ്ഞു. ശിവകാമിയുടെ സ്വന്തം വീടിന്റെ വിലാസമാണ് ജോർജ്ജ്

തനിക്ക് നൽകിയിട്ടുള്ളത്. അവർ വിവാഹം കഴിച്ച് ഭർത്താവിന്റെ വീട്ടിലാണ് താമസമെങ്കിൽ? ശിവകാമിയുടെ വീട്ടുകാരോട് അവരെ അന്വേഷിക്കുന്നതിന് എന്ത് കാരണമാണ് പറയുക? അവരെ തന്റെ ആഗമനത്തിന്റെ കാരണം ബോധ്യപ്പെടുത്താൻ സാധിച്ചാൽ മാത്രമേ അവരിൽനിന്ന് ശിവകാമിയെക്കുറിച്ച് കൂടുതൽ എന്തെങ്കിലും അറിയാൻ കഴിയൂ. മറ്റൊരു നാട്ടിൽനിന്ന് വരുന്ന തന്നോട് ഏത് രീതിയിലായിരിക്കും അവർ പെരുമാറുകയെന്ന കാര്യത്തിലും അനൂപിന് തെല്ലൊരു ആശങ്കയുണ്ട്. പക്ഷേ അതൊന്നും അയാളെ പിന്നോട്ട് വലിച്ചില്ല, 1997 മോഡൽ ജീപ്പ് മുരൾച്ചയോടെ മുന്നോട്ട് കുതിച്ചുകൊണ്ടിരുന്നു.

ഏതാണ്ട് ഒന്നര മണിക്കൂർ, അനൂപ് ജോർജ്ജ് പറഞ്ഞ സ്ഥലത്ത് എത്തിച്ചേർന്നു. ഒരു ചെറിയ [illegible], തമിഴ്നാട്ടിലെ ഒരു സാധാരണ നാട്ടിൻപുറം. ജീപ്പ് റോഡിന്റെ ഓരത്ത് നിർത്തി അനൂപ് വെളിയിലിറങ്ങി. സുമാർ അൻപത് മീറ്റർ നീളത്തിൽ എട്ടുപത്ത് കടകൾ കാണപ്പെട്ടു. ഉള്ളിലെ നേരിയ ഭയവും ആശങ്കയും പുറത്ത് കാണിക്കാതെ അവൻ റോഡിന്റെ അരികിലായിനിന്ന് സിഗരറ്റ് വലിച്ചുകൊണ്ടിരുന്ന ഒരു മദ്ധ്യവയസ്കനോട് തന്റെ വരവിന്റെ ഉദ്ദേശ്യം വെളിപ്പെടുത്തി ആ നാട്ടുകാരിയായിരുന്ന ശിവകാമിയെന്ന സ്ത്രീയെപ്പറ്റി അറിയണം, സാധിച്ചാൽ ഒന്ന് കാണണം. ബിസിനസ്സ് ആവശ്യങ്ങൾക്കായി ഇടയ്ക്കിടെ തമിഴ്നാട്ടിൽ പോവുന്നതിനാൽ അനൂപിന് തമിഴ് സാമാന്യം നന്നായി സംസാരിക്കാൻ സാധിക്കുമായിരുന്നു.

“ശിവകാമിയാ? എന്ത ശിവകാമി?” നാട്ടുകാരൻ ചോദിച്ചു.

ശിവകാമിയെന്ന പേരുള്ളവർ തമിഴ്നാട്ടിൽ വിരളമല്ല. ആ പേരിൽ ഒന്നിൽകൂടുതൽ ശിവകാമിമാർ ഉണ്ടായിരിക്കാം.”

“അവരോടെ വീട്ടു പേര്, പുരുഷനോടെ പേര് എതും എനക്ക് തെരിയാത്. ആനാ ഒരു വിഷയം തെരിയും. അവരിക്ക് ഒരു പൊണ്ണ് ഇരിക്ക്. പേര് രത്നവല്ലി.”

“ആഹാ, അവരോടെ പൊണ്ണ് പേര് കൂടി ഉനക്ക് തെരിയതാ. അപ്പൊ ശൊല്ല്. നീ യാര്?”

വേറൊരു നാട്ടുകാരൻ തന്റെ നാട്ടിൽ വന്ന് രണ്ട് സ്ത്രീകളെക്കുറിച്ച് അന്വേഷിച്ചത് അയാൾക്ക് തീരെ രസിച്ചിട്ടില്ലെന്ന് അയാളുടെ വാക്കുകളിൽനിന്നും ശരീരഭാഷയിൽനിന്നും വ്യക്തമായിരുന്നു. അറിയാത്ത നാടാണ്. തനിക്കുവേണ്ടി സംസാരിക്കാൻ ആരുമില്ലാത്ത ഇടമാണ്. ആളുകൾ കൂടിയാൾ തനിക്കത് നല്ലതിനാവില്ലെന്ന് അനൂപിന് നന്നായറിയാം. ജീപ്പ് യാത്രയ്ക്കിടെ മനസ്സിൽ രൂപപ്പെടുത്തിയ തിരക്കഥ കണക്കെ അയാൾ സംസാരിച്ചു തുടങ്ങി:

“അയ്യാ, അത് വന്ത് ഇന്ത ശിവകാമി അക്ക റൊമ്പ വർഷം പിന്നാടി എന്നോടെ ഊരില് താൻ ഇരുന്താർ. ഇന്ത മുള വേലി ഇല്ലിയാ, അതോടെ വേല പാക്കരത്ക്ക്. അന്ത നാളിലിരുന്തേൻ എന്നുടെ അമ്മാവും ശിവകാമി അക്കാവും ഫ്രണ്ട്സ്. ഇപ്പോ റൊമ്പ നാളാ കോൺടാക്റ്റ് എതുമേ കെടയാത്. അതിനാല് എന്നുടെ അമ്മാ മുടിഞ്ചാൽ ഇന്ത റൂട്ടില് പോവുമ്പോത് ജസ്റ്റ് പോയി പാത്ത് അവരോടെ ഫോൺ നമ്പർ കേട്ട് വര ശൊന്നാര് അപ്പടി താൻ നാൻ ഇങ്കെ വന്തേൻ.”

അനൂപിന്റെ ആ വാക്കുകളിൽ നാട്ടുകാരൻ അയഞ്ഞു. വന്നവൻ പ്രശ്നക്കാരനല്ലെന്ന തോന്നൽ അയാളിലുണ്ടായി. ഭർത്താവ് മരിച്ച് മകൾ മാത്രമായി ജീവിക്കുന്ന ഒരു സ്ത്രീയാണ് അവരെന്നും അതിനാലാണ് താൻ അത്തരത്തിൽ കാര്യങ്ങൾ ആരാഞ്ഞതെന്നും അയാൾ വ്യക്തമാക്കി. ഭർത്താവിന്റെ മരണശേഷം സ്വന്തം വീട്ടിൽ തന്നെയാണ് അവർ താമസം. അവിടേക്ക് പോവാനുള്ള വഴി അയാൾ അനൂപിന് വ്യക്തമായി പറഞ്ഞുകൊടുത്തു. അയാളോട് നന്ദി പറഞ്ഞ് ഒട്ടും സമയംകളയാതെ അനൂപ് ജീപ്പ് സ്റ്റാർട്ട് ചെയ്ത് തന്റെ ലക്ഷ്യസ്ഥാനമായ ശിവകാമിയുടെ വീട് ലക്ഷ്യമാക്കി യാത്ര തിരിച്ചു.

നാലഞ്ചു മിനിറ്റ് യാത്രയിൽ നാട്ടുകാരൻ പറഞ്ഞ അടയാളങ്ങൾ വെച്ച് ലക്ഷ്യസ്ഥാനത്ത് അനൂപ് എത്തിച്ചേർന്നു. അധികം ബുദ്ധിമുട്ടില്ലാതെതന്നെ ശിവകാമിയുടെ വീട് ഏതെന്ന് കണ്ടു പിടിക്കാനും അയാൾക്ക് സാധിച്ചു. ജീപ്പ് നിർത്തി ആ വീട് ലക്ഷ്യമാക്കി നടക്കുമ്പോൾ ഭയവും ഉത്കണ്ഠയും കാരണം അയാളുടെ ഹൃദയം വല്ലാതെ മിടിച്ചു. ഏത് രീതിയിലായിരിക്കും ശിവകാമി തന്നോട് പ്രതികരിക്കുകയെന്നതിൽ അയാൾക്ക് ശരിയായ ധാരണയൊന്നും തന്നെ ഉണ്ടായിരുന്നില്ല. ഒരുപക്ഷേ പൊട്ടിത്തെറിച്ചേക്കാം, അല്ലെങ്കിൽ തനിക്ക് ഒരു രാഘവനേയും അറിയില്ലെന്ന് പറഞ്ഞ് വാതിൽ കൊട്ടിയടച്ചേക്കാം. ഇതൊന്നുമല്ലാതെ മറ്റേതെങ്കിലും രീതിയിൽ പ്രതികരിക്കുന്നതിനും സാധ്യതയുണ്ട്. എന്ത് തന്നെയായാലും മുന്നോട്ട് വെച്ച കാൽ പിന്നോട്ടില്ലെന്ന് ഒന്നുകൂടി മനസ്സിൽ ഉറപ്പിച്ചുകൊണ്ട് അനൂപ് ആ വീട് ലക്ഷ്യമാക്കി നടന്നടുത്തു.

ഓടിട്ട സാധാരണ വീടാണ്. അധികം വലുതല്ല. ചെറുതുമല്ലതാനും. വീടിന്റെ വരാന്തയിലെത്തിയ അനൂപ് കോളിങ് ബെല്ലിൽ വിരൽ അമർത്താൻ തുനിഞ്ഞപ്പോഴേക്കും മുൻവാതിൽക്കൽ ഒരു കാൽപെരുമാറ്റം കേൾക്കാൻ തുടങ്ങി. ബെല്ലിൽ നിന്നും കൈ പിന്നോട്ട് വലിച്ച് അനൂപ് വാതിൽക്കലേക്ക് നോക്കി. ഒരു സ്ത്രീ വാതിൽക്കൽ പ്രത്യക്ഷപ്പെട്ടു.

“ശിവകാമി അക്ക താനാ?”

“മലയാളത്തിൽ പറഞ്ഞാൽ മതി അനൂപേ.” ആ സ്ത്രീ തമിഴ് ചുവയുള്ള മലയാളത്തിൽ സംസാരിച്ചു.

“എന്നെ എങ്ങനെ മനസ്സിലായി?”

“ജീപ്പ് ഞാൻ ദൂരെ നിന്നുതന്നെ കണ്ടിരുന്നു. ആ ജീപ്പ് ഓടിച്ച് വരാൻ ഇപ്പോൾ നീയല്ലേ ഉള്ളൂ.”

“രാഘവേട്ടൻ... രാഘവേട്ടൻ എന്നെപ്പറ്റി പറഞ്ഞിട്ടുണ്ടോ?” അമ്പരപ്പും ഉത്കണ്ഠയും കാരണം വാക്കുകൾ തൊണ്ടയിൽ തടഞ്ഞു നിൽക്കുന്നതായി അനൂപിന് അനുഭവപ്പെട്ടു.

“പറഞ്ഞിട്ടുണ്ട്. പക്ഷേ എന്നെപ്പറ്റി രാഘവൻ ഒന്നും നിന്നോട് പറഞ്ഞിട്ടുണ്ടാവാൻ സാധ്യതയില്ലല്ലോ. എന്നിട്ടും നീയെങ്ങനെ എന്റെ വീട്ടിലെത്തി, നീയെന്തിനിവിടെ വന്നു?”

“ഞാൻ ചേച്ചിയെപ്പറ്റി അറിഞ്ഞത് നാട്ടിലെ രാഘവേട്ടന്റെ ഒരു സുഹൃത്ത് വഴിയാ. പേര് ജോർജ്ജ്.”

“ജോർജ്ജ് എന്താ പറഞ്ഞത്?”

“ചെറുപ്പത്തിൽ രാഘവേട്ടനും ചേച്ചിയും തമ്മിൽ അടുപ്പത്തിൽ ആയിരുന്നെന്ന്.”

“ആയിരുന്നിരിക്കാം, അല്ലായിരുന്നിരിക്കാം. അതിനെപ്പറ്റി അന്വേഷിക്കാനാണോ നീയിപ്പോ വന്നത്?”

“അല്ല, അതിനെപ്പറ്റി എനിക്ക് ഒന്നും അന്വേഷിക്കേണ്ടതില്ല.”

“പിന്നെ?”

“നിങ്ങൾ തമ്മിലുള്ള അടുപ്പത്തെപ്പറ്റിയെല്ലാം ഞാനറിഞ്ഞു കഴിഞ്ഞു. എനിക്ക് ഇനി അറിയേണ്ടത് മറ്റൊന്നാണ്.”

“എന്താണത്?” ശിവകാമിയുടെ നെറ്റി ചുളിഞ്ഞു. സംശയത്തോടെ അവർ അനൂപിനെ കണ്ണിമ വെട്ടാതെ നോക്കി. അനൂപാവട്ടെ അവർക്ക് മുഖംകൊടുക്കാതെ തന്റെ ചോദ്യം തൊടുത്തുവിടാനാവശ്യമായ ധൈര്യം സംഭരിക്കുകയാണ്.

“രത്നവല്ലി രാഘവേട്ടന്റെ മകളാണോ?”

ഒടുവിൽ ആ ചോദ്യം അവനിൽനിന്നും പുറത്ത് വന്നു. ഒരു തീജ്ജ്വാല കണക്കെ അത് ശിവകാമിയെ പൊതിഞ്ഞു. നിന്നനിൽപ്പിൽ അവർ വിയർത്തു. തന്റെ തൊണ്ട വരളുന്നതായും വാക്കുകൾ പുറത്തേക്ക് വരാത്തതായും അവർക്ക് അനുഭവപ്പെട്ടു. അവരുടെ ഭാവമാറ്റത്തിൽനിന്നും തന്റെ ചോദ്യത്തിന്റെ ഉത്തരം അനൂപിന് മനസ്സിലായിക്കഴിഞ്ഞു ശിവകാമിയിൽ രാഘവന് ജനിച്ച മകളാണ് രത്നവല്ലി.

“ഈ കാര്യം രാഘവേട്ടന് അറിയാമായിരുന്നു. അല്ലേ?” അവരുടെ മറുപടിക്ക് കാത്തുനിൽക്കാതെ അനൂപ് ചോദിച്ചു. അതേയെന്ന

അർത്ഥത്തിൽ ശിവകാമി തലകുലുക്കി. സാരിത്തലപ്പുകൊണ്ട് കണ്ണ് തുടച്ചു.

"രാഘവേട്ടൻ ഇവിടെ വരാറുണ്ടായിരുന്നോ?"

"വല്ലപ്പോഴും വരുമായിരുന്നു. നീ രാഘവേട്ടന്റെ കൂടെ കൂടിയതിനുശേഷം രണ്ടു തവണ വന്നു."

"രത്നവല്ലി ഇവിടെയില്ലേ?"

"അവൾക്ക് ഇപ്പൊ ജോലിയുണ്ട്. വൈകിട്ടേ വരൂ."

"ഇതൊരു നാട്ടിൻപുറമല്ലേ? ആരും ചോദിക്കില്ലായിരുന്നോ രാഘവേട്ടൻ ആരാണെന്നും മറ്റും?"

"ഉം... ചേട്ടൻ നല്ല ബുദ്ധിമാനാണെന്ന് നിനക്കും അറിയാമായിരിക്കുമല്ലോ. അദ്ദേഹം അത് പ്രശ്നമൊന്നുമില്ലാതെ കൈകാര്യം ചെയ്തു."

"എങ്ങനെ, തെളിച്ച് പറയാമോ?" അനൂപിന് ആകാംക്ഷ.

"ചേട്ടന് കുറച്ച് കൃഷി ഇവിടെയുമുണ്ട്. പാട്ടത്തിന് എടുത്ത ഭൂമിയാണ്. പക്ഷേ പാട്ടം എടുത്തത് എന്റെ പേരിൽ. ചേട്ടൻ കാശ് തന്നു. അതിൽ പണിക്കാരെവെച്ച് കൃഷി നടത്തി. വിളവെടുത്ത് കഴിയുമ്പോ വിള വാങ്ങാനെന്ന പേരിൽ ഇവിടെ വരും. എന്നെയും മോളെയും കാണും. വിള ജീപ്പിൽ കയറ്റി പോവും. അത്രതന്നെ."

അനൂപ് വിശ്വാസം വരാത്തമട്ടിൽ ശിവകാമിയെ നോക്കി. അവർ ആദ്യമായി ഒന്ന് പുഞ്ചിരിച്ചു. "സത്യമാണ് ഞാൻ പറഞ്ഞത്. ഇത്രയും കാലം ചേട്ടൻ അത് കൈകാര്യം ചെയ്തത് ഇങ്ങനെയാണ്."

തന്റെ അന്വേഷണം പുരോഗമിക്കുന്നതിനനുസരിച്ച് രാഘവൻ എന്ന മനുഷ്യന്റെ ജീവിതം ഒരുപാട് രഹസ്യങ്ങൾ നിറഞ്ഞതാണെന്ന് അനൂപിന് മനസ്സിലായിക്കഴിഞ്ഞിരുന്നു. പക്ഷേ ഇനിയും മുൻപോട്ട് പോവേണ്ടിയിരിക്കുന്നു. ചെയ്യാത്ത കുറ്റം എന്തിനു വേണ്ടി ആ മനുഷ്യൻ ഏറ്റെടുത്തുവെന്നത് ഇനിയും വ്യക്തമല്ല.

"ഒരിക്കൽ മാത്രമേ ഞങ്ങൾ സംശയിക്കപ്പെട്ടിട്ടുള്ളൂ." അനൂപിനെ ചിന്തകളിൽ നിന്നുണർത്തി ശിവകാമി പറഞ്ഞു.

"എങ്ങനെ, ആർക്കാണ് സംശയം തോന്നിയത്?"

"മരിച്ചു പോയ എന്റെ ഭർത്താവിന്റെ ഒരു അകന്ന ബന്ധുവിന്. അവന് എന്റെ മോളെ കല്യാണം കഴിക്കാൻ താല്പര്യം ഉണ്ടായിരുന്നു. പക്ഷേ ഞങ്ങൾക്കാർക്കും അവനെ ഇഷ്ടമായിരുന്നില്ല. എപ്പോ നോക്കിയാലും മദ്യപിച്ച് നടക്കുന്ന ഒരു മോശക്കാരൻ പയ്യൻ. പല സ്വഭാവദൂഷ്യങ്ങളും അവന് ഉണ്ടായിരുന്നെന്ന് പലരും പറഞ്ഞ് കേട്ടിട്ടുണ്ട്. ഒരു ദിവസം മോളും ചേട്ടനും സംസാരിക്കുന്നത് അവൻ കാണാനിടയായി. അവന് അതിൽ സംശയവും തോന്നി. അവൻ ഓരോന്ന് കുത്തിക്കുത്തി ചോദിച്ചു. ഞാൻ ഒന്നും വിട്ട് പറഞ്ഞില്ല."

"എന്നിട്ട്?"

"എന്നിട്ടെന്താ, കടവുൾ, ദൈവം ഞങ്ങളെ രക്ഷിച്ചു. ഒരു അപകടത്തിൽ അവൻ മരിച്ചുപോയി. വെള്ളമടിച്ച് മോട്ടോർ സൈക്കിൾ ഓടിച്ച് കൊക്കയിൽ വീണു. അത്രതന്നെ. ഒരാൾ മരിക്കുന്നത് കഷ്ടം തന്നെ. പക്ഷേ ഇവന്റെ കാര്യത്തിൽ എനിക്കും മോൾക്കും സന്തോഷമാണ് തോന്നിയത്."

"ആ ആളുടെ ഫോട്ടോ ഉണ്ടോ കൈയ്യിൽ?"

"എന്റെ കൈയിലൊന്നും ഇല്ല. ഞാനെന്തിന് അവന്റെ ഫോട്ടോ സൂക്ഷിക്കണം."

"അല്ലാ, എനിക്കൊന്ന് കാണാനായിരുന്നു. എന്റെ മനസ്സിൽ ഒരു സംശയം ഉണ്ട്. അതൊന്ന് ക്ലിയർ ചെയ്യാൻ വേണ്ടിയാണ്."

"എന്ത സംശയം?"

"അത് ഞാൻ വിശദമായി പറയാം. ഒരു ഫോട്ടോ കിട്ടാൻ എന്താ മാർഗം?"

ശിവകാമി തെല്ലൊന്ന് ആലോചനയിലാണ്ടു. വാട്സ്ആപ്പ് കുടുംബഗ്രൂപ്പിൽ അവൻ മരിച്ചപ്പോ ആരൊക്കെയോ അവന്റെ ഫോട്ടോ പോസ്റ്റ് ചെയ്തിരുന്നു. പക്ഷേ ഫോൺ മെമ്മറിയിലെ പരിമിതി കാരണം എല്ലാ ഫോട്ടോസും ഡിലീറ്റ് ചെയ്തു. ഇനിയെന്ത് മാർഗ്ഗം.

പെട്ടെന്ന് മറ്റൊരു കാര്യം അവരുടെ മനസ്സിലേക്കെത്തി. അവന്റെ ചരമവാർഷികം ഏതാനും ആഴ്ചകൾക്ക് മുൻപായിരുന്നു. അന്നും ആരൊക്കെയോ അവന്റെ ഫോട്ടോ ഗ്രൂപ്പിൽ പോസ്റ്റ് ചെയ്തിരുന്നു. അത് ഡിലീറ്റ് ചെയ്തിട്ടില്ല. അവർ ഉടനെ ഫോണെടുത്ത് ഗാലറിയിൽ പരതി. തമിഴ്ഭാഷയിൽ 'മരിക്കാത്ത ഓർമ്മകൾ' എന്നർത്ഥം വരുന്ന സന്ദേശത്തോടുകൂടി പോസ്റ്റ് ചെയ്യപ്പെട്ട ആ ഫോട്ടോ അവർ അനൂപിനെ കാണിച്ചു.

"ഞാനിതൊന്ന് എന്റെ ഫോണിലേക്ക് അയയ്ക്കുന്നുണ്ടേ?" അവരുടെ സമ്മതത്തിന് കാത്തുനിൽക്കാതെ അവൻ ബ്ലൂടൂത്ത് വഴി ആ ഫോട്ടോ തന്റെ ഫോണിലേക്ക് അയച്ചു. ശേഷം ഒട്ടും വൈകാതെ അത് വാട്സ്ആപ്പ് വഴി ഉമേഷിന് അയച്ചുകൊടുത്തു. മെസേജ് ഉമേഷിന്റെ ഫോണിൽ എത്തിയെന്ന് ഉറപ്പായ നിമിഷം അനൂപ് ഉമേഷിന്റെ നമ്പർ ഡയൽ ചെയ്തു.

"ചേച്ചീ, എനിക്ക് ഒരു ഫോൺ ചെയ്യാനുണ്ടേ. ഞാനിപ്പോ വരാം." ഫോൺ ചെവിയിൽവെച്ചുകൊണ്ട് അനൂപ് പത്തിരുപത്തഞ്ച് അടി ദൂരേയ്ക്ക് മാറി നിന്നു.

"ഹലോ അനൂപേ." ഉമേഷ് അങ്ങേത്തലയ്ക്കൽ ഫോണെടുത്തു.

"ഉമേഷേ ഞാനൊരു അർജന്റ് കാര്യത്തിനാ വിളിച്ചത്. നീ നാട്ടിലുണ്ടോ?"

"ആഹ്, ഉണ്ടല്ലോ. എന്താടാ കാര്യം?"

"ഞാൻ നിനക്ക് വാട്സ്ആപ്പിൽ ഒരു ഫോട്ടോ അയച്ചിട്ടുണ്ട്. അത് അങ്ങാടിയിൽ പെട്ടിക്കട നടത്തുന്ന കുമാരേട്ടനെ ഒന്ന് കാണിച്ചിട്ട് എന്നെയൊന്നു വിളിക്കാമോ? കാര്യമൊക്കെ ഞാൻ പിന്നെ പറയാം."

"ഓക്കേ ടാ. ഞാനേറ്റു. അഞ്ച് മിനിറ്റ് മാക്സിമം." ഉമേഷ് ഫോൺ കട്ട് ചെയ്തു.

ശിവകാമി-രാഘവൻ

ആ സമയം വർഷങ്ങൾക്ക് മുൻപുള്ള ഒരു വൈകുന്നേരത്തേക്ക് ശിവകാമിയുടെ മനസ്സ് ചെന്നെത്തി.

സ്ഥലം ഇല്ലിമല. യുവകമിതാക്കളായ രാഘവനും ശിവകാമിയും ആളൊഴിഞ്ഞ കുറ്റിക്കാട്ടിൽ സംസാരിച്ചുകൊണ്ടിരിക്കുകയാണ്. ഒരുമിച്ച് ജീവിക്കാമെന്ന് അവർ തീരുമാനിച്ചുകഴിഞ്ഞിരുന്നു.

"എനിക്ക് ഈ മാസം ആയിട്ടില്ല. എനിക്ക് നല്ല പേടിയുണ്ട്." ശിവകാമി പറഞ്ഞു.

"എന്ത് ആയിട്ടില്ലെന്ന്?"

"പെണ്ണുങ്ങൾക്ക് എല്ലാ മാസവും എന്താ ആവാറുള്ളത്. അത് തന്നെ." അവൾക്ക് ദേഷ്യം വന്നു.

"ഇടയ്ക്ക് വൈകാറില്ലേ, അങ്ങനെയായിരിക്കും. ഇനിയിപ്പോ വിശേഷം ആണെങ്കിൽ തന്നെയിപ്പോ എന്താ, നമുക്ക് ഉടനെയങ്ങ് രജിസ്റ്റർ മാരേജ് ചെയ്താൽ പോരേ?"

"പറയുമ്പോ എന്ത് എളുപ്പം. ഇതൊന്നും അത്രയ്ക്ക് ചെറിയ കാര്യങ്ങളല്ല പെണ്ണുങ്ങൾക്ക്."

"ഞാൻ ചെറിയ കാര്യമായി കണ്ടതല്ല മോളെ. നീ പേടിക്കേണ്ടെന്ന് പറഞ്ഞതാ."

"അന്ന് ഒന്നും വേണ്ടായിരുന്നു."

"നീയല്ലേ മോളെ പറഞ്ഞത് പേടിക്കാനില്ല. പ്രെഗ്നന്റ് ആവാൻ സാധ്യതയില്ലെന്ന്."

"അങ്ങനെത്തന്നെ ആയിരുന്നു. സാധാരണ ആ ദിവസങ്ങളിൽ പ്രശ്നം വരാൻ സാധ്യതയില്ല."

“എന്നാൽ പിന്നെ ഞാൻ പറഞ്ഞതുപോലെ ആയിരിക്കും. ഇടയ്ക്ക് വൈകാറില്ലേ. വെറുതെ പേടിക്കേണ്ട നീ.” രാഘവൻ അവളെ കൂടുതൽ ചേർത്തുപിടിച്ചുകൊണ്ട് തുടർന്നു, “ഹൊ, എന്തൊക്കെ പറഞ്ഞാലും അന്നത്തെ ദിവസം എനിക്ക് മറക്കാൻ പറ്റുന്നില്ല.” അയാൾ ശിവകാമിയെ അമർത്തി ചുംബിച്ചു.

“ഈ മനുഷ്യൻ ഒരു വഷളൻതന്നെ. നാട്ടുകാരുടെ ഇടയിൽ എന്തൊരു മാന്യനാ. എന്നിട്ട് അന്ന് എന്തൊക്കെയാ കാണിച്ചു കൂട്ടിയത്. ശരിക്കും വഷളൻ.”

“മോളുടെ അടുത്തല്ലേ എനിക്ക് വഷളൻ ആവാൻ പറ്റൂ. ഇപ്പൊ ഒന്നുകൂടി വഷളൻ ആവാൻ തോന്നുന്നു. എന്താ, സമ്മതിക്കുമോ?”

“ഈയൊരു വിചാരമേ ഉള്ളൂ അല്ലേ?” ശിവകാമി രാഘവന്റെ മൂക്കിൽ പിടിച്ചു കുലുക്കിക്കൊണ്ട് പറഞ്ഞു. “ഇന്ന് വേണ്ട മോനേ. എനിക്ക് വേഗം പോണം. സമയമായി.”

ശിവകാമി അയാളെ പിന്തിരിപ്പിച്ചശേഷം പോകാൻ തുനിഞ്ഞു. മനസ്സില്ലാമനസ്സോടെ രാഘവൻ അവളെ യാത്രയാക്കി. ആരും കണ്ടില്ലെന്ന് ഉറപ്പ് വരുത്തിയശേഷം അവർ അടുത്ത ദിവസം കാണാമെന്ന ഉറപ്പിൽ പിരിഞ്ഞു.

പക്ഷേ, തിരിച്ചു വാടകവീട്ടിൽ എത്തിയപ്പോൾ മാത്രമാണ് തങ്ങളുടെ കൂടിക്കാഴ്ച തന്റെ ബന്ധുക്കളിൽ ഒരാൾ കണ്ടിരുന്നെന്ന സത്യം ശിവകാമി മനസ്സിലാക്കിയത്. അയാൾ അത് ഉടനെ തന്നെ ശിവകാമിയുടെ മാതാപിതാക്കളെ അറിയിച്ചുകഴിഞ്ഞിരുന്നു. പിന്നീട് അവളുടെ ജീവിതത്തിൽ നടന്നത് ഓർക്കാൻ ആഗ്രഹമില്ലാത്ത കാര്യങ്ങളായിരുന്നു. രാഘവനെ വിവാഹം കഴിക്കാൻ ഒരു കാരണവശാലും സമ്മതിക്കില്ലെന്ന് അവളുടെ മാതാപിതാക്കൾ ഉറപ്പിച്ചു പറഞ്ഞു. കൂടെ അമ്മയുടെ ആത്മഹത്യാഭീഷണിയും വന്നു. അവർ അവളെ ഇല്ലിമലയിൽനിന്നും സ്വന്തം നാട്ടിലേക്ക് കടത്തി. ഒടുവിൽ ഗത്യന്തരമില്ലാതെ അവൾക്ക് തന്റെ മാതൃസഹോദരനെ വിവാഹം കഴിക്കേണ്ടിയും വന്നു.

രണ്ടാഴ്ചയ്ക്കുള്ളിലാണ് മേല്പറഞ്ഞ എല്ലാ സംഭവങ്ങളും നടക്കുന്നത്. ഇതിനോടകം താൻ ഗർഭിണിയാണെന്ന വിവരവും അവൾ മനസ്സിലാക്കിയിരുന്നു. ഉടൻ വിവാഹം നടന്നതിനാൽ തന്റെ ഭർത്താവിൽനിന്നാണ് താൻ ഗർഭം ധരിച്ചതെന്ന മട്ടിലാണ് അവൾ പെരുമാറിയത്. രാഘവന്റെ കുഞ്ഞിനെ താൻ വളർത്തുമെന്ന് അവൾ തീരുമാനിച്ചുകഴിഞ്ഞിരുന്നു. ആ ഉദ്യമത്തിൽ അവൾ വിജയിക്കുക തന്നെ ചെയ്തു.

അവളുടെ ദാമ്പത്യം കയ്പുനീർ നിറഞ്ഞതായിരുന്നു. അവളോടും മകളോടും ക്രൂരമായിട്ടാണ് പലപ്പോഴും അവളുടെ ഭർത്താവ് പെരുമാറിയിരുന്നത്, പ്രത്യേകിച്ച് മദ്യത്തിന്റെ അകമ്പടിയുള്ളപ്പോൾ.

ഏതാനും വർഷങ്ങൾ മാത്രമേ ആ ദാമ്പത്യം നീണ്ടുനിന്നുള്ളൂ. ആ കാലത്ത് തമിഴ്നാട്ടിലെ മലയോരമേഖലകളിൽ പടർന്ന മലമ്പനി ബാധിച്ച് ശിവകാമിയുടെ ഭർത്താവ് അകാലത്തിൽ മരണപ്പെട്ടു. അതോടെ അവൾ രത്നവല്ലിയെയും കൂട്ടി തന്റെ സ്വന്തം വീട്ടിലേക്ക് മടങ്ങി.

അപ്പോഴേക്കും രാഘവൻ സുമതിയെ വിവാഹം കഴിച്ച് കുടുംബമായി ജീവിച്ചുതുടങ്ങിയിരുന്നു. തന്റെ ഭർത്താവ് മരിച്ച് സ്വന്തം വീട്ടിലേക്ക് തിരിച്ചുപോയതിനുശേഷം മാത്രമാണ് ശിവകാമിക്ക് രാഘവനെ രത്നവല്ലി അയാളുടെ മകളാണെന്ന സത്യം അറിയിക്കാൻ സാധിച്ചത്. അത് രാഘവന് വലിയൊരു ഞെട്ടലാണ് ഉണ്ടാക്കിയത്. അതിൽപിന്നെ ഒരേസമയം തന്റെ ഭാര്യ സുമതിയോടും മകൾ രത്നവല്ലിയോടും തനിക്കുള്ള ഉത്തരവാദിത്തം കുറവുകളേതുമില്ലാതെ നടത്തിക്കൊടുക്കാൻ അയാൾ തന്നാലാവുന്നവിധം പരിശ്രമിച്ചു. എങ്കിലും ഒരിക്കൽപോലും ശിവകാമിയുമായി തനിക്ക് മുമ്പ് ഉണ്ടായിരുന്ന തരത്തിലുള്ള ബന്ധം പുതുക്കാൻ അയാൾ മുതിർന്നതുമില്ല, യാതൊരു വിധത്തിലും സുമതിയെ ചതിക്കാൻ അയാൾ തയ്യാറായിരുന്നില്ല. തനിക്ക് ഒരു മകളുണ്ടെന്ന വിവരം സുമതിയോട് ഒരിക്കലും അയാൾ പറഞ്ഞിരുന്നില്ലെന്നത് വലിയ ഒരു തെറ്റ് തന്നെയായിരുന്നുവെങ്കിലും ആ ഒരു കാര്യം അയാൾ മരണംവരെയും രഹസ്യമാക്കി വെച്ചു, അയാളുടെ ശരി അതായിരുന്നു!

ദി ഫൈനൽ ട്വിസ്റ്റ്

അനൂപിന്റെ ഫോൺ റിങ് ചെയ്തു. പ്രതീക്ഷിച്ചപോലെ ഉമേഷാണ് വിളിക്കുന്നത്.

"ഹലോ ഉമേഷേ..." അനൂപ് കാൾ എടുത്തു.

"ഞാൻ ഫോട്ടോ കുമാരേട്ടനെ കാണിച്ചു. എറിടെയോ കണ്ടതുപോലെയുണ്ടെന്നാണ് ചേട്ടൻ പറയുന്നത്. ഞാൻ ഫോൺ കൊടുക്കാം."

"ഓക്കേ."

ഉമേഷ് ഫോൺ കുമാരന് കൈമാറി.

"ഹലോ അനൂപേ."

"കുമാരേട്ടാ, ആ ഫോട്ടോയിലുള്ള ആളാണോ അന്നൊരു ദിവസം ചേട്ടന്റെ കടയുടെ അടുത്ത് വെച്ച് രാഘവേട്ടനുമായി കയർത്ത് സംസാരിച്ചത്?"

“ആഹ്, അതിവൻ തന്നെയാ. നീ ചോദിച്ചപ്പോഴാ എനിക്ക് ഓർമ്മ വന്നത്.”

“ഓക്കേ കുമാരേട്ടാ താങ്ക്സ്. ഫോണൊന്ന് ഉമേഷിന് കൊടുക്കുമോ?”

ഉമേഷ് ഫോൺ വാങ്ങി. താനിപ്പോൾ പറഞ്ഞ കാര്യങ്ങൾ തൽക്കാലം ആരോടും പറയേണ്ടായെന്ന് ചട്ടംകെട്ടി അനൂപ് ഫോൺ കട്ട് ചെയ്തു. ശേഷം അയാൾ ശിവകാമിക്കരികിലേക്ക് നടന്നു.

“എന്തായിരുന്നു നിന്റെ സംശയം?” ശിവകാമി ചോദിച്ചു.

“ഏയ്, ഒന്നുമില്ല. നിങ്ങളുടെ ഈ ബന്ധു ഞങ്ങളുടെ നാട്ടിൽ വെച്ച് മുമ്പ് രാഘവേട്ടനെ കണ്ടിട്ടുണ്ട്.”

“ഉം... ഉണ്ട്. കണ്ടിട്ടുമുണ്ട് ഭീഷണിപ്പെടുത്താൻ ശ്രമിച്ചിട്ടുമുണ്ട്.”

“ഭീഷണിയോ, എന്ത് ഭീഷണി?”

“അവന്റെ കണ്ടെത്തൽ രാഘവേട്ടനും രത്നവല്ലിയും തമ്മിൽ എന്തോ ബന്ധം ഉണ്ടെന്നായിരുന്നു. ബന്ധമുണ്ട്. പക്ഷേ ആ ബന്ധം അച്ഛൻ-മകൾ ബന്ധമാണെന്ന് മനസ്സിലാക്കാൻ ഏതായാലും അവന് സാധിച്ചില്ല. അവന്റെ വൃത്തികെട്ട കണ്ണിലൂടെ നോക്കിയപ്പോൾ കണ്ടത് വേറെ ബന്ധമാണെന്നാണ്. ആണും പെണ്ണും തമ്മിൽ ആ ഒരു ബന്ധമേ ഉണ്ടാവൂ എന്ന് കരുതുന്നവർ ഒരുപാടുള്ള ഈ നാട്ടിൽ അതൊരു പുതുമയുമല്ല.“ മരിച്ചുപോയെങ്കിലും അയാളോടുള്ള അരിശം ശിവകാമിയിൽ പ്രകടമായിരുന്നു.

“എന്നിട്ട്?”

“എന്നിട്ടെന്താവാൻ. അവൻ അതിനെ എതിർത്തു. കേരളത്തിൽ നിന്ന് കൃഷി ആവശ്യത്തിന് വന്ന ഒരു കിളവൻ താൻ കല്യാണം കഴിക്കാൻ ആഗ്രഹിക്കുന്ന കുട്ടിയെ വഴി തെറ്റിക്കാൻ ശ്രമിക്കുന്നു എന്നായിരുന്നു അവന്റെ ഭാഷ്യം.”

“എന്നിട്ടെന്തായി?”

“എന്നിട്ടെന്താവാൻ? അവൻ ആക്സിഡന്റിൽ മരിച്ചുപോയില്ലേ മോനേ.” ആ വാക്കുകൾ പറയുമ്പോൾ ശിവകാമിയുടെ മുഖത്ത് സന്തോഷം നിറയുന്നത് അനൂപിന് കാണാൻ സാധിച്ചു.

“ആക്സിഡന്റ് മരണമാവുമ്പോൾ അന്വേഷണമൊക്കെ ഉണ്ടായിക്കാണുമല്ലോ. ആരും രാഘവേട്ടനെ സംശയിച്ചില്ലേ? നാട്ടുകാർക്ക് വേണമെങ്കിൽ രാഘവേട്ടൻ അവനെ ജീപ്പിടിച്ച് കൊക്കയിലേക്ക് ഇട്ടതാണെന്ന് വരെ പറയാലോ. അങ്ങനെയൊന്നും ഉണ്ടായില്ലേ?”

“അങ്ങനെ കാര്യമായി അന്വേഷണമൊന്നും ഉണ്ടായില്ല. അവൻ മദ്യപിച്ച് ലക്കുകെട്ട് ഇതിന് മുമ്പും അപകടം ഉണ്ടാക്കിവെച്ചിട്ടുണ്ട്.

അത്രയേ ഇതും ഉണ്ടാവൂ. അത് പോട്ടെ. നീയെന്താ പറഞ്ഞുവരുന്നത്? രാഘവേട്ടൻ അവനെ ജീപ്പിടിച്ച് കൊക്കയിലിട്ടെന്നോ?"

"അയ്യോ, അങ്ങനെ ഞാൻ ഉദ്ദേശിച്ചിട്ടില്ല. ഇപ്പോഴത്തെ കാലമല്ലേ. പല രീതിയിൽ ആളുകളും പോലീസും ചിന്തിക്കും. സംശയത്തിന്റെ ഒരു ദൃഷ്ടി രാഘവേട്ടന്റെ മേൽ വീഴാൻ സാധ്യത ഉണ്ടായിരുന്നുവെന്നാ ഞാൻ പറഞ്ഞത്. അല്ലാതെ രാഘവേട്ടൻ അങ്ങനെ ചെയ്തിട്ടുണ്ട് എന്നല്ല."

"ഉം... വന്നിട്ട് ഇതുവരെ ഞാൻ നിന്നോടൊന്ന് ഇരിക്കാൻപോലും പറഞ്ഞില്ല. നീ ഇരിക്ക്."

അല്പം സംശയിച്ചാണെങ്കിലും അനൂപ് കോലായിലെ ചൂരൽ കസേരയിൽ ഇരുന്നു.

"മോനേ അനൂപേ, അങ്ങനെയൊരു സംശയം ഒരിക്കലും രാഘവേട്ടനിലേക്ക് നീളില്ല. അതിന്റെ ഉത്തരം ഞാൻ നിനക്ക് കാണിച്ചുതന്ന ആ ഫോട്ടോയിലുണ്ട്. ഒന്നു ശ്രദ്ധിച്ചു വായിച്ചുനോക്ക്."

ആ വാക്കുകളുടെ അർത്ഥം അനൂപിന് മനസ്സിലായില്ല. അവൻ ഉടൻതന്നെ മൊബൈൽ ഫോൺ ഗാലറിയിൽനിന്നും ആ ഫോട്ടോ തുറന്ന് ശ്രദ്ധയോടെ നിരീക്ഷിച്ചു.

ഒരു നിമിഷം. ഏറ്റവും അടിയിലെ വരിയിലെ അക്കങ്ങൾ അയാളുടെ കണ്ണുകളിൽ ഉടക്കി.

(23/07/1984–31/12/2021)

എല്ലാ രഹസ്യങ്ങളും അനൂപിന് മുന്നിൽ ചുരുളഴിഞ്ഞു.

അയാൾ മരിച്ചത് രണ്ടു വർഷങ്ങൾക്ക് മുമ്പത്തെ പുതുവത്സരത്തലേന്ന്! എന്നുവെച്ചാൽ രാഘവൻ കത്തിഗിരിയെ കുത്തിയെന്ന കള്ളക്കേസ് ഉണ്ടാക്കിയ അതേ ദിവസം. ശിവകാമി പറഞ്ഞത് നൂറു ശതമാനം സത്യം. അന്വേഷണത്തിന്റെ ചൂണ്ടുവിരൽ രാഘവനിലേക്ക് എത്താനുള്ള സാധ്യത അതിവിരളം.

കാരണം "ആലിബൈ..." കുറ്റകൃത്യം നടന്ന സമയം രാഘവൻ മറ്റൊരിടത്തായിരുന്നു എന്ന വാദം അയാൾക്ക് എടുത്തുപയോഗിക്കാമായിരുന്നു.

ഓരോ നിമിഷം കഴിയുമ്പോഴും അനൂപിന് പാറപ്പുറത്ത് രാഘവൻ എന്ന മനുഷ്യനെക്കുറിച്ചുള്ള ധാരണ മാറിക്കൊണ്ടിരിക്കുകയാണ്. ഒരു കൊലയാളിയാണയാൾ. എങ്കിലും അനൂപിന് അയാളെ വെറുക്കാൻ സാധിച്ചില്ല. അയാളുടെ പക്ഷത്തുനിന്ന് നോക്കുമ്പോൾ അയാൾ ശരികൾ മാത്രമേ ചെയ്തിട്ടുള്ളൂ. ശരികൾ മാത്രം. ശരികൾ നിലനിർത്താനുള്ള തെറ്റുകൾ മാത്രമെന്ന് വേണമെങ്കിൽ തിരുത്താം. അത്രമാത്രം!

രത്നവല്ലിയെ കാണാൻ നിൽക്കാതെ അനൂപ് ശിവകാമിയോട് യാത്ര പറഞ്ഞു. ഇപ്പോൾ ശിവകാമിയോളം രഹസ്യങ്ങൾ അനൂപിനുമറിയാം. അനൂപിൽനിന്ന് അതൊരിക്കലും പുറത്തുപാവില്ലെന്ന് ശിവകാമിയും വിശ്വസിക്കുന്നു.

അനന്തരം

തന്റെ കടയിലെ കസേരയിലിരിക്കുകയാണ് അനൂപ്. സമയം രാത്രി ഒരുപാട് വൈകിയിരിക്കുന്നു. ശിവകാമിയോട് യാത്ര പറഞ്ഞ് നേരെ കടയിലേക്കാണ് അനൂപ് വന്നത്. മേശ തുറന്ന് ഒരു കുപ്പി അയാൾ പുറത്തെടുത്തു. രാഘവൻ വാറ്റിയ അവസാനകുപ്പി മദ്യം. അടപ്പ് തുറന്ന് ഒരു കവിൾ മദ്യം അയാൾ കഴിച്ചു. അതയാളുടെ പ്രതിജ്ഞയായിരുന്നു. അവസാനമായി ആ കസേരയിൽ ഇരുന്ന് രാഘവന്റെ വാറ്റ് കുടിച്ചപ്പോൾ എടുത്ത പ്രതിജ്ഞ. ഇനി ഈ കുപ്പി രാഘവന്റെ ജീവിതത്തിലെ രഹസ്യങ്ങൾ കണ്ടുപിടിച്ചതിനുശേഷം മാത്രമേ കൈകൊണ്ടു തൊടൂ, ഒരിറക്ക് മദ്യം കഴിക്കൂ. ഇപ്പോൾ അയാൾ അതെല്ലാം അന്വേഷിച്ചു കണ്ടുപിടിച്ചിരിക്കുന്നു.

രാഘവന്റെ മരണമൊഴിയുടെ പൊരുൾ അയാൾ അഴിച്ചെടുത്തിരിക്കുന്നു.

■